ഫിഫ കപ്പും
ഫുട്ബോൾ ചരിത്രവും

fifa kappum football charithravum

•

pannyan raveendran

•

first edition
june 2014

•

typesetting
star communications, thiruvananthapuram

•

published
chintha publishers, thiruvananthapuram

•

cover
vinod

വിതരണം

ദേശാഭിമാനി ബുക്ക് ഹൗസ്

H O തിരുവനന്തപുരം–695 035
phone: 0471-2303026, 6063026
www.chinthapublishers.com
chinthapublishers@gmail.com

ബ്രാഞ്ചുകൾ

ഹെഡ്ഡാഫീസ് ബ്രാഞ്ച് കുന്നുകുഴി • സ്റ്റാച്യു തിരുവനന്തപുരം • കെ എസ് ആർ ടി സി ബസ് സ്റ്റേഷൻ ആലപ്പുഴ • കെ എസ് ആർ ടി സി ബസ് സ്റ്റേഷൻ എറണാകുളം • മച്ചിങ്ങൽ ലെയ്ൻ തൃശൂർ • ഐ ജി റോഡ് കോഴിക്കോട് • മാവൂർ റോഡ് കോഴിക്കോട് • എൻ ജി ഒ യൂണിയൻ ബിൽഡിങ് കണ്ണൂർ • സെൻട്രൽ ബസ് ടെർമിനൽ കോംപ്ലക്സ് താവക്കര കണ്ണൂർ

CO - 2078 / 3491

ഫിഫ കപ്പും
ഫുട്ബോൾ ചരിത്രവും

പന്ന്യൻ രവീന്ദ്രൻ

ചിന്ത പബ്ലിഷേഴ്സ്
തിരുവനന്തപുരം-695 035

പന്ന്യൻ രവീന്ദ്രൻ

1945 ഡിസംബർ 22 ന് കണ്ണൂർ ജില്ലയിലെ കക്കാട് ജനിച്ചു. അച്ഛൻ: സി പി രാമൻ, അമ്മ: പന്ന്യൻ യശോദ.

ഇന്ത്യൻ കമ്യൂണിസ്റ്റ് പാർട്ടിയുടെ സംസ്ഥാന സെക്രട്ടറി, കേന്ദ്ര സെക്രട്ടേറിയറ്റ് മെമ്പർ, 2005 മുതൽ 2009 വരെ തിരുവനന്തപുരത്ത് നിന്നുള്ള ലോകസഭാംഗം. മുൻ ഫുട്ബോൾ കളിക്കാരൻ, കമന്റേറ്റർ, എഴുത്തുകാരൻ.

കൃതികൾ: *ലോകകപ്പ് ഫുട്ബോൾ ചരിത്രത്തിലൂടെ, ചരിത്രമെഴുതി ചരിത്രമായവർ, ഭരത് മുരളി - അഭിനയവും ജീവിതവും.*

ഭാര്യ	:	രത്നവല്ലി
മക്കൾ	:	രാകേഷ്, രൂപേഷ്, രതീഷ്
മരുമക്കൾ	:	ഷിബി, ജീന, അബിഷ
പൗത്രർ	:	അഭയ്, നിവേദ്, അഷിത

ഉള്ളടക്കം

അനുബന്ധം

പ്രസാധകക്കുറിപ്പ്

കാൽപ്പന്തു കളി അച്ചടക്കമുള്ള കലാപമാണ്. ദേശീയതയുടെ വരമ്പുകൾ ഭേദിച്ച് ലോകത്തെ ഒന്നാക്കാനുള്ള മാസ്മരികത കാൽപ്പന്തുകളിക്കല്ലാതെ മറ്റെന്തിനാണുള്ളത്? കളിയുടെ മാന്ത്രികതയിൽ കളിക്കാരും കാഴ്ചക്കാരും ഒന്നാകുന്ന കാൽപ്പന്തുകളിക്ക് ഒരു ചരിത്രമുണ്ട്. ഇംഗ്ലണ്ടിൽനിന്നും ലാറ്റിനമേരിക്കയിലേക്ക് കുടിയേറിയ ഫുട്ബോൾ അടിച്ചമർത്തപ്പെട്ട വൻകരയുടെ വികാരവും വിചാരവുമായി പരിണമിച്ചു. നാലു വർഷങ്ങൾ ഫുട്ബോൾ പ്രേമികൾ വീർപ്പടക്കി കാത്തിരിക്കും, അടുത്ത ഫുട്ബോൾ ലോകകപ്പ് വരുന്നതും കാത്ത്. 20 ാം ലോകകപ്പിന്റെ കൊടിയേറ്റത്തിന് സാക്ഷ്യം വഹിക്കുന്ന വേളയിലാണ് കേരളത്തിലെ പുരോഗമന പ്രസ്ഥാനത്തിന്റെ തലയെടുപ്പുള്ള നേതാക്കളിലൊരാളായ പന്ന്യൻ രവീന്ദ്രൻ ഫിഫ കപ്പിന്റെയും ലോക ഫുട്ബോളിന്റെയും ചരിത്രം രചിക്കുന്നത്. വിപ്ലവം എന്നാൽ ഫുട്ബോൾ കൂടിയാണെന്ന് ഒരു കളിക്കാരന്റെ ആകാരവും മനസ്സുമുള്ള സഖാവ് പന്ന്യൻ രവീന്ദ്രൻ തിരിച്ചറിയുന്നു. പന്ന്യൻ രവീന്ദ്രന്റെ തൂലികാസ്പർശത്താൽ ജീവൻ വയ്ക്കുന്ന ഈ കാൽപ്പന്തിന്റെ കഥ വായനക്കാർക്കുമുന്നിൽ അവതരിപ്പിക്കുന്നതിൽ സന്തോഷമുണ്ട്.

ചിന്ത പബ്ലിഷേഴ്സ്

ആമുഖം

പ്രപഞ്ചം കൗതുകത്തോടെയും ആവേശം നെഞ്ചിലേറ്റിയും സ്വീകരിക്കുന്ന കായിക കലയാണ് ഫുട്ബോൾ.

ഫുട്ബോളിന്റെ ചരിത്രം വിസ്മയകരമാണ്. 4500 ലധികം വർഷം പഴക്കമുള്ള ചരിത്രവും ലോകകപ്പിന്റെ 80 വർഷക്കാലത്തെ ആരവങ്ങളും ഒരു പുസ്തകമാക്കാനുള്ള എന്റെ പരിശ്രമത്തിന്റെ ലിഖിത രൂപമാണിത്. ഇത് പൂർണ്ണമാണെന്ന് അവകാശപ്പെടുന്നില്ല. ലഭിക്കാവുന്ന വിവരങ്ങൾ ഉൾപ്പെടുത്തിയിട്ടുണ്ട്. 2005 മുതൽ 2009 വരെയുള്ള പാർലമെന്റ് പ്രവർത്തനത്തിനിടയിൽ ലൈബ്രറിയിൽനിന്ന് ശേഖരിച്ചതും ഫിഫയുടെ ഒഫീഷ്യൽ പുസ്തകങ്ങളും മലയാളത്തിലും ഇംഗ്ലീഷിലും പ്രസിദ്ധീകൃതമായ വിവരങ്ങളും ഉൾപ്പെടുത്തിയിട്ടുണ്ട്. 2010 ൽ പ്രസിദ്ധീകരിച്ച *ലോകകപ്പ് ഫുട്ബോൾ ചരിത്രത്തിലൂടെ* എന്ന പുസ്തകത്തിന് സ്പോർട്ട്സ് പ്രേമികൾ നല്കിയ സഹകരണം ഈ പുസ്തകരചനയ്ക്ക് പ്രചോദനമാണ്.

വളരെ പെട്ടെന്ന് തന്നെ പുസ്തകം പ്രകാശിപ്പിച്ച *ചിന്ത പബ്ലിഷേഴ്സിനും* എന്നെ സ്നേഹപൂർവ്വം നിർബ്ബന്ധിച്ച സ. വി കെ ജോസഫിനും ചീഫ് എഡിറ്റർ സി പി അബൂബക്കർക്കും ലേ ഔട്ടും മറ്റു പ്രവർത്തനങ്ങളും നിർവ്വഹിച്ച ചിന്തയിലെ പ്രവർത്തകർക്കും നന്ദി.

ഒട്ടേറെ അമൂല്യ വിവരങ്ങൾ ശേഖരിച്ചു തന്ന് എന്നെ സഹായിച്ച ഫ്രീലാന്റ് പത്രപ്രവർത്തകൻ നവീൻ നാഥ് ജി എസ്, സിവിൽ സർവീസ് വിദ്യാർത്ഥികളായ സായ് കൃഷ്ണൻ, റോണി എസ് എൽ, ക്രിക്കറ്റർ എം പി മനു, സുബിൻ വി സി, ഡോ. പി എസ് ശ്രീജിത്, ഷിബിൻ എസ് ആർ (അമൃത ടി വി) എന്നിവർക്കും നന്ദി.

പന്ന്യൻ രവീന്ദ്രൻ

പ്രവേശിക

പ്രപഞ്ചത്തിലെ ഏറ്റവും വലിയ കായികമാമാങ്കമാണ് ഫിഫ വേൾഡ് കപ്പ്. നിദ്രാവിഹീനമായ ഒരുമാസക്കാലം കളിയുടെ പൂരങ്ങളായിരിക്കും. ഏഷ്യയും ആഫ്രിക്കയും ലാറ്റിൻ അമേരിക്കയും കരീബിയൻ ദ്വീപുകളും യൂറോപ്പും ഓഷ്യാനിയയും അരങ്ങിലെത്തും. സാംബനൃത്തത്തിന്റെ നാട്ടിൽ കാൽപ്പന്ത് കളിയുടെ ആരവങ്ങൾ ഉയർന്നുകഴിഞ്ഞു. 204 രാജ്യങ്ങൾ മത്സരിച്ച 845 മത്സരങ്ങളിൽ 5734 കളിക്കാരും പങ്കെടുത്തു. 32 ടീമുകളാണ് ഫൈനൽ റൗണ്ടിലെത്തിയത്. പ്രാഥമിക മത്സരങ്ങളിൽ 2343 ഗോളുകൾ അടിച്ചെടുത്തതാണ് വിജയവീഥി. 32 ടീമുകൾ 20 ാമത് ലോകകപ്പിൽ മാറ്റുരയ്ക്കും. 2010 ലെ ചാമ്പ്യന്മാരായ സ്പെയിനും ജർമനി, ഉറുഗ്വേ, ഇറ്റലി, ഫ്രാൻസ്, ഇംഗ്ലണ്ട് എന്നീ മുൻ ചാമ്പ്യന്മാരും ഇത്തവണ കളിക്കളത്തിലുണ്ട്. ഇവർക്കു പുറമെ യൂറോപ്പിൽനിന്ന് 13 ഉം ലാറ്റിനമേരിക്കയിൽ ബ്രസീൽ ഉൾപ്പെടെ 6 ഉം ആഫ്രിക്കയിൽനിന്ന് 5 ഉം ഏഷ്യയിൽനിന്നു 4 ഉം മദ്ധ്യഅമേരിക്കയിൽനിന്ന് 4 ടീമുകളുമാണ് ജേഴ്സി അണിയുന്നത്.

8 ഗ്രൂപ്പുകളാണ് മത്സരിക്കുന്നത്. A. ബ്രസീൽ, ക്രൊയേഷ്യ, കാമറൂൺ, മെക്സിക്കോ, B. സ്പെയിൻ, ചിലി, ഹോളണ്ട്, ആസ്ട്രേലിയ, C. കൊളംബിയ, ഗ്രീസ്, ജപ്പാൻ, ഐവറികോസ്റ്റ്, D. ഉറുഗ്വേ, കോസ്റ്ററിക്ക, ഇംഗ്ലണ്ട്, ഇറ്റലി, E. സ്വിറ്റ്സർലൻഡ്, ഇക്വഡോർ, ഫ്രാൻസ്, ഹോണ്ടുറാസ്. F. അർജന്റീന, ബോസ്നിയ, ഇറാൻ, നൈജീരിയ, G. ജർമനി, പോർച്ചുഗൽ, ഘാന, യു എസ് എ, H. ബെൽജിയം, അൾജീരിയ, റഷ്യ, ദ. കൊറിയ എന്നീ ടീമുകളാണ് ബ്രസീലിൽ പോരാടുന്നത്.

കഴിഞ്ഞ 19 ലോകകപ്പുകളിലായി നിരവധി ലോകതാരങ്ങൾ ഉയർന്നുവന്നിട്ടുണ്ട്. അവരെയെല്ലാം ഏറെ ആരാധനയോടെ ലോകജനത സ്വീകരിച്ചിട്ടുണ്ട്.

ലോകം കണ്ട സമാനതകളില്ലാത്ത ഗോൾ കീപ്പർ ചിലന്തി എന്ന വിളിപ്പേരുള്ള സോവിയറ്റ് താരമായ "ലവ്‌യാഷിൻ" മായാത്ത നാമധേയമാണ്. ചിലന്തി ചെറുജീവികളെ വിഴുങ്ങുന്നതുപോലെ പോസ്റ്റിൽ വരുന്ന പന്തുകൾ കൈയിലാക്കുന്ന അത്ഭുതസിദ്ധിയാണ് അദ്ദേഹത്തിനുള്ളത്.

ഹംഗറിക്കാരനായ ഫ്രാങ്ക് പുഷ്കാസ് ഒരു ടീമിന്റെ എല്ലാമെല്ലാമാണ്. ഇടങ്കാലുകൊണ്ട് വെടിയുണ്ടയുതിർക്കും. പക്ഷേ, പുഷ്കാസിന് ലോകകപ്പ് അകലെയായിരുന്നു.

12 രാജ്യാന്തര മത്സരങ്ങളിൽ 1143 മിനുട്ട് നേരം ഗോൾവലയം ഭദ്രമാക്കിയ ഇറ്റലിയുടെ ഗോൾകീപ്പറായ ദിനോസെഫ്, 112 തവണ ദേശീയ ടീമിൽ കളിച്ചു. ഇറ്റലിയുടെ ക്യാപ്റ്റനുമായിരുന്നു ഇദ്ദേഹം. ലോകകപ്പ് ഏറ്റുവാങ്ങിയ ഏറ്റവും പ്രായം കൂടിയ ക്യാപ്റ്റനെന്ന ബഹുമതിയും ദിനോസെഫിനുള്ളതാണ്.

1974 ൽ പശ്ചിമജർമനിക്ക് വേണ്ടി ഫിഫ കപ്പ് കൈയിലേന്തിയത് ക്യാപ്റ്റനായ ഫ്രാൻസ് ബെക്കൻ ബോവറാണ്. പ്രതിരോധത്തിൽനിന്ന് ആക്രമണത്തിന്റെ നിയന്ത്രണം ഏറ്റെടുത്തുകൊണ്ട് പ്രഗത്ഭരായ ഹോളണ്ടിനെ കലാശക്കളിയിൽ തകർത്തെറിഞ്ഞ ഭാഗ്യവാനാണ് അദ്ദേഹം. ക്യാപ്റ്റൻ, കോച്ച് പദവികളിൽ കപ്പ് നേടിയ ഒരേയൊരു ഫ്രാൻസ് താരം. 66,90,74 ലോകകപ്പിൽ കളിച്ചു. 74 ൽ ക്യാപ്റ്റൻ. 86, 90 ൽ ജർമൻ പരിശീലകൻ. 90 ൽ ജർമനിയെ ജയിപ്പിച്ച കോച്ച്.

പാരീസ് ഒളിമ്പിക്സിൽ ലോകതാരമെന്ന ബഹുമതി ജനങ്ങൾ നല്കിയ ഉറുഗ്വേയുടെ ലെഫ്റ്റ് ഹാഫ് ബാക്കാണ് ജോസ് ലിയാൻ ഡ്രോആന്ദ്രാദേ. 13 ടീമുകൾ പങ്കെടുത്ത ആദ്യ ലോകകപ്പിന്റെ ഫൈനലിൽ 2 നെതിരെ 4 ഗോളിന് ഉറുഗ്വേയെ വിജയിപ്പിച്ച് ലോകതാരമായി മാറി.

ലോകകപ്പിൽ ടോട്ടൽ ഫുട്ബോളിന്റെ നേരവകാശിയായിരുന്ന ഹോളണ്ടിന്റെ സെന്റർ ഫോർവേഡും ക്യാപ്റ്റനുമായിരുന്നു യോഹാൻ ക്രൈഫ്. ബ്രസീലിനെതിരെ 1974 ൽ റൂഡ് കോളിന്റെ നിന്ന് ക്രൈഫ് നേടിയ ഗോൾ ചരിത്രത്തിൽ ഇടംപിടിച്ചു. ഒരു തൂപ്പുകാരിയുടെ മകനായി ജനിച്ചു. 14 ാം വയസ്സിൽ ഹംഗറിക്കെതിരെ ദേശീയ ടീമിൽ അംഗമായി. 1974 ൽ സ്വയം പിരിഞ്ഞു.

1974 ൽ ജർമനിയുടെ വിജയശില്പി ഗേർഡ് മുള്ളർ ആയിരുന്നു. ഹോളണ്ടുമായുള്ള ഫൈനൽ മുള്ളറും ക്രൈഫും തമ്മിലുള്ള മത്സരമായി ജനങ്ങൾ വിലയിരുത്തി. 17 ാം വയസ്സിൽ കളി തുടങ്ങി. 30 ാം വയസ്സിൽ നല്ല ഫോമിൽ കളി നിർത്തി. 66, 67, 69 ൽ ജർമൻ കപ്പ്, 67 ൽ വിന്നേഴ്സ് കപ്പ്, 69, 72, 73 ലീഗ് ചാമ്പ്യൻഷിപ്പ്, 74, 75, 76 യൂറോപ്യൻ കപ്പ്. എല്ലാം മുള്ളറുടെ പ്രശസ്തിയാണ്.

ലോക ഫുട്ബോളിൽ പെലെക്കു ശേഷം ഫുട്ബോൾ രാജാവെന്ന പേരിൽ ചർച്ച ചെയ്തത് അർജന്റീനയുടെ മറഡോണയായിരുന്നു. 82, 86, 90 ലോകകപ്പിൽ തിളങ്ങി. ലോകകപ്പിൽ മനോഹരമായ ഗോളും വിവാ

ദഗോളും മറഡോണയുടെ പേരിലാണ്. "ദൈവത്തിന്റെ കൈയും എന്റെ തലയും." ലോക ഫുട്ബോൾ ചരിത്രത്തിലെ സത്യസന്ധമായ വാക്കുകളുടെ ഉടമയാണ് മറഡോണ. വിവാദങ്ങൾക്കു നടുവിലും പതറാത്ത അസാധാരണ വ്യക്തി.

ഇറ്റലിയുടെ പോളോ റോസി 1982 ൽ ലോകഫുട്ബോളർ എന്ന പ്രഥമ അവാർഡിനുടമയാണ്. 82 ലെ സ്പെയിൻ ലോകകപ്പിൽ ഗ്രൂപ്പിൽ തപ്പിത്തടഞ്ഞ് കളിച്ച ഇറ്റലിയെ ഈറ്റപ്പുലിയെപ്പോലെ കരുത്തരാക്കിയത് പോളോ റോസിയാണ്. അസാധാരണവേഗതയും കണിശമായ ഷൂട്ടിങ്ങും വിജയത്തിന്റെ കരുത്തായി മാറി. ബ്രസീലിനെതിരെ നേടിയ മൂന്നിൽ രണ്ടു ഗോളും, ജർമനിയെ ഫൈനലിൽ വീഴ്ത്തിയതിൽ ഒരു ഗോളും അദ്ദേഹത്തിന്റെ ഗോളടി വൈദഗ്ദ്ധ്യം ചൂണ്ടിക്കാട്ടുന്നു.

ഇടതുകാലിന്റെ സ്വാധീനക്കുറവ് കാൽപ്പന്തുകളിയുടെ സൗന്ദര്യമാക്കി മാറ്റിയ ഗാരിഞ്ച ബ്രസീലിന്റെ ഒരുകാലത്തെ രോമാഞ്ചമായിരുന്നു. 56, 62, 66 ൽ ബ്രസീലിന്റെ റൈറ്റ് വിങ്ങറായിരുന്നു. 1966 ലെ ലോകകപ്പിൽ പെലെ പരിക്കുപറ്റി പുറത്തു പോയപ്പോൾ ആക്രമണനിരയെ നയിച്ച അത്ഭുത പ്രതിഭാസം. ഇംഗ്ലണ്ടിനെതിരായ മനോഹരമായ ഹെഡ്ഡർ, മുപ്പത് വാര അകലെനിന്ന് ഒരു ഡ്രോപ്പ് കിക്ക്. രണ്ടും ഒന്നാംതരം ഗോളുകൾ. സെമിയിലും ഫൈനലിലും മൂന്നു ഗോളുകൾ കൂടി സ്വന്തം പേരിൽ. "ഗാരിഞ്ച" ഹീറോ ആയി.

ലോകകപ്പ് മത്സരങ്ങളിൽ പെലെ, ഗാരിഞ്ച, വാവ കൂട്ടുകെട്ടിന് ശക്തമായ പിന്തുണക്കാരനാണ് ദിദി. 4–2–4 എന്ന ഫുട്ബോൾ തന്ത്രവുമായി ബ്രസീൽ തകർപ്പൻ ജയം നേടിയപ്പോൾ മുൻനിരയിൽ ദിദിയും ശക്തനായിരുന്നു. ഫ്രീകിക്കിന്റെ രാജാവെന്ന ബഹുമതി ജനങ്ങൾ നല്കിയതാണ്. കിക്കെടുത്താൽ വായുവിലേക്ക് ഉയർന്നു പൊങ്ങിയ പന്ത് പെട്ടെന്ന് താഴേക്ക് പതിക്കുന്ന അത്യപൂർവ്വ കിക്ക് ദിദിക്ക് സ്വന്തം. ഫോണോബേക്ക് (ഉണങ്ങിയ ഇല) എന്നാണ് ഈ കിക്കിന്റെ പേര്.

മെക്സിക്കോ ലോകകപ്പിൽ ബ്രസീലിന്റെ എല്ലാ കളികളിലും ഗോൾ നേടിയ ഏക കളിക്കാരനാണ് ജെർസിഞ്ഞോ. ബ്രസീൽ നേടിയ 10 ഗോളിൽ 7 ഉം ജെർസിഞ്ഞോയുടെ ബൂട്ടിൽ നിന്നായിരുന്നു. 70 ൽ ബ്രസീലിന്റെ വിജയത്തിന് കലാശക്കളിയിലെ ജെർസിഞ്ഞോയുടെ ഇരട്ട ഗോളുകൾ കരുത്തായി.

ഫുട്ബോൾ മാന്ത്രികനായ സർ. സ്റ്റാൻലി മാത്യുവിനുശേഷം ലോകം കണ്ട ഏറ്റവും പ്രശസ്തനായ ഇംഗ്ലണ്ട് താരമാണ് ബോബി ചാൾട്ടൻ. 18 ാം വയസ്സിൽ ദേശീയ ടീമിൽ ഇടം നേടിയ ചാൾട്ടൺ ബ്രസീലിനെതിരെ നേടിയ മാന്ത്രികഗോൾ പ്രസിദ്ധിയിലേക്കുള്ള യാത്രയായി. 66 ൽ ഇംഗ്ലണ്ട് ഗോളുകൾ മറന്നുപോയപ്പോൾ ബോബി ചാൾട്ടന്റെ ബൂട്ടിൽ നിന്ന് മിന്നുന്ന ഗോൾ പിറന്നു.

'കറുത്ത രത്നം' എന്ന പേരിൽ ലോക പ്രസിദ്ധനായ ബ്രസീലിയൻ താരമാണ് ലിയോ നിഡാസ് ഡിസിൽവ. 34 ൽ ഇറ്റലിയിലും 38 ൽ

ഫ്രാൻസിലും ബ്രസീലിന്റെ ആക്രമണ നിര നയിച്ച സെന്റർ ഫോർ വേഡാണ്. 38 ൽ ലോകകപ്പിൽ 8 ഗോളുകൾ സ്വന്തം പേരിൽ കുറിച്ചിട്ടു. പെലെയോടൊപ്പം മികച്ച താരമായി ബ്രസീലുകാർ ആരാധിക്കുന്നു.

1954 ലെ ലോകകപ്പിൽ ഹംഗറിയുടെ ഗോളടിയന്ത്രമായിരുന്നു ജോസഫ് ബോസിക്. 50 കളിൽ രാജ്യത്തിന്റെ വിജയക്കുതിപ്പിൽ പുഷ്കാസിനോടൊപ്പം കളിച്ച പ്രഗത്ഭനായിരുന്നു. സ്വിറ്റ്സർലൻഡ് ഫൈനലിൽ തോറ്റുവെങ്കിലും ബോസിക്കിനെ ജനം സ്വീകരിച്ചു.

ആറടി പൊക്കമുള്ള ഇറ്റലിയുടെ ലെഫ്റ്റ് ബാക്കായിരുന്നു "ഫാക്കെറ്റി". ശക്തമായ വലംകാലടിക്ക് പ്രശസ്തനായിരുന്നു. 1966 ലെ ലോകകപ്പിൽ എത്തുന്നതിന് മുൻപ് രണ്ടു തവണ ലീഗും, യൂറോപ്യൻ കപ്പും ഇന്റർമിലാന് നേടിക്കൊടുത്തു. 70 ലും 74 ലും നായകൻ. ലോകകപ്പിൽ ഒരു മത്സരംകൊണ്ട് ലോകതാരമായിമാറിയ പോർച്ചുഗൽ കളിക്കാരനാണ് യൂസേബിയോ. 1966 ൽ ഇംഗ്ലണ്ടിൽ, ഉത്തര കൊറിയയോട് 3 ഗോളിന് പിന്നിലായിട്ടും പതറാതെ 5 ഗോൾ തിരിച്ചടിച്ച് ജയിച്ച പോർച്ചുഗലിന്റെ കരുത്തായിരുന്നു. മാത്രമല്ല 4 ഗോളുകൾ യൂസേബിയായുടെതായിരുന്നു. ടൂർണ്ണമെന്റിൽ 9 ഗോളടിച്ചു ടോപ്പ് സ്കോററായി.

58 ലെ ലോകകപ്പിലെ ഗോളടിയന്ത്രമായിരുന്നു ഫ്രാൻസിന്റെ ജസ്റ്റ് ഫോർലൻ. എല്ലാ മത്സരങ്ങളിലും ഗോളടിച്ചു. 13 ഗോളുകൾ. പകരക്കാരനായി ഇറങ്ങി സ്ഥിരക്കാരനായി മാറി. ഫ്രാൻസ് നേടിയ 23 ഗോളിൽ പകുതിയിലേറെ സ്വന്തം പേരിൽ. കളി വിരമിച്ചപ്പോൾ മോറോക്കോയുടെ കോച്ച്.

78 ലെ ലോകകപ്പിൽ അർജന്റീനയുടെ തിളങ്ങും താരമായിരുന്നു മരിയോ കെംപസ്. മറഡോണക്ക് മുൻപ് ഷാർപ്പ് ഷൂട്ടറും അറ്റാക്കറുമായിരുന്നു. പ്രഥമ ലോകകപ്പിൽ ഫൈനൽ റൗണ്ടിൽ ഗോളുകൾ. 78 ൽ കപ്പ് നേടിയ ടീമിൽ കെംപസും ലൂക്കോയും സഹതാരങ്ങളായിരുന്നു. കെംപസിന്റെ ആറുഗോളിൽ ടോപ്പ് സ്കോറർക്കുള്ള ഗോൾഡൻ ഷൂ അദ്ദേഹത്തിനായിരുന്നു.

ലോകകപ്പിൽ ഹോളണ്ടിന്റെ ശക്തിദുർഗ്ഗമായിരുന്നു ദുദ്ക്രോൾ. "ടോട്ടൽ ഫുട്ബോളിന്റെ യഥാർത്ഥ പ്രയോഗം കളിച്ചുകാട്ടിയ ഡിഫന്റർ. മൈതാനം നിറഞ്ഞു കളിച്ച ഫുട്ബോൾ മാന്ത്രികൻ. യോഹാൻ ക്രൈഫിന്റെയും യോഹാൻ നിക്സിന്റെയും കൂടെ കളിച്ച പ്രതിഭാധനൻ. 1978 ലെ ലോകകപ്പിൽ ക്രൈഫിന്റെ അഭാവത്തിൽ ഹോളണ്ടിനെ ഫൈനലിൽ എത്തിച്ചു.

108 തവണ ഇംഗ്ലണ്ടിൽ ദേശീയ ടീമിന് വേണ്ടി പ്രതിരോധ കോട്ട കെട്ടിയ ലോകതാരമായിരുന്ന ബോബിമൂർ. 1966 ലോകകപ്പിൽ ഇംഗ്ലണ്ടിന് വേണ്ടി ലോകകപ്പ് ഏറ്റുവാങ്ങിയ ക്യാപ്റ്റൻ ബോബിമൂറായിരുന്നു.

30 വാര ദൂരെ നിന്ന് ലക്ഷ്യം തെറ്റാതെ ഏത് ഫ്രികിക്കും ബനാന കിക്കിലൂടെ വല കുലുക്കുന്ന മിഷേൽ പ്ലാറ്റിനി. ലോകത്തിലെ മികച്ച ഗോളടിക്കാരിൽ മുൻനിരയിലാണ്. 1976 ൽ ഫ്രാൻസ് ദേശീയ

ടീമിലെത്തിയ പ്ലാറ്റിനി 76 മുതൽ 81 വരെ ഫ്രാൻസിനു വേണ്ടി 72 മത്സരങ്ങളിൽ 41 ഗോളുകൾ സ്വന്തമാക്കി. ഒളിമ്പിക്സിൽ സ്വർണ്ണവും ലോകകപ്പിൽ ഫ്രാൻസിന്റെ മൂന്നാം സ്ഥാനവും പ്ലാറ്റിനിക്കു കൂടിയാണ്.

1950 ബ്രസീലിൽ നടന്ന ലോകകപ്പിൽ മരക്കാനാ സ്റ്റേഡിയത്തിൽ ബ്രസീലിന്റെ വലയിൽ ഒരു ജോഡി ഗോളുകൾ അടിച്ചുകയറ്റിയ ഉറുഗ്വേയുടെ ലെഫ്റ്റ് ഇൻസൈഡർ ഷിയാഫിനോ ചരിത്രത്തിന്റെ ഭാഗമായി.

പത്തൊമ്പത് ലോകകപ്പ് മത്സരങ്ങളും ചരിത്രത്തിൽ ഒട്ടേറെ ഉജ്ജ്വല മുഹൂർത്തങ്ങൾ സമ്മാനിച്ചിട്ടുണ്ട്; ഒത്തിരി ലോകതാരങ്ങളെയും. കളിക്കളത്തിൽ കാറ്റുനിറച്ച പന്തു കൊണ്ടു മായാജാലം കാട്ടിയ കളിക്കാരെ ഓർമ്മയിൽ സൂക്ഷിക്കുന്നത് കളികളെത്തന്നെ സജീവമാക്കും.

ബ്രസീലിയൻ മണ്ണിൽ നേർക്കുനേർ പോരാടുന്ന 32 ടീമുകളിൽ പ്രതിഭാധനരായ ഒട്ടേറെ കളിക്കാരുണ്ട്. 8 ഗ്രൂപ്പുകളിലായി കൊമ്പു കോർക്കുന്നവർ ആരൊക്കെയാണെന്ന് പരിശോധിക്കാം.

ഗ്രൂപ്പ് A	ബ്രസീൽ, ക്രൊയേഷ്യ, മെക്സിക്കോ, കാമറൂൺ
ഗ്രൂപ്പ് B	സ്പെയിൻ, ഹോളണ്ട്, ചിലി, ആസ്ട്രേലിയ
ഗ്രൂപ്പ് C	ജപ്പാൻ, കൊളംബിയ, ഗ്രീസ്, ഐവറികോസ്റ്റ്
ഗ്രൂപ്പ് D	ഉറുഗ്വേ, കോസ്റ്ററിക്ക, ഇംഗ്ലണ്ട്, ഇറ്റലി
ഗ്രൂപ്പ് E	ഫ്രാൻസ്, സ്വിറ്റ്സർലൻഡ്, ഇക്വഡോർ, ഹോണ്ടുറാസ്
ഗ്രൂപ്പ് F	അർജന്റീന, ബോസ്നിയ, ഇറാൻ, നൈജീരിയ
ഗ്രൂപ്പ് G	ജർമനി, പോർച്ചുഗൽ, ഘാന, യു എസ് എ
ഗ്രൂപ്പ് H	റഷ്യ, ദ. കൊറിയ, അൾജീരിയ, ബെൽജിയം

8 ഗ്രൂപ്പുകളിൽനിന്നും ഒന്നും രണ്ടും സ്ഥാനക്കാരായ 16 ടീമുകൾ പ്രീക്വാർട്ടറിലെത്തും, നോക്കൗട്ട് മത്സരത്തിൽ വിജയികളാകുന്ന 8 ടീമുകൾ ക്വാർട്ടറിലെത്തും. തുടർന്ന് 4 ടീമുകൾ സെമിയിൽ മത്സരിച്ച് 2 ടീമുകൾ ഫൈനലിൽ ജൂലൈ 14 ന് പകൽ 12.30 ന് ബ്രസീലിലെ പ്രസിദ്ധമായ റിയോ ഡി ജനീറോ സ്റ്റേഡിയത്തിൽ ഏറ്റുമുട്ടും. (ഇന്ത്യൻ സമയം രാത്രി 8.30)

1930 മുതൽ 2014 വരെയുള്ള 20 ടൂർണ്ണമെന്റിൽ 2-ാമത്തെ തവണയാണ് ബ്രസീൽ ആതിഥേയരാകുന്നത്. 1950 ൽ സ്വന്തം നാട്ടിൽ വെച്ച് ഉറുഗ്വേയോട് ഫൈനലിൽ കപ്പ് കൈവിട്ട ചരിത്രം ബ്രസീലിനെ വേട്ടയാടുന്നുണ്ട്. ലോകകപ്പിൽ ഏറെ ആരാധകരുള്ള ടീമുകൾ ബ്രസീലും അർജന്റീനയുമാണ്. ഫുട്ബോൾ ബദ്ധവൈരികളും, ഈ രാജ്യങ്ങൾ തന്നെയാണ്.

1

പിറവി ചൈനയിൽ

അതിപുരാതനമായ കായികവിനോദമാണ് ഫുട്ബോൾ. ക്രിസ്തുവിന് രണ്ടായിരത്തി അഞ്ഞൂറ് വർഷങ്ങൾക്കുമുൻപ് ചൈനയിലാണ് പ്രാചീന കാൽപ്പന്തുകളി പിറന്നുവീണത്. ചൈനയുടെ ദേശീയവിനോദമായിരുന്ന സു ചു എന്ന കളിയാണ് രൂപഭാവപരിണാമത്തിലൂടെ ഫുട്ബോൾ ആയി മാറിയത്. സു ചു എന്ന ചൈനീസ് പദത്തിന് പന്തും കാലും എന്നാണ് അർത്ഥം. തോൽകൊണ്ടു നിർമ്മിച്ച പന്ത് ('ചു'), കാൽകൊണ്ടു കളിക്കുന്ന കളി('സു') എന്ന് വിശദീകരിക്കാം. തോൽക്കഷണങ്ങൾ തുന്നിച്ചേർത്തു കെട്ടിയായിരുന്നു ചൈനക്കാർ പന്തുണ്ടാക്കിയത്. അതിന്റെ പുറത്ത് മൃഗക്കൊഴുപ്പ് പുരട്ടി മൃഗങ്ങളുടെ രോമങ്ങൾ ഒട്ടിച്ചുവെച്ച് പന്തിന് മാർദ്ദവം വരുത്തുമായിരുന്നു. വലിയ മൈതാനത്തിലാണ് കളി. സമയക്ലിപ്തതയോ, ഓരോ ഭാഗത്തും എത്ര കളിക്കാരെന്നോ വ്യക്തതയുണ്ടായിരുന്നില്ല. രണ്ടു വിഭാഗങ്ങൾ ചേർന്ന മണിക്കൂറുകൾ ദൈർഘ്യമുള്ള കാൽപ്പന്തുകളി. റഫറി ഉണ്ടായിരുന്നില്ല. ഗ്രാമത്തിലെ പ്രമുഖൻ കളി നിർത്താൻ ആജ്ഞാപിച്ചാൽ അവസാനമായി. ഗ്രൗണ്ടിന്റെ അളവോ ഏരിയകളുടെ വിഭജനമോ ഗോളിയോ ഇല്ലായിരുന്നു. ഗോൾപോസ്റ്റ് പ്രാകൃതമായിരുന്നു. മുളകൊണ്ടുകെട്ടിയുണ്ടാക്കിയ ഒരു ചെറിയ കൂടിന്റെ ആകൃതിയിലായിരുന്നു പോസ്റ്റ്. കാലും നെഞ്ചും മെയ്ക്കരുത്തും ഉപയോഗിച്ച് പന്ത് വരുതിയിലാക്കി ബലപ്രയോഗത്തിലൂടെ പോസ്റ്റിൽ അടിച്ചുകയറ്റുന്നതാണ് ഗോൾ. ആർക്കും കൈകൊണ്ട് തടുക്കാൻ അവകാശമില്ല. കൈകൊണ്ട് പന്തു തട്ടിയ ആൾ കളിക്കളത്തിന് പുറത്തുപോകണം. ചൈനയുടെ ജനകീയ വിനോദത്തിന് 'കായ്' ചക്രവർത്തിമാരുടെ കാലത്താണ് ഏകീകൃത സംവിധാനങ്ങൾ തുടങ്ങിവെ

ച്ചത്. അന്നത്തെ നേട്ടങ്ങൾ ആലേഖനം ചെയ്ത ചുവർചിത്രങ്ങളിൽ കാൽപ്പന്തുകളിക്ക് പ്രമുഖ സ്ഥാനമുണ്ടായിരുന്നു.

ഏതാണ്ട് അഞ്ഞൂറുവർഷങ്ങളുടെ യാത്രയിൽ മെല്ലെ മെല്ലെയാണെങ്കിലും ചില കളിനിയമങ്ങൾക്ക് തുടക്കമായെന്ന് ചരിത്രരേഖകൾ സാക്ഷ്യപ്പെടുത്തുന്നു. ക്രിസ്തുവിനു മുൻപ് രണ്ടായിരത്തിൽ ജീവിച്ചിരുന്ന "ഹുവാങ്‌യൂതി" (GELB KAISER) എന്ന മഞ്ഞ ചക്രവർത്തിയായിരുന്നു കാൽപ്പന്തുകളിയുടെ പരിഷ്കരണങ്ങൾക്ക് നേതൃത്വം നല്കിയത്. സ്വന്തം സൈന്യത്തിന് അച്ചടക്കവും കൃത്യനിഷ്ഠയും പൊതുനിയമങ്ങളും ഉള്ളതുപോലെ കാൽപ്പന്തുകളിക്കും ചില നിയമാവലികൾ വേണമെന്ന് ചക്രവർത്തി ചിന്തിച്ചു. കാരണം, മാനസിക ഉല്ലാസത്തിനും കാര്യക്ഷമതയ്ക്കും കൂടുതൽ ഊന്നൽ നല്കാനും ജയം എന്ന അന്തിമ ലക്ഷ്യത്തിലേക്കു കളിക്കാരെ നയിക്കുവാനും സൈനികരുടെ അച്ചടക്കം മാതൃകയാക്കണമെന്നും ചക്രവർത്തി ചിന്തിച്ചു. ഉപദേശകനായ 'ലിയു ഹൈസാങ്ങു'മായി ആശയങ്ങൾ ചർച്ച ചെയ്തു.

ചൈനയുടെ വടക്കൻ മേഖലകളിൽ പ്രചരിച്ചുകൊണ്ടിരുന്ന കായികവിനോദമായ "ടിഷ്-ക്യൂ"വിനെ മാതൃകയാക്കുവാൻ ആലോചിച്ചു. പത്തുപേർ വീതം രണ്ടുവിഭാഗങ്ങളിൽ അണിനിരന്നു നടത്തുന്ന യുദ്ധസമാനമായ കളിയായിരുന്നു 'ടിഷ്-ക്യൂ'. 'ടിഷ്' എന്നാൽ കാലും 'ക്യൂ' എന്നാൽ പന്തും ആയിരുന്നു. തലമുടിയും തൂവലുമാണ് പന്തിൽ കുത്തിനിറച്ചിരുന്നത്. കായികശേഷിയുള്ളവർക്ക് മാത്രം കളിക്കാവുന്ന കളി. ധാരാളം ആളുകൾ കാഴ്ചക്കാരായി എത്തുമായിരുന്നു. കളിയുടെ പ്രചാരത്തിനനുസരിച്ച് ചില നിയമങ്ങൾ അവർ നിർമ്മിച്ചിരുന്നു. തലകൊണ്ട് പന്തു തട്ടിക്കൂടായിരുന്നു. കാലും നെഞ്ചും പ്രധാനമായും കളിയുടെ ഭാഗമായി. കായികശേഷി ഉപയോഗിച്ചുള്ള കളിയായതുകൊണ്ട് അപകടങ്ങൾ നിരവധിയാണ്. ജനങ്ങൾ ആദ്യകാലത്ത് ഈ കളിയെ ക്രൂരവിനോദമായി കണക്കാക്കിയിരുന്നു.

മാറ്റത്തിന്റെ വഴിയിൽ പ്രാകൃത കാൽപ്പന്ത് കളിയുടെ ചീത്തപ്പേര് മാറ്റിയെടുക്കാനുള്ള തീവ്രശ്രമത്തിലായിരുന്നു ഹുവാങ് യൂതി. കളിയെ സ്നേഹിച്ച ചക്രവർത്തിയുടെ ദീർഘനാളത്തെ പ്രവർത്തനത്തിൽക്കൂടിയാണ് ഫുട്ബോളിന്റെ ശാസ്ത്രീയ അടിത്തറ സൃഷ്ടിച്ചത്. "കൈയൂക്കുള്ളവർ കാര്യക്കാരെന്ന" ചൊല്ല് പോലെ കായികബലം കളിയെ കൈവശപ്പെടുത്തുന്ന തനത് ശൈലിക്ക് നിയമത്തിന്റെ കവചം നിർമ്മിച്ചു. ഒരു കളിക്കളത്തിൽ അനേകം കളിക്കാർ ഒന്നിച്ചിറങ്ങുകയും ഒരാൾ കായബലത്തിൽ പന്ത് വരുതിയിലാക്കി ഗോൾ നേടുകയെന്ന നിലയിൽനിന്ന് നിശ്ചിത അംഗങ്ങൾ മാത്രം ഒരു ടീമിലെന്നും ഒരു കളിയിൽ രണ്ടു ടീമു

കൾ മാത്രം മത്സരിക്കണമെന്നും ഗോൾ പോസ്റ്റിന്റെ മദ്ധ്യത്തിലുള്ള വിടവിൽ പന്തടിച്ചു കയറ്റിയാൽ സ്കോർ രേഖപ്പെടുത്തുമെന്നും നിയമത്തിൽ എഴുതിയുണ്ടാക്കി. നിയമം അനുസരിച്ചുമാത്രമെ കളി നടത്താൻ പാടുള്ളൂവെന്നും ചക്രവർത്തി ഉത്തരവിറക്കി. അതുവരെ നിലനിന്നിരുന്ന കലാപകലുഷിതമായ കാൽപ്പന്തുകളിയെ ജനകീയശൈലിയിലേക്ക് മാറ്റിയെടുക്കുന്നതിന്റെ സൂചനകൾ പ്രകടമായി കളിക്കളങ്ങളിലെ സംഘർഷങ്ങൾ കുറഞ്ഞു. മാത്രമല്ല. കളികൾ സാധാരണനിലയിലേക്ക് തിരിച്ചു വരാനും നിർഭയമായി പന്തുകളിക്കാനും അവസരമുണ്ടായി.

വർഷങ്ങൾക്ക് മുൻപ് സൈനികർക്ക് കരുത്തുകാട്ടാനും ആത്മവിശ്വാസം നേടാനും പരിമിതപ്പെടുത്തിയിരുന്ന കളിയുടെ നവീന രൂപം നിലവിൽ വരുവാൻ ദീർഘമായ കാലത്തെ പരിശ്രമം വേണ്ടിവന്നു. 'ടിസിൻ' ചക്രവർത്തിയുടെ കാലം മുതലാണ് കാൽപ്പന്തുകളി ജനകീയ വിനോദമാവുന്നത്. തുടർന്നു വന്ന 'സ്യൂ' ചക്രവർത്തിയും 'ടിസിൻ' ചക്രവർത്തിയുടെ പാതയിൽ സഞ്ചരിച്ചു. ക്രിസ്തുവിന്ന് മുൻപ് 221 മുതൽ 618 വരെയുള്ള കാലത്ത് ചൈനയിൽ ദേശീയതലത്തിൽ തന്നെ ഫുട്ബോൾ ടൂർണ്ണമെന്റുകൾ നടന്നതായി ചരിത്രരേഖകൾ സാക്ഷ്യപ്പെടുത്തുന്നു. ദേശീയ മത്സരങ്ങളിൽ പ്രഗത്ഭരായ കളിക്കാരാണ് മത്സരിച്ചിരുന്നത്. വിജയികൾക്ക് വിലകൂടിയ സമ്മാനങ്ങളാണ് നല്കിയിരുന്നത്. ചക്രവർത്തി കളി കാണുന്നതിന് ഗ്രൗണ്ടിലെത്തുമായിരുന്നു. വിജയികൾക്ക് വിലകൂടിയ പട്ടു വസ്ത്രങ്ങൾ സമ്മാനിച്ചിരുന്നു. പരാജയപ്പെടുന്ന ടീമിന്റെ കാര്യം പരിതാപകരമായിരുന്നു. തെറിവിളിയും ശാപവാക്കുകളും തല്ലും കാണികളുടെ വകയാണ്. പരാജിതർ ജീവനുംകൊണ്ട് ഓടി ഒളിക്കുന്ന സംഭവങ്ങൾ ധാരാളമായിരുന്നു.

കളിയിലെ പരിഷ്കരണത്തോടൊപ്പം പന്തു നിർമ്മാണത്തിലും മാറ്റമുണ്ടായി. കാറ്റു നിറച്ച ബോളുകളും കാറ്റ് നിറയ്ക്കാനുള്ള പന്തുകളും ചൈനക്കാർ കണ്ടുപിടിച്ചിരുന്നു. ഈ കാലത്ത് കളിനിയമങ്ങൾ രേഖപ്പെടുത്തപ്പെട്ടു. 25 പാർട്ടുകളുള്ള കളിനിയമങ്ങൾ ഫുട്ബോൾ രംഗത്തെ ആദ്യത്തെ നിയമാവലിയായി കണക്കാക്കാം. ഒരു ടീമിൽ പത്തു കളിക്കാർ വീതം ഉണ്ടായിരിക്കണം. ടീമിന് ഒരു ലീഡർ വേണം. ഗ്രൗണ്ടിന്റെ രണ്ടു ഭാഗത്തും ഗോൾ പോസ്റ്റുകൾ സ്ഥാപിക്കണം. പോസ്റ്റിൽ പന്തടിച്ചു കയറ്റിയാൽ ഗോളാകും. കൂടുതൽ ഗോൾ നേടുന്ന ടീം ജയിക്കും. കാൽ കൊണ്ടുമാത്രം പന്തു തട്ടാം. തലകൊണ്ട് പന്ത് കളിക്കരുത്. കൈകൊണ്ട് തൊടാൻ പാടില്ല. ഗോൾകീപ്പർ ഉണ്ടായിരുന്നില്ല. കളിക്കാരുടെ പൊസിഷനും ഇല്ല. കളി നിയന്ത്രിക്കാൻ റഫറിപോലും ഉണ്ടായിരുന്നില്ല.

ചൈനക്കാരുടെ ദേശീയ വിനോദമായി മാറിയ ടിഷ് ക്യൂ പട്ടാള ക്കാരിൽനിന്നും ജനങ്ങളിലേക്കെത്തിയപ്പോൾ ആശങ്കകളും സംഘർഷ ങ്ങളും നിലനിന്നെങ്കിലും ആരവങ്ങൾ ഉയർത്തപ്പെട്ടു. നൂറ്റാണ്ടുകളിലെ ദീർഘയാത്ര പരിണാമത്തിന്റെ വഴിയിലൂടെയായിരുന്നു. പ്രാചീനതയിൽ നിന്നും കാലോചിതമായ മാറ്റം വന്ന ദേശീയവിനോദം ചൈനയുടെ അതിർത്തികളിൽ മാത്രം ഒതുങ്ങിനിന്നു.

2

ദൈവികപരിവേഷത്തിൽ ജപ്പാനിൽ

ഏറെ വർഷങ്ങൾക്കുശേഷം ചൈനയുടെ ദേശീയ കായികവിനോദം അതിർത്തിക്കു പുറത്തേക്ക് കടന്നുപോവുകയായിരുന്നു. ജപ്പാനിൽനിന്ന് ചൈനയിലെത്തിയ കച്ചവടക്കാരിലൂടെയാണ് കാൽപ്പന്ത് കളിയുടെ കേളി ജപ്പാനിലെത്തിയത്. എന്നാൽ ഒരു ദിവ്യത്വത്തിന്റെ പരിവേഷത്തോടെ പന്തുകളി ജപ്പാനിലെത്തിയതാണെന്ന വിശ്വാസം പിന്നീട് ചരിത്രത്തിന്റെ ഭാഗമായി. ക്രിസ്തുവിന് മുൻപ് എണ്ണൂറിൽ ചൈനയിൽനിന്ന് മൂന്ന് അത്ഭുതജീവികൾ ജപ്പാനിലെത്തി. അവർക്ക് മനുഷ്യന്റെ മുഖവും കുരങ്ങിന്റെ ശരീരഘടനയുമായിരുന്നു. അവരുടെ കൈയിൽ കാറ്റുനിറച്ച വലിയ തോൽപ്പന്തുണ്ടായിരുന്നു. നെറ്റിയിൽ 'വസന്തത്തിന്റെ വരവ്' എന്ന് സ്വർണ്ണം കൊണ്ട് രേഖപ്പെടുത്തിയിരുന്നു. സൂര്യപ്രകാശത്തിൽ നെറ്റിത്തടം ജ്വലിക്കുമായിരുന്നു. ദൈവത്തിന്റെ നിയോഗമനുസരിച്ച് ജപ്പാനിലെത്തിയ വിശുദ്ധരാണ് അവരെന്ന് ജനങ്ങൾ വിശ്വസിക്കുകയും അവരെ വിശുദ്ധരായ അതിഥികളായി സ്വീകരിക്കുകയുംചെയ്തു. എന്നാൽ വിശുദ്ധരായ അതിഥികൾ തങ്ങളുടെ ദൗത്യം നിർവ്വവഹിച്ച് അപ്രത്യക്ഷരായി. പോകുന്നതിന് മുൻപ് ജപ്പാൻകാർക്ക് പന്ത് സമ്മാനിച്ചിരുന്നു. അവർ നല്കിയ പന്തിന് അത്ഭുതസിദ്ധിയുണ്ടെന്ന് ജപ്പാൻകാർ വിശ്വസിച്ചു. പന്തു നല്കിയവർ അപ്രത്യക്ഷമായ സ്ഥലം അത്ഭുതസിദ്ധിയുടെ ഭാഗമായി കരുതി അവിടെ ഒരു ക്ഷേത്രം പടുത്തുയർത്തി. പന്ത് പ്രതിഷ്ഠയായി. പ്രതിഷ്ഠിച്ച പന്തിന്റെ മാതൃകയിൽ പന്തുകൾ നിർമ്മിച്ചു ക്ഷേത്രത്തിനു ചുറ്റും പന്തുകളി നടത്തുകയും ഈശ്വര ആരാധനയുടെ ഭാഗമാക്കുകയും ചെയ്തു. ലോകചരിത്രത്തിൽ ഫുട്ബോൾ പ്രതിഷ്ഠ നടത്തിയതും ദേവാരാധന നടത്തുന്നതുമായ വിശുദ്ധക്ഷേത്രം ജപ്പാൻകാർക്കു സ്വന്തമാണ്. പന്തുകളിയുടെ ദൈവിക പരിവേഷം ഏതാണ്ട് മൂവായിരം വർഷങ്ങൾക്കു മുമ്പ് ജപ്പാനിൽ ആരംഭിച്ചുവെന്ന് ചരിത്രരേഖകൾ

സാക്ഷ്യപ്പെടുത്തുന്നു.

ജപ്പാനിൽ കാൽപ്പന്തുകളിക്ക് വ്യത്യസ്തമായ ശൈലിയാണുണ്ടായിരുന്നത്. ചൈനക്കാരുടെ വഴിയിൽ പന്തുകളി തുടങ്ങിയ ജപ്പാനിൽ "കെനാറി" എന്നപേരിലാണ് ഫുട്ബോൾ അറിയപ്പെട്ടത്. നാലു മുതൽ ആറുവരെ കളിക്കാരാണ് ടീമിൽ ഉണ്ടായിരുന്നത്. കളിക്കാർക്ക് യൂണിഫോം നിർബ്ബന്ധമായിരുന്നു. ജപ്പാനിലെ ദേശീയ വസ്ത്രമായ "കിമോണ" തന്നെ അണിഞ്ഞിരിക്കണം. ദൈവിക പരിവേഷത്തിന്റെയും ആരാധനയുടെയും ഭാഗമായി വന്ന പന്തുകളിക്ക് ലളിതമായ നിയമങ്ങളാണ് നടപ്പിലാക്കിയത്. അതുകൊണ്ടുതന്നെ കളിക്കാർ പരസ്പരം ഏറ്റുമുട്ടാറില്ല. വളരെ പെട്ടെന്നു തന്നെ കളി ജനകീയ വിനോദമായി മാറി. ചൈനയിലില്ലാത്ത ഒരു പ്രത്യേകത ജപ്പാനിൽ നിലവിൽവന്നു. കളിയും ഭക്തിയും ചേർന്നാണ് "കെനാറി"വളർന്നത്. മത്സരങ്ങൾ നടക്കുന്നത് ആരാധനാലയങ്ങളുടെ അടുത്താകണമെന്ന് പുരോഹിതന്മാർ നിർബ്ബന്ധിച്ചു. കാരണം, അവരൊക്കെ കളിയുടെ കാഴ്ചക്കാരാണ്. ഏറ്റവും രസകരമായ കളികളാണ് ജപ്പാനിൽ അരങ്ങേറിയത്. വൃത്താകൃതിയിലുള്ളതാണ് ഗ്രൗണ്ട്. മൊത്തം പന്ത്രണ്ടു കളിക്കാർ ഗ്രൗണ്ടിലിറങ്ങും. കളിക്കാരെല്ലാം പന്തിന് പിറകെ ഓടും. കാൽകൊണ്ടു മാത്രമാണ് കളി. കൈകൊണ്ട് തൊടരുത്. ഹെഡ്ഡർ അനുവദിച്ചിരുന്നില്ല. ഗോൾ കീപ്പർ ഉണ്ടായിരുന്നില്ല. റഫറിയും വിസിലും ഇല്ല. കളിക്കാർ കൂടുതൽ സൗഹാർദ്ദത്തോടെയാണ് കളിച്ചിരുന്നത്. കളിയുടെ സമയം നിശ്ചയിച്ചിരുന്നില്ല. വൈകുന്നേരം തുടങ്ങും. ഇരുട്ടിയാൽ നിർത്തും. ജപ്പാനിൽ ഫുട്ബാളിന്റെ ആധികാരികത കടന്നുവരുവാൻ നൂറുനൂറ്റാണ്ടു വേണ്ടിവന്നു. ഏതാണ്ട് രണ്ടായിരത്തിലധികം വർഷക്കാലത്തിനു ശേഷം ലോക കപ്പ് ഫുട്ബോളിലെ കളികൾക്ക് ജപ്പാൻ ആതിഥ്യമരുളി. 21-ാം നൂറ്റാണ്ടിലെ പ്രഥമ ലോകകപ്പാണ് 2002 ൽ ജപ്പാനിൽ നടന്നത്. ചരിത്രത്തിലാദ്യമായി ഒരു ഏഷ്യൻ ടീം സെമിഫൈനലിലെത്തിയത് ഈ മത്സരത്തിലാണ്. കൊറിയയാണ് ചരിത്രത്തിൽ ഏഷ്യയുടെ അഭിമാനമായത്.

3

ഗ്രീസിൽ പുതിയ നാമത്തിൽ

കാൽപ്പന്ത് കളി ലോകത്തിന്റെ പലഭാഗത്തും പല പേരുകളിലും വ്യത്യസ്ത ശൈലിയിലും വിവിധ കാലയളവുകളിൽ നടന്നിരുന്നതായി ചരിത്രരേഖകൾ വ്യക്തമാക്കുന്നു. ഗ്രീസിൽ 2000 വർഷങ്ങൾക്കു മുൻപ് "എപിക്സിറോസ്"എന്ന പേരിൽ പന്തുകളി ഉണ്ടായിരുന്നു. ഷോർട്ട് നിക്കറും കൈയില്ലാത്ത ബനിയനും കളിക്കാർ അണിഞ്ഞിരുന്നു. കളിക്കാരുടെ ശരീരസൗന്ദര്യവും മെയ്ക്കരുത്തും പ്രത്യേകം ശ്രദ്ധിക്കപ്പെട്ടിരുന്നു. കളിക്കളത്തിന് പുറത്ത് കാഴ്ചക്കാരായി ധാരാളം ജനങ്ങൾ എത്തിച്ചേരുമായിരുന്നു. അതിൽ വലിയ വിഭാഗം യുവതികളായിരിക്കും. കളിയോടൊപ്പം കളിക്കാരുടെ സൗന്ദര്യവും അവരെ ആകർഷിച്ചിരുന്നു. റോമിൽ പന്തുകളിയുടെ പേര് "ഹാർപസ്റ്റം" എന്നായിരുന്നു. പുരാതന റോമിൽ സാർവ്വത്രികമായ കളി ഇറ്റലിയിലെത്തിയത് മറ്റൊരു രൂപത്തിലാണ്. "കാൽച്ചോ" എന്നറിയപ്പെട്ട ഇറ്റാലിയൻ കായികവിനോദം കാൽപ്പന്ത് കളി തന്നെയാണ്.

മനുഷ്യൻ ജീവിതയാത്രയിൽ അനുഭവത്തിന്റെ യാഥാർത്ഥ്യം ഉൾക്കൊണ്ടു മുന്നോട്ടുപോയി. പടിപടിയായി മാറ്റങ്ങളും വരുത്തി. കാലാവസ്ഥയും പ്രകൃതിയിലെ വിസ്മയങ്ങളും നേരിട്ടനുഭവിച്ച ആദിമനുഷ്യനിൽനിന്ന് പരിഷ്കൃത സമൂഹത്തിലേക്കുള്ള മാറ്റത്തിന് അനേകം നൂറ്റാണ്ടുകളുടെ പഴക്കമുണ്ട്. വേട്ടയാടി മാംസം തുല്യമായി പങ്കുവെച്ച് ജീവിച്ച പ്രാകൃതമനുഷ്യൻ കൃഷിയിലേക്ക് മാറുവാൻ നൂറ്റാണ്ടുകൾ വേണ്ടിവന്നു. കാർഷികവൃത്തിയിൽ കേന്ദ്രീകരിക്കുമ്പോഴും പലതരം വിനോദങ്ങളിൽ ഏർപ്പെട്ടിരുന്നു. അതിനാൽ പ്രഥമസ്ഥാനം കാൽപ്പന്തുകളിക്കാണെന്ന് ചരിത്രം വ്യക്തമാക്കുന്നു. കാൽപ്പന്ത് കളിക്ക് നൈസർഗ്ഗികമായ പ്രത്യേകതയുണ്ട്. കൊച്ചുകുട്ടിയായാലും അപ്പൂപ്പനായാലും ഒരു പന്തു കണ്ടാൽ

കാലുകൾ ചലിച്ചുപോകും. ജന്മസിദ്ധമായ വാസനയാണിത്. എല്ലാവരും ഒരുതരത്തിൽ കാൽപ്പന്തുകളിക്കാരാണെന്ന് നിരീക്ഷിച്ചാൽ തെറ്റില്ല.

ഗോത്രങ്ങൾ തമ്മിലും രാജ്യങ്ങൾ തമ്മിലും യുദ്ധം ചെയ്തിരുന്ന കാലം. യുദ്ധത്തിൽ കഴുത്തറുത്തു വീഴുന്ന പടയാളികളുടെ തല കാലു കൊണ്ട് ചവിട്ടി അകറ്റുന്ന ക്രൂരതയുണ്ടായിരുന്നു. അത്തരം ക്രൂരത പിന്നീട് വിനോദമായി മാറിയെന്നും അതിൽ ഒരു കളി രൂപാന്തരപ്പെട്ടു വെന്നും നരവംശശാസ്ത്രജ്ഞർ രേഖപ്പെടുത്തിയിട്ടുണ്ട്. പ്ലേറ്റോയുടെ നിരീക്ഷണങ്ങളിലും കാൽപ്പന്തുകളി കടന്നുവന്നിരുന്നു. ബോളുകൾ കൊണ്ടുള്ള കൊല്ലാക്കൊല എന്ന അർത്ഥം വരുന്ന ഫിറോമിയശിയ എന്ന വാക്കാണ് പ്ലേറ്റോ ഉപയോഗിച്ചത്. ഗ്രീക്കുകാർ വെറുപ്പോടെയാണ് ഈ കളിയെ കണ്ടിരുന്നത്. സ്പാർട്ടയിൽ ആദ്യകാലത്ത് നടന്നിരുന്ന കാൽപ്പന്തുകളിയിൽ പന്തിന് പകരം ബലിമൃഗത്തിന്റെ തലയാണ് ഉപ യോഗിച്ചിരുന്നത്.

യുവാക്കളുടെ കരുത്തിന്റെ പ്രതീകമായാണ് പന്തുകളിയെ കണ്ടി രുന്നത്. കളിക്കാർക്കു സമൂഹത്തിൽ മാന്യമായ പദവി ലഭിച്ചിരുന്നു. മുപ്പതു വയസ്സ് തികയുന്നതിനു മുൻപ് ഒരു മത്സരത്തിൽ പങ്കെടുത്തു കരുത്തു തെളിയിക്കണം. നന്നായി കളിക്കുന്നവരെ യുവതികൾ ആരാ ധനയോടെയാണ് നോക്കിയത്. കളിക്കാർക്ക് വിവാഹമാർക്കറ്റിൽ നല്ല വിലയുണ്ടായിരുന്നു. ഗ്രീക്കു ചരിത്രത്തിൽ ഫുട്ബോൾ കളിയുടെ വിശ ദമായ പ്രതിപാദ്യം ഉണ്ട്. പതിനാല് പേർ വീതമുള്ള ടീമിനെയാണ് കളി യിൽ പങ്കെടുപ്പിച്ചിരുന്നത്. കളിക്കാർ ഓരേ പ്രവിശ്യയിൽ ഉള്ളവരായിരി ക്കണം. കളിയിൽ ഒരു ടീം ജയിച്ചിരിക്കണം. സമയക്രമം ഇല്ല. മറ്റു നിയ മങ്ങൾ വ്യക്തമല്ല. കളിയിൽ നിയമലംഘനം കടുത്തശിക്ഷയാണ്. നിയമം ലംഘിച്ചതായി കാണുന്നവരെ ഹെർക്കുലീസ് ദേവന്റെ പ്രതിമയ്ക്കു മുൻപിൽ കെട്ടിയിട്ട് ചാട്ടവാർ കൊണ്ട് 20 തവണ അടിക്കും. റഫറിയി ല്ലായിരുന്നു. ഗ്രാമത്തലവനാണ് പരമാധികാരി.

ഏഷ്യയിൽ കാൽപ്പന്തുകളിയുടെ വ്യത്യസ്ത ശൈലികൾ നിലവിൽ വന്നുവെങ്കിലും ഏകീകൃതമായ നിയമങ്ങളോ കളികൾക്ക് സാമ്യമോ ഉണ്ടായിരുന്നില്ല. “സു ചു”വും “ടിഷ്-ക്യൂ”വും ചൈനയിലും “കെനാറി” ജപ്പാനിലും പ്രചാരത്തിൽ വന്ന ജനകീയ കായിക വിനോദമായി മാറി. ഏഷ്യയുടെ കളിയെന്ന രീതിയിൽ കാറ്റ് നിറച്ച തുകൽപ്പന്തിന്റെ പ്രചാരം വളർന്നുവന്നു.

ഏഷ്യാവൻകര രാഷ്ട്രീയസാമൂഹ്യരംഗങ്ങളിലും കായികരംഗത്തും പുരോഗതിയിലേക്കു മുന്നേറുമ്പോൾ യൂറോപ്പ് അലസതയിലായിരുന്നു. പഴയതിനെ അനുസരിക്കുകയും ഉള്ളത് മാത്രം ഉൾക്കൊണ്ട് പൈതൃ കത്തെ സംരക്ഷിച്ചുപോകുകയെന്ന പാരമ്പര്യവാദികളായിരുന്നു അന്നത്തെ യൂറോപ്യൻ സമൂഹം. കലയും സംസ്കാരവും സാഹിത്യവും ഒന്നും അവരുടെ ചിന്തയിലുണ്ടായിരുന്നില്ല.

4

യൂറോപ്യൻമണ്ണിലേക്ക്

കാൽപ്പന്തുകളിയുടെ രംഗപ്രവേശം യൂറോപ്പിന്റെ സാമൂഹ്യസാം സ്കാരിക മേഖലയിൽ ഒരു കുതിച്ചുചാട്ടത്തിന് തിരികൊളുത്തി. ക്രിസ്തുവിന് മുൻപ് 1259 ലാണ് യൂറോപ്പിൽ പന്തുരുണ്ടുതുടങ്ങിയത്. തുടക്കം പ്രാകൃതവും ക്രൂരവുമായിരുന്നു. ഒരു പന്തിന് പിറകെ ഒരുകൂട്ടം ആളുകൾ ഒന്നിച്ച് ഓടുക എന്ന പ്രാകൃതരീതിയാണ് തുടക്കത്തിലുണ്ടായിരുന്നത്. കായികബലത്തിനനുസരിച്ച് കളിയിൽ മുന്നേറാം. പലപ്പോഴും ഏറ്റുമുട്ടലുകൾക്കും സംഘർഷങ്ങൾക്കും കാരണമായി. ഓരോ ദിവസം കഴിയുമ്പോഴും സംഘട്ടനങ്ങൾ കൂടി. പകപോക്കാനുള്ള അവസരമായി കളിക്കളത്തെ കണ്ടു. മനുഷ്യന്റെ മാനസിക ഉല്ലാസത്തിനും കായിക ക്ഷമതയ്ക്കും വേണ്ടി തുടങ്ങിയ ജനകീയ വിനോദത്തെ ക്രൂരതയുടെയും പകപോക്കലിന്റെയും ഭാഗമാക്കുന്ന കാഴ്ചയാണ് ലണ്ടനിൽ കണ്ടത്. നൂറുകണക്കിനാളുകളുടെ മരണപ്പാച്ചിൽ ജനങ്ങളിൽ ഭീതിയുയർത്തി. സ്ത്രീകളും കുട്ടികളുമെല്ലാം ഓടി ഒളിക്കുന്ന അവസ്ഥയായി. ഒരു കളിയെ എങ്ങനെ ജനവിരുദ്ധമാക്കാമെന്ന് ലണ്ടൻ ജനത തിരിച്ചറിഞ്ഞു. അതിനു മുൻപുണ്ടായിരുന്ന ചതുരംഗവും ഗുസ്തിയും അശ്വാഭ്യാസവുമെല്ലാം സമാധാനത്തിന്റെ പ്രതീകമാണെങ്കിൽ കാൽപ്പന്തുകളിയെ വികലമാക്കി കലാപക്കളിയാക്കിയ വിചിത്രരൂപമാണ് അരങ്ങിലെത്തിയത്. ഇതിന് പ്രധാനകാരണം കളിയെ കുറിച്ചുള്ള അജ്ഞതയാണ്. കളിയെപ്പറ്റിയുള്ള കേട്ടറിവുമാത്രമെ അവർക്കുണ്ടായിരുന്നുള്ളൂ. കാൽകൊണ്ടു പന്തു തട്ടുക. അതിനു പിന്നാലെ ഓടുക. പന്ത് വരുതിയിലാക്കുവാനുള്ള മെയ്ക്കരുത്ത് കാട്ടുക, മറ്റൊരാൾ പന്ത് തട്ടാതിരിക്കാൻ അയാളെ കാലുകൊണ്ട് തൊഴിക്കുക. ഇതൊക്കെ മാത്രമേ അവർക്ക് അറിയുമായിരുന്നുള്ളൂ.

ചൈനയിലും ജപ്പാനിലുമൊക്കെ നിയമാവലിയും നിയന്ത്രണവുമായി

മനുഷ്യൻ ആഘോഷിക്കുന്ന ഫുട്ബോൾ യൂറോപ്പിൽ കിരാതരുടെ കൈക്രിയയായി മാറി. ഓരോ കളിക്കളവും യുദ്ധഭൂമിപോലെയായി. ഒരു നൂറ്റാണ്ടുകാലത്തോളം കലാപകാരിയായിത്തന്നെ പന്തുകളി നിലനിന്നു. രാവിലെ 8 മണി മുതൽ വൈകിട്ട് ഇരുട്ടുന്നത് വരെയാണ് കളി. കളിക്കിടയിൽ അക്രമവും ഏറ്റുമുട്ടലും നടക്കും. പലർക്കും പരിക്കും പറ്റും. ഇതെല്ലാം കാണാൻ ജനക്കൂട്ടം വന്നുചേരുമായിരുന്നു.

ജനങ്ങളിൽ ഭീതിപരത്തുന്ന കളി രാജാവിന് തലവേദനയായി. ഒടുവിൽ ക്രി മു 1314 ൽ എഡ്വേർഡ് രണ്ടാമൻ രാജാവ് ബ്രിട്ടനിൽ കാൽപ്പന്തുകളി നിരോധിച്ചു. നിയമം ലംഘിച്ചു പന്തു തട്ടുന്ന ആൾക്ക് ജീവിതകാലം മുഴുവൻ തടങ്കലായിരുന്നു ശിക്ഷ. അടി, ഇടി, വെട്ട്, കുത്ത്, തട്ടിയിടൽ എന്നൊക്കെ അർത്ഥങ്ങളുള്ള 'ബോക്സ്' എന്ന സംജ്ഞയും കാൽപ്പന്തുകളിയുടെ സംഭാവനയാണ്. അതോടെ റഗ്ബി അടക്കമുള്ള സർവ്വമാന പന്തുകളികളും സന്യാസിമഠങ്ങളിൽനിന്നും പള്ളികളിൽനിന്നും അപ്രത്യക്ഷമായി. പിന്നീട് ക്രിക്കറ്റ് കളിയെ മാന്യന്മാരുടെ കളിയായി സ്വീകരിക്കുന്നതുവരെ പന്തുരുളാത്ത ഭൂപ്രദേശമായിരുന്നു ബ്രിട്ടൺ. 1550 ൽ ക്രിക്കറ്റ് സ്വന്തം കായിക വിനോദമായി ബ്രിട്ടീഷുകാർ അംഗീകരിച്ചു. അതുവരെ പന്ത് എന്ന് കേട്ടാൽ 'ബോക്സ്' എന്ന ക്രൂരതയുടെ ഓർമ്മയായിരുന്നു അവരുടെ മനസ്സിൽ. ക്രൂരതയുടെയും ശാപത്തിന്റെയും പേടിപ്പിക്കുന്ന കളിയായ ഫുട്ബോൾ ഒരുപാടു കാലം തമസ്സിലായിരുന്നു.

5

ആദ്യത്തെ ഫുട്ബോൾ അസോസിയേഷൻ

നിയമംകൊണ്ട് നിരോധിക്കപ്പെട്ട ഫുട്ബോളിന്റെ തിരിച്ചുവരവിന് 543 വർഷത്തെ ദൈർഘ്യമുണ്ട്. 1857 ൽ ഹാരോ സർവ്വകലാശാലയിലെ പൂർവ്വവിദ്യാർത്ഥികൾ ഒത്തുചേർന്ന് എഫ് സി ഷെഫീൽഡ് എന്ന പേരിൽ ഒരു ഫുട്ബോൾ ക്ലബ്ബ് രജിസ്റ്റർ ചെയ്തു. ആ ദിനം യൂറോപ്യൻ ഫുട്ബോൾ ചരിത്രത്തിലെ അവിസ്മരണീയ ദിനമായി രേഖപ്പെടുത്തുന്നു. 1857 ഒക്ടോബർ ഇരുപത്തിനാലാണ് ആ സുദിനം. നഷ്ടപ്പെട്ട വസന്തത്തിന്റെ തിരിച്ചുവരവിനു പച്ചക്കൊടി കാട്ടിയത് അന്നായിരുന്നു. ഷെഫീൽഡിലെ വ്യവസായ അന്തരീക്ഷത്തിൽ ഫുട്ബോൾ ക്ലബ് രൂപം കൊണ്ടതോടെ ക്ലബ് ഫുട്ബോൾ മത്സരങ്ങൾക്ക് തിരശ്ശീല ഉയർന്നു. 1863 ൽ ആദ്യത്തെ ഫുട്ബോൾ അസോസിയേഷന് തുടക്കമായി. "ദി ഫുട്ബോൾ അസോസിയേഷൻ" എന്ന സംഘടന നിലവിൽ വന്നു. ഫിഫയിൽ അഫിലിയേറ്റു ചെയ്യുമ്പോൾ രാജ്യത്തിന്റെ പേര് അസോസിയേഷനോടൊപ്പം ചേർക്കണമെന്ന നിബന്ധനയിൽനിന്ന് ഒഴിവാക്കി 'ദി എഫ് എ' എന്ന പേരിൽ മാത്രം അറിയപ്പെട്ടത് ഇംഗ്ലീഷ് ഫുട്ബോൾ സംഘടനമാത്രമാണ്. അസോസിയേഷൻ രൂപീകരണത്തിന് നേതൃത്വം കൊടുത്തത് ഷ്റേവ്സ്ബറിയിലെ മതമേലദ്ധ്യക്ഷന്മാരായിരുന്നു. ഫാദർ ആർ ബാറ്റൻ ആണ് നേതൃത്വം നല്കിയത്. ഇറ്റലിയിലെ ബ്ലാക്ക് ഹരംഫ്രി റഗ്ബിയിലെ ആർ മാർട്ടിൻ, ജെ ടി പ്രയാർ, റൈറ്റ് എന്നിവർ സംഘത്തിലുണ്ടായിരുന്നു. ലണ്ടനിലെ ഫ്രീമാൻസ് ടവറിലാണ് യോഗം ചേർന്നത്. ആദ്യത്തെ ഫുട്ബോൾ സംഘടനയുടെ ഉദയത്തോടെയാണ് നിയമാവലികൾ തയ്യാറാക്കുന്നത്. പതിനൊന്ന് കളിക്കാർ ഒരു ടീമിലെന്ന് നിശ്ച

യിച്ചതും ഗോളി ഒഴികെ ആർക്കും പന്ത് കൈകൊണ്ട് തൊട്ടുകൂടെന്ന് നിശ്ചയിച്ചതും ആ കാലത്താണ്.

ബ്രിട്ടനിൽ കാൽപ്പന്തുകളി തുടങ്ങുന്നതിന് എത്രയോ മുൻപ് തന്നെ ഗ്രീസിലും റോമിലും കാൽപ്പന്തുകളി പ്രചരിച്ചിരുന്നു. പ്രാചീന റോമിലും ഗ്രീസിലും പുരുഷശക്തിയുടെ ഭാഗമായി കളിയെ കാണുകയായിരുന്നു. കായികശേഷിയുള്ള പുരുഷന്മാർക്ക് മാത്രമുള്ള കളിയായിരുന്നു. ഈ കളിക്ക് ഫുട്ബോളുമായി ബന്ധമുണ്ടാകുന്നതും ജനകീയ കലയാകുന്നതും നൂറ്റാണ്ടുകൾക്കുശേഷമാണ്. അതിനു മുൻപുണ്ടായിരുന്നത് ഫുട്ബോൾ ആണെന്ന് തീർത്തു പറയാൻ പ്രയാസമാണ്.

റോമിലെ അറിയപ്പെടുന്ന പ്രമുഖ സ്നാനഘട്ടങ്ങളിൽ പുരുഷസൗന്ദര്യവും കരുത്തും പ്രകടിപ്പിക്കുവാൻ പന്തുകളി നിർബ്ബന്ധമായിരുന്നെന്ന് ചരിത്രരേഖകൾ സാക്ഷ്യപ്പെടുത്തുന്നു. എന്നാൽ കളിയുടെ നിയമവശങ്ങളെക്കുറിച്ചോ മറ്റു വിശദാംശങ്ങളോ പ്രതിപാദിക്കുന്ന രേഖകൾ ഒന്നും കാണാനില്ലായിരുന്നു. മാത്രമല്ല, ഈ കളി ഫുട്ബോളുമായി ഒരു സാമ്യവും ഇല്ലാത്തതാണ്. കാരണം കാൽപ്പന്തുകളിയുമായി ബന്ധപ്പെടുന്ന വിവരങ്ങൾ ഒന്നും ലഭ്യമല്ല. വർഷങ്ങൾക്കുശേഷം റോമിലെ കളികളിൽ മാറ്റം വരുത്തി ഫുട്ബോളിന്റെ ഭാഗമായി മാറുകയായിരുന്നു. യൂറോപ്പിൽ ഫുട്ബോളിന്റെ വളർച്ചയ്ക്ക് വഴി തുറന്നത് ബ്രിട്ടീഷുകാരാണെന്നു സൂചിപ്പിച്ചിരുന്നുവല്ലോ. ചരിത്രത്തിലെ ആദ്യ ഫുട്ബോൾ മത്സരങ്ങൾ നടന്നത് ഗ്ലാസ് ഗോയിൽ ആയിരുന്നു. 1876 ൽ നടന്ന മത്സരങ്ങളുടെ തുടക്കം ഇംഗ്ലണ്ടും സ്കോട്ട്ലൻഡും തമ്മിലായിരുന്നു. ആരും ജയിക്കാതെ പിരിഞ്ഞു. 1872 ൽ ആദ്യത്തെ സാർവ്വദേശീയ ഫുട്ബോൾ സംഘടന രൂപീകരിച്ചു. എന്നാൽ സാർവ്വദേശീയം പേരിൽ മാത്രമായിരുന്നു. ഗ്രേറ്റ് ബ്രിട്ടനിലെ രാജ്യങ്ങൾ മാത്രമാണ് സംഘടനയിൽ ഉണ്ടായിരുന്നത്. ഇംഗ്ലണ്ട്, സ്കോട്ട്ലൻഡ് വെയിൽസ്, അയർലൻഡ് എന്നീരാജ്യങ്ങൾ മാത്രമാണ് സംഘടനയിൽ ഉണ്ടായിരുന്നത്. ജന്മനാടായ ചൈനയും കളിയുടെ ദിവ്യത്വം കാത്തുസൂക്ഷിച്ച ജപ്പാനും അംഗങ്ങളായിരുന്നില്ല. 1890 ൽ കളിക്കാർക്ക് മാത്രമായി ഒരു സംഘടന നിലവിൽവന്നത് ജർമനിയിൽ ആയിരുന്നു.

അമ്പെയ്ത്ത് കളിയിൽ ആവേശംകൊണ്ടിരുന്ന ഇംഗ്ലണ്ടുകാരിൽ ഫുട്ബാൾ ഒരു വികാരമായി വളർന്നുവരികയായിരുന്നു. സ്കൂളുകളിലാണ് കളിക്കു പ്രചാരം വന്നുതുടങ്ങിയത്. സാമ്പത്തിക ശേഷിയുള്ള രക്ഷിതാക്കളുടെ മക്കൾ പബ്ലിക് സ്കൂളുകളിലാണ് പഠിച്ചിരുന്നത്. ഈറ്റൺ വിഞ്ചെസ്റ്റർ, റഗ്ബീ, ഹാറോ എന്നീ വിദ്യാഭ്യാസസ്ഥാപനങ്ങൾ തുടങ്ങിയ ഫുട്ബോൾ കളി വളരെ പെട്ടെന്നു തന്നെ വിദ്യാർഥികളുടെ

ലഹരിയായി മാറി. 1846 ൽ തന്നെ വിദ്യാഭ്യാസസ്ഥാപനങ്ങൾ ആദ്യത്തെ ശാസ്ത്രീയമായ ഫുട്ബാൾ നിയമാവലിക്ക് തുടക്കംകുറിച്ചു. സ്കൂൾ ടീമുകളും ക്ലബുകളും തമ്മിൽ സൗഹൃദമത്സരങ്ങൾ ധാരാളമായി നടന്നു. 1871 ഡിസംബർ മാസത്തിൽ ആരംഭിച്ച് 1872 ഫെബ്രുവരിയിൽ അവസാനിച്ച എഫ് എ കപ്പ് ടൂർണ്ണമെന്റ് ലോകത്തിലെ ആദ്യത്തെ ചാലഞ്ച് കപ്പ് ടൂർണമെന്റായി പരിണമിച്ചു.

6

പ്രൊഫഷണലിസം

ഫുട്ബോളിൽ പ്രൊഫഷണലിസം കടന്നുവന്നത് 1875 ലാണ്. സ്കോട്ട്ലൻഡിലെ വേതനം പറ്റുന്ന കളിക്കാരെ ചേർത്തുകൊണ്ട് പ്രൊഫഷണൽ കളിക്കാർക്കായി ഒരു എഫ് എ രൂപീകരിച്ചു. 1888 ലാണ് ലീഗ് ഫുട്ബാൾ മത്സരങ്ങൾക്ക് തുടക്കംകുറിച്ചത്. 12 ക്ലബ്ബുകളാണ് മത്സരങ്ങളിൽ പങ്കെടുത്തത്. പ്രഥമ ക്ലബ് ലീഗ് ചാമ്പ്യന്മാരായത് പ്രസ്റ്റൺ നോർത്ത് ആന്റ് ടീമായിരുന്നു.

ബ്രിട്ടനെപ്പോലെ ഫ്രാൻസും ഫുട്ബോളിന്റെ പേരിൽ ഒരുപാട് തർക്കങ്ങളും വിലക്കുകളും കണ്ട രാജ്യമാണ്. 1147 ൽ ഫ്രാൻസിൽ ഫുട്ബോൾ കമ്പം ആരംഭിച്ചു. പന്തുമായി ഗ്രൗണ്ടിൽ ഇറങ്ങുന്ന ജനക്കൂട്ടം സ്വന്തം വരുതിയിൽ പന്തു നേടിയെടുക്കുന്നതിനുള്ള നെട്ടോട്ടമായിരുന്നു. പന്തു തട്ടിയെടുക്കാൻ വരുന്നവരെ കൈകൊണ്ട് പിടിച്ചു വെക്കുക, അടിക്കുക, ചവിട്ടുക എന്നിങ്ങനെ യുദ്ധസമാനമായ കളിയായിട്ടാണ് തുടങ്ങിയത്. എന്നാൽ കളി പലർക്കും പകരം വീട്ടാനുള്ള ഉപാധി കൂടിയായി. ബ്രിട്ടനിലെപ്പോലെ ഫ്രാൻസിലും കളിക്ക് നിരോധം നേരിടേണ്ടി വന്നു. ഏതാണ്ട് ഒരു നൂറ്റാണ്ട് പ്രായമാകുന്നതിനു മുൻപ് ഫ്രാൻസിലെ ജനകീയസഭ ഏകകണ്ഠമായി വിലക്കേർപ്പെടുത്തിയിരുന്നു. പിന്നീട് 1870 ലാണ് ഫ്രാൻസിൽ ഫുട്ബോളിന്റെ പുനരവതാരം. ഒരു കൊടുങ്കാറ്റുപോലെ കളിക്കമ്പം ഫ്രാൻസിൽ ആവേശത്തിരയിളക്കി. അതുവരെ ജനകീയവിനോദമായിരുന്ന റഗ്ബി ക്രമേണ അപ്രത്യക്ഷമായി. 1904 ൽ ഇന്റർനാഷണൽ ഫുട്ബോൾ സംഘടനയായ ഫിഫ സ്ഥാപിക്കുവാൻ 7 ഫുട്ബാൾ സംഘടനകൾ സമ്മേളിച്ചതും ഫ്രാൻസിലായിരുന്നു. മാത്ര

മല്ല ഫിഫയുടെ ആദ്യത്തെ പ്രസിഡന്റ് പദവിയും ഫ്രാൻസുകാരനായ റോബർട്ട് ഗോറിന് ആയിരുന്നു.

ഫുട്ബോൾ നിരോധനത്തിലൂടെ ചരിത്രത്തിൽ കറുത്ത പാടുകൾ വീണ ഇംഗ്ലണ്ടും ഫ്രാൻസും പിന്നീട് ലോകചാമ്പ്യന്മാരായി. 1986 ലെ മെക്സിക്കോ ലോകകപ്പിൽ ഫ്രാൻസിലെ കളിക്കാരുടെ പ്രകടനം ലോകം ആവേശത്തോടെയാണ് സ്വീകരിച്ചത്. ക്വാർട്ടർ ഫൈനലിൽ ബ്രസീലുമായി നടത്തിയ വീരോചിത മത്സരഗാഥ ചരിത്രത്തിൽ തെളിഞ്ഞുകാണാം. 120 മിനിട്ട് നേരം നടന്ന അത്യാവേശകരമായ മത്സരം സമനിലയിൽ ടൈ ബ്രേക്കർ നിശ്ചയിച്ചു. 4–3 ന് പരാജയം ഫ്രാൻസിനെ ദുഃഖത്തിലാഴ്ത്തി. ലോക ഫുട്ബോളിലെ മഹാരഥന്മാരിൽ ഓർമ്മയിൽ മായാതെ നില്ക്കുന്ന ഫ്രാൻസ് ക്യാപ്റ്റൻ മിഷേൽ പ്ലാറ്റിനിയുടെ കിക്കാണ് നഷ്ടപ്പെട്ടത്. പരാജയപ്പെട്ട് ഗ്രൗണ്ടിന് പുറത്തെത്തിയ പ്ലാറ്റിനി പ്രതികരിച്ചത് ഇങ്ങനെയാണ്. "എന്റെ വീഴ്ചയെക്കാളും എന്റെ ടീമിന്റെ വിജയത്തെക്കാളും എനിക്കിപ്പോൾ പ്രധാനമായി തോന്നുന്നത് ഈ നൂറ്റാണ്ടിലെ ഏറ്റവും മഹത്തായ മത്സരത്തിൽ കളിക്കാൻ ഫ്രാൻസിന് ഭാഗ്യമുണ്ടായല്ലോ എന്ന സന്തോഷമാണ്. 1998 ൽ ബ്രസീലിനെ മറുപടിയില്ലാത്ത 3 ഗോളിന് തോല്പിച്ചുകൊണ്ട് ഫിഫാ കപ്പ് നേടിയ ഫ്രാൻസ് മധുരമായി പ്രതികാരം ചെയ്യുകയായിരുന്നു.

1860 ലാണ് അർജന്റീനയിൽ ഫുട്ബോൾകളി തുടങ്ങിയത്. അമേരിക്കൻ വൻകരയിൽ ആദ്യത്തെ പന്തുരുണ്ടത് അർജന്റീനയിലാണ്. ബ്രിട്ടീഷ് നാവികർ ബ്യൂണസ് അയേഴ്സ് തുറമുഖത്തിനടുത്ത് ഒരു പന്തിന് വേണ്ടി രണ്ടു വിഭാഗങ്ങൾ മത്സരിക്കുന്നത് കണ്ടപ്പോൾ അർജന്റീനക്കാരിൽ കൗതുകമുണർത്തി. ഈ കളിയോടുള്ള കൗതുകം പന്തുകളി പഠിക്കുവാനുള്ള ആവേശമായി മാറി. റെയിൽവെ സ്ഥാപിക്കുവാനായി വന്നെത്തിയ ബ്രിട്ടീഷുകാരും പബ്ലിക് സ്കൂളുകളും തമ്മിൽ മൈതാനത്ത് മത്സരം നടക്കുമായിരുന്നു. 1867 ൽ ബ്യൂണസ് അയേഴ്സ് ഫുട്ബോൾ ക്ലബ്ബും റൊസാരിയോ സെൻട്രൽ റെയിൽക്ലബ്ബും രൂപീകൃതമായി. 1891 ൽ ഫുട്ബോൾ ലീഗ് ആരംഭിച്ചു.

1891 ൽ ബ്രിട്ടീഷുകാരനായ അലക്സാണ്ടർ ഹസ്സൻ പ്രസിഡന്റായി ആദ്യത്തെ ഫുട്ബോൾ അസോസിയേഷൻ രൂപീകരിച്ചു. 1906 ലാണ് അർജന്റീനയുടെ ദേശീയ തലത്തിലുള്ള ടീം അന്താരാഷ്ട്ര മത്സരത്തിൽ അരങ്ങേറിയത്. അർജന്റീനയിലെ പ്രധാനപ്പെട്ട അഞ്ചു ഫുട്ബോൾ ക്ലബ്ബുകൾ ലാറ്റിനമേരിക്കയിൽ പ്രഗത്ഭരാണ്. ബോക്കാ ജൂണിയേഴ്സ്, റിവർ പ്ലേറ്റ്, ഇന്റിപെന്റന്റ്, സാൻലോറൻസോ, റേസിങ് എന്നിവയാണ് അവർ. റോസാരിയോ സെൻട്രലും സ്റ്റുഡന്റ്സും പില്ക്കാലത്ത് ശക്തരായി.

ബ്രിബട്ടെഡോറസ് കപ്പിൽ ഭൂരിപക്ഷം വിജയവും അർജന്റീന ക്ലബ്ബുകൾക്കായിരുന്നു. 1901 ൽ സ്ഥാപിച്ച "റിവർ പ്ലേറ്റാ" ണ് ഏറ്റവും വലിയ ജനപിന്തുണയുള്ള ക്ലബ്. ബ്രിട്ടീഷുകാർ സ്ഥാപിച്ച തൊഴിലാളികളുടെ ഈ ക്ലബ്ബിൽ ഒരു ലക്ഷത്തിലധികം മെമ്പർമാരുണ്ട്. മനോഹരമായ മോണ്യൂമെന്റൽ സ്റ്റേഡിയം റിവർ പ്ലേറ്റിന്റേതാണ്.

7

സാംബ നൃത്തച്ചുവടുമായി ബ്രസീൽ

ലോക ഫുട്ബോളിൽ ആധുനികതയും നിയമങ്ങളുമായി നിറഞ്ഞു നിന്ന ഇംഗ്ലണ്ടിനോട് സാംബ നൃത്തച്ചുവടുവെച്ച് കാവ്യശൈലിയിൽ കഥ പറഞ്ഞവരാണ് ബ്രസീൽ. കളി ജയിച്ചാൽ മാത്രം അവർക്ക് തൃപ്തിയാവില്ല. നന്നായി കളിച്ചു ജയിക്കണം. പേശീബലവും മുഷ്കും അക്രമഫുട്ബോളും ബ്രസീലിന് നിഷിദ്ധമാണ്. ബ്രസീലിയൻ ഫുട്ബോൾ ചരിത്രം 1894 ലാണ് തുടങ്ങുന്നത്. ബ്രിട്ടനിൽ പഠിക്കാൻ പോയ മില്ലറാണ് ബ്രസീലിയൻ ഫുട്ബോളിന്റെ തുടക്കക്കാരൻ. സാവോ പോളോവിൽ ജനിച്ച ചാൾസ് മില്ലർ എന്ന ഇംഗ്ലീഷുകാരൻ യുവാവ് സതാംപ്റ്റണിൽ പഠിക്കാൻ ചെന്നു. പഠനകാലത്ത് കാൽപ്പന്തു കളിച്ച മില്ലർ ബ്രസീലിൽ തിരിച്ചുവന്നത് ബാഗിനുള്ളിൽ രണ്ടു പന്തുകളും കൊണ്ടായിരുന്നു. ക്രിക്കറ്റ് കളിക്കുവാൻ ഇംഗ്ലീഷുകാരും കച്ചവടക്കാരും ചേർന്നു രൂപീകരിച്ച സാവോ പോളോ ക്ലബ് ഫുട്ബോളിന്റെ ചുമതല ഏറ്റെടുത്തു.

1902 ൽ ലീഗുമത്സരങ്ങൾ ആരംഭിച്ചു. സാവോ പോളോയുടെ പിന്നാലെ വന്നവരാണ് പ്ളൂരിനൻസും പ്ലാങ്കോ ക്ലബ്ബും വാസ്കോ-ഡ-ഗാമയും. 1914 ൽ ബ്രസീൽ ദേശീയ ടീം ഇംഗ്ലണ്ടിലെ എക്സറർ സിറ്റിയോട് ആദ്യത്തെ അന്താരാഷ്ട്ര മത്സരത്തിൽ ഏറ്റുമുട്ടി തുല്യത പാലിച്ചു. 1916 ൽ ദേശീയ ഫെഡറേഷൻ രൂപീകരിച്ചു. 1917 ൽ ഫിഫയിൽ അംഗമായി.

1860 ലാണ് ഹോളണ്ടിൽ ഫുട്ബോളിന്റെ ആരവം ഉയർന്നത്. ഇംഗ്ലണ്ടിൽ നിന്നുവന്ന ടെക്സ്റ്റൈൽ തൊഴിലാളികൾ പന്തുകളിയും കൂടെ കൊണ്ടുവന്നിരുന്നു. 1889 ആവുമ്പോഴേക്കും ഫുട്ബോൾ അസോസിയേഷൻ നിലവിൽവന്നു. 1898 ൽ ലീഗ് മത്സരങ്ങളും 1899 ൽ ദേശീയ കപ്പ് ടൂർണമെന്റും ആരംഭിച്ചു. 1904 ൽ ഫിഫയുടെ രൂപീകരണത്തിന് നേതൃ

ത്വം നൽകിയ രാജ്യങ്ങളിൽ ഹോളണ്ടും ഉണ്ടായിരുന്നു. അമചർ ഫുട്ബോളിൽ മാത്രം കേന്ദ്രീകരിച്ച ഹോളണ്ടുകാർ 1908, 1912, 1920 കളിൽ ഒളിമ്പിക്സിൽ വെങ്കല മെഡൽ ജേതാക്കളായിരുന്നു. 1934 ലും 1938 ലും തുടർച്ചയായി ഫിഫാ കപ്പ് ഫൈനൽ റൗണ്ടിൽ കളിച്ചിരുന്നുവെങ്കിലും കാര്യമായി ഒന്നും ചെയ്യാനായില്ല.

പരമ്പരാഗതമായ പന്തടക്കത്തിനും കുറിയ സുന്ദരൻ പാസുകൾക്കും ഹംഗറിക്കാർ ലോകപ്രസിദ്ധരാണ്. പുഷ്കാസിന്റെ പ്രശസ്തി ഹംഗറിയുടെ എക്കാലത്തേയും കരുത്തായിരുന്നു. ലോക ഫുട്ബോളിൽ ഏറെ പേരുനേടിയ പത്തു താരങ്ങളെ പരിശോധിച്ചാൽ പുഷ്കാസിന്റെ പേര് അതിലുണ്ടായിരിക്കും. 1882 ൽ ഹംഗറിയിൽ ഫുട്ബോളിന്റെ സന്ദർശനം കച്ചവടക്കാരിലൂടെയാണ്. 1901 ഹംഗറിയിൽ ഫുട്ബോൾ ഫെഡറേഷൻ നിലവിൽ വന്നു. 1906 ൽ തന്നെ ഫിഫയിൽ അംഗത്വമെടുത്തു. 1901 ൽ ലീഗ് മത്സരങ്ങളും 1910 ൽ ദേശീയ കപ്പ് ടൂർണ്ണമെന്റും ആരംഭിച്ചു.

1899 ൽ ഫ്രങ്കവറോസ് ക്ലബ്ബാണ് നിലവിൽവന്നത്. അതേ വർഷം തന്നെ എം ടി കെയും രംഗത്തെത്തി. ഫ്രങ്ക് പുഷ്കാസിലൂടെയാണ് ഹംഗറിയെ ലോകം ശ്രദ്ധിക്കുന്നതെന്ന് സൂചിപ്പിച്ചുവല്ലോ. 13–ാമത്തെ വയസ്സിൽ “കിസ്പെസ്' ക്ലബ്ബിന്റെ ജേഴ്സിയണിഞ്ഞ പുഷ്കാസ് 16–ാം വയസ്സിൽ ആദ്യത്തെ ലീഗ് മത്സരത്തിലും 17–ാം വയസ്സിൽ ഇന്റർ നാഷണൽ മത്സരത്തിലും ബൂട്ട് കെട്ടി. കിസ് പെസ്റ്റിനെ കേന്ദ്രീകരിച്ച് ഫോൻവെഡ് സൈനിക ടീം നിലവിൽവന്നത് പുഷ്കാസിന്റെ വളർച്ചയ്ക്ക് സഹായകമായി. 1955 വരെ ഹംഗറിക്ക് വേണ്ടി 84 മത്സരങ്ങളിൽ കളിച്ച പുഷ്കാസ് 85 ഗോളുകൾ സ്വന്തം പേരിൽ കുറിച്ചിട്ടു. ഇടങ്കാലുകൊണ്ട് ഷൂട്ട് ചെയ്യുന്ന പുഷ്കാസ് ലോകപ്രസിദ്ധനായി.

ഇംഗ്ലണ്ടിൽ ഫുട്ബോൾ ചട്ടങ്ങളും നിയമങ്ങളും സുതാര്യമാക്കുന്ന കാലത്താണ് സ്കോട്ട്ലൻഡിൽ പന്തുരുളുന്നത്. 1871 ൽ ഫുട്ബോൾ അസോസിയേഷന് രൂപംകൊടുത്തു. അടുത്ത വർഷം തന്നെ ഇന്റർ നാഷണൽ മത്സരത്തിൽ ഇംഗ്ലണ്ടിനോട് കളിച്ചു. സ്കോട്ട്ലൻഡിന്റെ ഫുട്ബോൾ പെരുമ യൂറോപ്പിൽ ചർച്ചാവിഷയമായി. സ്കോട്ട്ലൻഡുകാരുടെ കളിമിടുക്കും പാസിങ് വൈദഗ്ദ്ധ്യവും ചർച്ചാവിഷയമായി. എഫ് എ കപ്പിൽ ഇംഗ്ലണ്ടിലെ ക്ലബ്ബുകൾ സ്കോട്ട്ലൻഡുകാരെയാണ് കളിക്കാരായി അണിനിരത്തിയത്. എഫ് എ കപ്പിൽ കളിച്ചിരുന്ന കളിക്കാർക്ക് സാമാന്യം നല്ല തുക ക്ലബ്ബുകൾ പ്രതിഫലമായി കൊടുക്കണമായിരുന്നു.

പത്തൊമ്പതാം നൂറ്റാണ്ടിലാണ് റഷ്യയിൽ ഫുട്ബാളിന്റെ ആരവങ്ങൾ ഉയരുന്നത്. കച്ചവടത്തിന് അന്യരാജ്യങ്ങളിൽ പോകുന്നവർ കൗതുകത്തോടെ നാട്ടിലെത്തിക്കുന്ന യാത്രാവിവരണങ്ങളിൽ പന്തുകളിയുടെ ആവേശം ധാരാളമായിരുന്നു. ഫുട്ബോളിന്റെ തുടക്കക്കാർ ബ്രിട്ടീഷുകാരാണെന്ന് ചരിത്രം രേഖപ്പെടുത്തുന്നു. പരുത്തിമില്ലുകളിൽ പ്രവർത്തിക്കുന്ന എഞ്ചിനീയർമാരും കപ്പലിൽ കരയിലെത്തുന്ന നാവികരും പന്തുകളി പ്രചരിപ്പിച്ചു. 1890 ൽ മാത്രമാണ് മോസ്കോയിൽ ലീഗ് മത്സരങ്ങൾ

തുടങ്ങിയത്. 1900 ൽ ലണ്ടൻ യൂണിവേഴ്സിറ്റി ടീമുമായി റഷ്യക്കാർ സൗഹൃദ മത്സരത്തിൽ പങ്കെടുത്ത് തോല്ക്കാതെ പിടിച്ചുനിന്നു.

ഇരുപതുലക്ഷം ജനസംഖ്യയുമായി ഫുട്ബോളിന്റെ ആധിപത്യം പിടിച്ചെടുത്ത കൊച്ചുരാജ്യമാണ് ഉറുഗ്വേ. പത്തൊമ്പതാം നൂറ്റാണ്ടിന്റെ ആദ്യ പകുതിയിൽ ഒരു റിപ്പബ്ലിക്കായി രൂപംകൊണ്ട ഉറുഗ്വേ ലാറ്റിനമേരിക്കയിലെ ഏറ്റവും ചെറിയ രാജ്യമാണ്. ഇരുപതാം നൂറ്റാണ്ടിന്റെ മൂന്നാം ദശകമായപ്പോഴേക്കും ലോക ഫുട്ബോളിന്റെ ചാമ്പ്യൻസ്ഥാനം ഉറുഗ്വേയിലെത്തി. ഒളിമ്പിക് ഫുട്ബോൾ സ്വർണ്ണത്തിനും ഫിഫാ കപ്പിനും അവകാശികളായി. ഫുട്ബോളിന് മുൻപ് റഗ്ബിയായിരുന്നു ദേശീയ വിനോദം. റഗ്ബിക്ക് ഏതാണ്ട് പന്തുകളിയോടു സാമ്യമുണ്ടായിരുന്നു. ബ്രിട്ടീഷ് പബ്ലിക് സ്കൂളുകളിലാണ് കളി തുടങ്ങിയത്. ഏതാണ്ട് അരനൂറ്റാണ്ടു കാലത്തിനിടയിൽ ഫുട്ബോൾ ദേശീയ വിനോദമായി അംഗീകരിച്ചു. ഫുട്ബോളിനെ രാജ്യത്തിന്റെ അഭിമാനചിഹ്നമായി കാണുന്നവരാണ് ഉറുഗ്വേക്കാർ. "എല്ലാ രാജ്യത്തിനും അവരുടെ ചരിത്രമുണ്ട്. ഉറുഗ്വേക്ക് അതിനുപകരം ഫുട്ബോളും." ഉറുഗ്വേയുടെ പ്രസിഡന്റിന്റെ വാക്കുകളാണ് ഉദ്ധരിച്ചത്.

പത്തൊമ്പതാം നൂറ്റാണ്ടിന്റെ അന്ത്യദശകത്തിൽ അസോസിയേഷൻ ഫുട്ബോളിലേക്ക് പ്രവേശിച്ച ഉറുഗ്വേക്കാർ ഇരുപത്തിഒന്നാം നൂറ്റാണ്ടിലും സജീവമായി രംഗത്തുണ്ട്.

കളികമ്പക്കാരനായ മഹാരാജാവിന്റെ കനിവിൽ ഫുട്ബോൾ വളർന്ന രാജ്യമാണ് റുമാനിയ. 1859 മുതൽ രാജഭരണം നിലവിൽവന്ന റുമാനിയയിൽ ഫുട്ബോൾ കളിക്ക് എല്ലാവിധ പ്രോത്സാഹനവും രാജാവ് നല്കി. 1910 ൽ ഫുട്ബോൾ അസോസിയേഷൻ രൂപീകരിച്ചു എന്നാൽ പ്രവിശ്യാ ഘടകങ്ങളും കേന്ദ്രനേതൃത്വവും പ്രവർത്തന ക്ഷമമാകുന്നത് 1930ലാണ്.

1930 ൽ ഉറുഗ്വേയിൽ ലോകകപ്പിൽ പങ്കെടുക്കുന്നതിന് കടൽ കടന്നെത്തിയ 4 ടീമുകളിൽ റുമാനിയക്കാരും ഉണ്ടായിരുന്നു. കളിക്കാർക്കുള്ള മുഴുവൻ ചെലവും തൊഴിൽ നഷ്ടപ്പെടുന്ന ദിവസത്തെ വേതനവും രാജാവിന്റെ വകയായിരുന്നു.

മയക്കുമരുന്നിലും മരിജുവാനയിലും മയങ്ങിക്കിടക്കുന്ന ജനതയാണ് കൊളംബിയയിലുള്ളത്. ഫുട്ബോളിന്റെ രംഗപ്രവേശം ഏറെ വൈകിയാണെങ്കിലും രാജ്യത്തിന്റെ ദുഷ്പേര് ഫുട്ബോളിലും പകർത്തിവെക്കാൻ വളരെ പെട്ടെന്നു കഴിഞ്ഞു. കള്ളക്കളിക്കഥകളുടെ ആശാന്മാരും വാതുവെപ്പ് വീരന്മാരും കൊളംബിയക്കാർതന്നെ. 1970 ലെ ലോകകപ്പിൽ ഇംഗ്ലണ്ട് ടീം മെക്സിക്കോയിലേക്ക് പോകുമ്പോൾ ക്യാപ്റ്റൻ ബോബി റൂമിനെതിരെ ബ്രെയ്സ്‌ലറ്റ് മോഷണം ആരോപിച്ചവരും കൊളംബിയക്കാരാണ്.

കൊളംബിയൻ ജനത ഫുട്ബോളിനെ അഗാധമായി പ്രണയിക്കുന്നവരാണ് ഫുട്ബോൾ കളിക്കാരോടും ഏറെ ആദരവാണ്. പിഴവ് സംഭ

വിച്ചാൽ എന്തും ചെയ്യാൻ മടിക്കാത്തവരും അവർ തന്നെ. പത്തൊൻ പതാം നൂറ്റാണ്ടിന്റെ അവസാനദശകത്തിലാണ് ഫുട്ബോൾകളി തുട ങ്ങിയത്. 1931 ൽ ഫിഫയിൽ അംഗത്വം നേടി. 1962 ൽ ചിലിയിൽ നടന്ന ലോകകപ്പിൽ മികച്ച പ്രകടനമാണ് കാഴ്ചവെച്ചത്. അന്നത്തെ പ്രഗത്ഭ രായ റഷ്യയും യൂഗോസ്ലാവിയയും ഉറുഗ്വേയും കൊളംബിയയും ഒരേ നിലയിലായിരുന്നു. യൂത്ത് ലീഗിൽ കളിച്ച് രംഗത്തെത്തിയ ദേശീയ ടീമിന്റെ പ്രതിരോധനിരയിൽ പ്രഗത്ഭനായിരുന്ന എസ്കൊബാറിന്റെ ജന്മ ഭൂമിയും കൊളംബിയതന്നെ.

പത്തൊൻപതാം നൂറ്റാണ്ടിൽ ഇംഗ്ലണ്ട് വഴി കടന്നുവന്ന ഫുട്ബോൾ സ്പെയിനിന്റെ കരുത്തായി മാറി. കാളപ്പോരിന്റെ നാട്ടിൽ കാൽപ്പന്തു കളി ജ്വരംപോലെ പടർന്നു. ജനതയുടെ മുഴുവൻ വൈകാരിക സ്പർശ ങ്ങളും ഏറ്റുവാങ്ങിയ റയൽ മാഡ്രിഡ് ക്ലബ് സ്പെയിൻ ജനതയുടെ അഭിമാനമാണ്. 1902 ലാണ് നാഷണൽ ലീഗ് മത്സരങ്ങൾ ആരംഭിച്ചത്. ശാസ്ത്രീയമായ രീതിയിൽ സംവിധാനം ചെയ്ത ലീഗ് മത്സരങ്ങളിൽ തുല്യതയുള്ള ടീമുകളും കളിക്കാരും പങ്കുചേരുന്നു. റയൽ മാഡ്രിഡും ബാർസിലോണയും തുടങ്ങിയ 20 ൽപ്പരം ക്ലബ്ബുകൾ സ്പെയിനിന്റെ ഫുട്ബാൾ ആവേശമാണ്. ലക്ഷക്കണക്കിന് മെമ്പർമാരുടെ സ്വാധീന വുമായി ബാർസിലോണയും റയൽ മാഡ്രിഡും ഗ്രൗണ്ടിലെത്തുമ്പോൾ ആരവങ്ങൾ ആവേശക്കടലായി മാറുന്നു.

സ്പെയിനിലെ ക്ലബുകൾക്ക് ഒരു പ്രത്യേക സവിശേഷതയുണ്ട്. 8 വയസ്സുള്ള കുട്ടികളെ സ്കൂളുകളിൽ ചെന്ന് സെലക്ട് ചെയ്ത് പരിശീ ലനം നല്കിക്കൊണ്ട് ദശവർഷ പരിശീലനക്യാമ്പ് ആരംഭിക്കുന്നു. 18 വയസ്സാകുമ്പോഴേക്ക് പൂർണ്ണപരിശീലനം നേടിയ പുതിയതാരങ്ങൾ കളി ക്കളത്തിലെത്തുന്നു. നൂറോളം ക്ലബ്ബുകൾ ഇത്തരത്തിലുള്ള അക്കാദമി കൾ തുടർച്ചയായി നടത്തിക്കൊണ്ടിരിക്കുന്നു. കാൽപ്പന്തുകളിക്കുവേണ്ടി ജീവിതം ഉഴിഞ്ഞുവെക്കുന്ന യുവാക്കളുടെ പുണ്യഭൂമികളിൽ സ്പെയി നിന് മുൻനിരയിൽ തന്നെ സ്ഥാനമുണ്ട്. മാത്രമല്ല. കുട്ടികളെ ടീമുകൾ സെലക്ട് ചെയ്തുകഴിഞ്ഞാൽ എല്ലാ സംരക്ഷണവും ക്ലബ്ബുകൾ നിർവ്വ ഹിക്കും.

ക്രിക്കറ്റ് വിക്കറ്റ് കീപ്പർമാരെപ്പോലെ കട്ടിയുള്ള പാഡും ഹെൽമറ്റും ധരിച്ചായിരുന്നു അമേരിക്കയുടെ ഫുട്ബോൾ മോഡൽ. ആരേയും അനു കരിച്ചു ശീലമില്ലാത്ത അമേരിക്കക്കാർ ഫുട്ബോളിന് ഒരു പുതിയ അമേ രിക്കൻ മോഡൽ സൃഷ്ടിച്ചതായിരുന്നു. ലോകമാകെ കാൽപ്പന്തുകളിയുടെ ആവേശത്തേരിലായപ്പോൾ അമേരിക്കക്കും വഴങ്ങാതിരിക്കാൻ പറ്റിയില്ല. ഇരുപതാം നൂറ്റാണ്ടിന്റെ തുടക്കത്തിൽ യു എസ് എ ഫുട്ബോളിന്റെ പുതിയ മുഖവുമായി കളിക്കളത്തിലെത്തി. ഉറുഗ്വേയിൽ നടന്ന പ്രഥമ ലോകകപ്പിൽ ബെൽജിയത്തെയും പരാഗ്വയെയും കാൽ ഡസൻ ഗോളു കൾക്ക് തോല്പിച്ച് സെമിയിൽ കടന്നത് ചരിത്രരേഖയാണ്. 1950 ലെ നാലാം ലോകകപ്പിൽ ഇംഗ്ലണ്ടിനെ തോല്പിച്ചു ചരിത്രം സൃഷ്ടിച്ചു.

1887 ലാണ് ഇറ്റലിയിൽ ഫുട്ബോളിന്റെ സന്ദർശനം നടന്നത്. എന്നാൽ അതിന് എത്രയോ മുൻപ് ഇറ്റലിയിൽ പന്തുകളി ഉണ്ടായിരുന്നു. കാൽച്ചിയോ എന്ന പേരിലുള്ള കളി ഇറ്റലിക്കാരുടെ ജനകീയ വിനോദമായിരുന്നു. ഫ്ളോറൻസ് എന്ന നഗരത്തിലാണ് 16- ാം നൂറ്റാണ്ടിൽ കാൽച്ചിയോ തുടങ്ങിയത്. പുരാതന റോമൻപട്ടാളക്കാർ ഇറ്റലിയിൽനിന്ന് കാൽച്ചിയോ ബ്രിട്ടനിലെത്തിച്ചതായി രേഖകൾ വെളിപ്പെടുത്തുന്നു. ജിനോവയിൽ 1892 ൽ ഇംഗ്ലീഷുകാരാണ് ആദ്യത്തെ ക്ലബ്ബിന് രൂപംകൊടുത്തത്. 1897 ൽ ടോറിനോയിൽ ജൂവൻ റെസ് ക്ലബ് പിറവിയെടുത്തു. 1898 ലാണ് ഇറ്റാലിയൻ ഫുട്ബോൾ ഫെഡറേഷൻ രൂപീകരിച്ചത്. എഫ് ഐ ജി സി എന്നാണ് ചുരുക്കപ്പേര്. അടുത്ത പത്തുവർഷക്കാലത്തിനിടയിലാണ് പ്രമുഖക്ലബ്ബുകൾ എല്ലാം പിറന്നുവീണത്. എ സി മിലാൻ (1899) ലാസിയോ (1900) ടോറിനോക്ലബ്ബ് (1906) അത്‌ലാന്റോ(1907) ഇന്റർ മിലാൻ (1908) പിസാക്ലബ്ബ് (1909).

ഇറ്റാലിയൻ ഫുട്ബോൾ ശൈലി മറ്റു രാജ്യങ്ങളിൽനിന്ന് വ്യത്യസ്തമാണ്. ആക്രമണഫുട്ബോളിന്റെ ഗുരുസ്ഥാനീയരായിട്ടാണ് 1930 കളിൽ അവർ അന്തർദേശീയ രംഗത്തെത്തിയത്. എന്നാൽ മൂന്നു പതിറ്റാണ്ടിന്റെ അനുഭവസമ്പത്ത് ഇറ്റലിയെ വീണ്ടും വ്യത്യസ്തരാക്കി. ഫെലനിയോ പെരേറ എന്ന കോച്ച് ഇന്റർമിലാന് വേണ്ടി തയ്യാറാക്കിയ കാറ്റനാച്ചിയോ എന്ന ശൈലി ശ്രദ്ധേയമായി. പ്രതിരോധത്തിൽ ശ്രദ്ധിച്ചുകൊണ്ടുള്ള തന്ത്രത്തിലേക്ക് മാറി. നെഗറ്റീവ് ഫുട്ബോളും വ്യാപകമായി പരീക്ഷിച്ചു. 1982 ലെ സ്പെയിൻ ലോകകപ്പിൽ “ബിയർ സോട്ട്” എന്ന സിസ്റ്റത്തിലൂടെ ഫുട്ബോൾ അവതരിപ്പിച്ചപ്പോൾ വിജയപാത തെളിഞ്ഞു.

8

കാൽപ്പന്തുമായി ഇംഗ്ലീഷുകാർ ഇന്ത്യയിൽ

ഇംഗ്ലണ്ടിൽ ആധുനിക ഫുട്ബോളിന്റെ കേളികൊട്ടു മുഴങ്ങിയപ്പോൾ ആദ്യമായി പന്തുരുണ്ട ഏഷ്യൻ വൻകരയിലെ രാജ്യമാണ് ഇന്ത്യ. പട്ടാളക്കാരും ഈസ്റ്റ് ഇന്ത്യാ കമ്പനി ഉദ്യോഗസ്ഥരും വിനോദത്തിനും കായികക്ഷമതയ്ക്കും വേണ്ടി ഉപയോഗിച്ച ഫുട്ബോൾ അന്ന് വെള്ളക്കാരുടെ സ്വകാര്യസ്വത്തായിരുന്നു.

പത്തൊമ്പതാം നൂറ്റാണ്ടിന്റെ മദ്ധ്യത്തിലാണ് കാറ്റുനിറച്ച പന്തുമായി വെള്ളക്കാർ കൽക്കത്തയിലെത്തിയത്. ലോകഫുട്ബോളിന്റെ ജനനം ചൈനയിലായിരുന്നുവെങ്കിൽ ഇന്ത്യൻ ഫുട്ബോളിന്റെ ആഗമനം ബംഗാളിലായത് യാദൃച്ഛികംമാത്രം. അക്കാലത്ത് ഈസ്റ്റ് ഇന്ത്യാ കമ്പനിയുടെയും പിന്നീട് വന്ന കോളനിസർക്കാരിന്റെയും ഭരണസിരാകേന്ദ്രം കൽക്കത്തയായിരുന്നു. ബ്രിട്ടീഷുകാർ ഇന്ത്യക്കാർക്ക് നല്കിയ മഹത്തരമായ കായിക വിനോദമാണ് ഫുട്ബോൾ. കൽക്കത്തയിൽ 1870 കളിൽ ബ്രിട്ടീഷുകാരുടെ മാത്രം കളിയായി നിലനിന്നു. കൽക്കത്ത ഫുട്ബോൾ ക്ലബ്ബും ഡെൽഹൗസി അത്‌ലറ്റിക് ക്ലബ്ബും ആദ്യമായി നിലവിൽ വന്നു. റോയൽ ഐറിഷ് റൈഫിൾസ്, ലോയൽ റെജിമെന്റ്, ഗോൾഡൻ ഹൈലാൻഡേഴ്സ് തുടങ്ങിയ പട്ടാള ടീമുകളും തമ്മിൽ അന്ന് നിരന്തരമായി മത്സരിക്കുകയായിരുന്നു. 1884 ൽ കൽക്കത്താ മൈതാനങ്ങളിൽ സോവബസാർ ക്ലബ്ബ്, ട്രേഡ്സ് ക്ലബ്ബ് എന്നീ കൽക്കത്താടീമുകളുമായി വൈദേശികരുടെ ടീമുകൾ മാർച്ച് നടത്തിയിരുന്നു.

1893 ൽ ബ്രിട്ടീഷ് ക്ലബ്ബുകളാണ് ആദ്യമായി അസോസിയേഷൻ രൂപീകരിച്ചത്. അതേവർഷം തന്നെ ചലഞ്ച് ഷീൽഡ് മത്സരങ്ങൾ ആരംഭിച്ചു. ഇംഗ്ലണ്ടിലെ ഫുട്ബോൾ അസോസിയേഷന്റെ രീതിയിലാണ് ഇവിടെയും സംഘടന നിലവിൽവന്നത്. ഒപ്പംതന്നെ ഡ്യൂറന്റ് കപ്പ് ഫുട്ബോളിന്

തിരശ്ശീല ഉയർന്നു. സിംലയിലാണ് 1888 ൽ മത്സരങ്ങൾ ആരംഭിച്ചത്. എന്നാൽ മത്സരങ്ങളിൽ ഇന്ത്യൻ ക്ലബ്ബുകൾക്ക് പ്രവേശനമുണ്ടായിരുന്നില്ല.

ഐ എഫ് എ ഷീൽഡിലും കൽക്കത്താലീഗിലും ഡ്യൂറന്റ് കപ്പിലും ഇന്ത്യൻ ടീമുകൾക്ക് അയിത്തം കല്പിച്ചിരുന്നു. എന്നാൽ ഇന്ത്യൻ ജനതയിൽ ഫുട്ബോൾ ജ്വരം തുടങ്ങിക്കഴിഞ്ഞിരുന്നു. ബ്രിട്ടീഷുകാർ കടന്നുചെന്ന സ്ഥലങ്ങളിലെല്ലാം ഫുട്ബോൾ വ്യാപിച്ചു. ബോംബെ, ബാംഗ്ലൂർ, സിംല, ഹൈദരാബാദ്, മദിരാശി തുടങ്ങിയ നഗരങ്ങളിൽ കളിയുടെ ആരവങ്ങൾ ഉയർന്നു. ഇരുപതാം നൂറ്റാണ്ടിന്റെ പിറവിയോടെ ഇന്ത്യൻ ടീമുകളുടെ നിരോധനത്തിൽ അയവു വരുത്താൻ ഐ എഫ് എ (അന്നത്തെ ഐ എഫ് എ ഇന്ന് കൽക്കത്താ ഫുട്ബോൾ നേതൃത്വം) തീരുമാനിച്ചു.

9

വെള്ളക്കാർക്ക് ഫുട്ബോളിൽ ആദ്യതോൽവി

ഇന്ത്യൻ സ്വാതന്ത്ര്യസമരം കൊടുമ്പിരികൊണ്ട കാലം. നാടാകെ സമരഭൂമിയിലാണ്. ബ്രിട്ടീഷുകാരെ കെട്ടുകെട്ടിക്കുവാൻ ഇന്ത്യൻ ജനത ഒറ്റക്കെട്ടായി രംഗത്ത്. ഈ കാലത്താണ് ഇന്ത്യക്കാരും വെള്ളക്കാരും ഫുട്ബോൾ മത്സരത്തിൽ മുഖാമുഖം കണ്ടത്. 1911 ൽ കൽക്കത്തയിലായിരുന്നു മത്സരം. ബ്രിട്ടീഷുപട്ടാള ടീമായ യേർക്കാക്ലബ്ബും കൽക്കത്താ മോഹൻബഗാനുമായി ഫൈനലിൽ ഏറ്റുമുട്ടി. ഗുരുക്കന്മാരായ യേർക്കയും ശിഷ്യന്മാരായ ബഗാനും തമ്മിൽ മത്സരിച്ചാൽ ജയം നേരത്തെ പ്രവചിക്കാവുന്നതല്ലെ. എന്നാൽ ഇന്ത്യൻ ടീമായ മോഹൻ ബഗാൻ സ്വാതന്ത്യസമരത്തിന്റെ തീജ്ജ്വാലയും നെഞ്ചിലേറ്റി വർദ്ധിത വീര്യത്തോടെ പൊരുതി. ആദ്യപകുതി തുല്യതയിലായി. രണ്ടാം പകുതിയിൽ ബഗാൻ മുന്നിലെത്തി. യേർക്കക്ലബ്ബ് ശരിക്കും ഞെട്ടിപ്പോയിരുന്നു. കളി അവസാനിക്കാൻ 13 മിനിട്ട് നേരം മാത്രം. നിലവിലെ ചാമ്പ്യന്മാരായ യേർക്കക്കു പരാജയം ആലോചിക്കാൻപോലും പറ്റുമായിരുന്നില്ല. പിന്നീട് ഗ്രൗണ്ടിൽ നടന്നത് അക്ഷരാർത്ഥത്തിൽ ഫുട്ബോൾ യുദ്ധമായിരുന്നു. ലോങ്‌വിസിൽ മുഴങ്ങുമ്പോൾ മോഹൻബഗാൻ കിരീടധാരിയായിമാറി.

ഇന്ത്യയുടെ ഫുട്ബോൾ ചരിത്രത്തിലെ അവിസ്മരമീയമായ മുഹൂർത്തം. സ്വാതന്ത്ര്യത്തിന് മുൻപ് ഇന്ത്യക്കാരിൽനിന്ന് ബ്രിട്ടീഷുകാർക്ക് ഓർക്കാപ്പുറത്ത് ഞെട്ടലേറ്റ തോൽവി. 1889 ലാണ് മോഹൻ ബഗാൻ രൂപീകരിച്ചത്. 1909 ൽ മാത്രമാണ് ഐ എഫ് എ ഷീൽഡിൽ പ്രവേശനം ലഭിച്ചത്. ഐ എഫ് എ ഷീൽഡ് ജയത്തോടെ റോവേർസ് കപ്പ്, ഡ്യൂറന്റ് കപ്പ് മത്സരങ്ങളിലും ഇന്ത്യൻ ക്ലബ്ബുകൾക്ക് പച്ചക്കൊടിയായി മാറി.

ഇരുപതാം നൂറ്റാണ്ടിൽ ഇന്ത്യയിൽ ഫുട്ബോളിന് വ്യാപകമായ പ്രചാരം ലഭിച്ചു. ഏഷ്യയിലെ തന്നെ മികച്ച കളിക്കാരായി മാറാൻ ഇന്ത്യക്ക് കഴിഞ്ഞിരുന്നു. ലോകകപ്പിൽ നമുക്ക് ഒന്നും ചെയ്യാൻ കഴിഞ്ഞില്ലെങ്കിലും ഒരിക്കൽമാത്രം ഫൈനൽ റൗണ്ടിലേക്ക് ചാൻസ് കിട്ടിയത് ഓർമ്മയിൽ സൂക്ഷിക്കാമെന്നുമാത്രം. അറുപതുകളിൽ ഏഷ്യൻ ഫുട്ബോളിൽ മുൻനിരയിലുണ്ടായിരുന്നു. 1956 ൽ മെൽബൺ ഒളിമ്പിക്സിൽ നാലാം സ്ഥാനക്കാരായിരുന്നു. 1951 ലും 62 ലും ഏഷ്യൻ ഗെയിംസിൽ ഇന്ത്യക്കാണ് ഫുട്ബോൾ ചാമ്പ്യൻഷിപ്പ്. ഏഷ്യയിലെ മികച്ച കളിക്കാരിൽ ഇന്ത്യക്കാരുടെ പങ്ക് വലുതായിരുന്ന സുവർണ്ണകാലം. ജർണയിൽസിങ് ഏഷ്യൻ ഇലവന്റെ ക്യാപ്റ്റനായത് 60 കളിലാണ്. ഇന്ത്യയുടെ മികച്ച ഗോൾ കീപ്പർ പീറ്റർ തങ്കരാജ്, പി കെ ബാനർജി, ബാലറാം, ചുനി ഗോസ്വാമി, പ്രസൂൻ ബാനർജി, അൽതാഫ് അഹമ്മദ് യൂസഫ് ഖാൻ എന്നിവർ എഴുപതുകളിൽ ഏഷ്യൻ കുപ്പായം അണിഞ്ഞു. ഡെൽഹി ഏഷ്യാഡിൽ ഇന്ത്യ നടത്തിയ പടയോട്ടം ചരിത്രത്തിൽ തങ്കലിപികളിൽ എഴുതിച്ചേർത്തതാണ്. ഇന്ത്യോനേഷ്യയെയും അഫ്ഗാനിസ്ഥാനെയും കാൽ ഡസൻ വീതം ഗോളുകൾക്ക് തകർത്താണ് ഇന്ത്യ ഫൈനലിൽ എത്തിയത്. ചാമ്പ്യന്മാരായ ഇറാനായിരുന്നു എതിരാളി. പ്രവചനക്കാരെല്ലാം ഇറാന്റെ ഭാഗത്തായിരുന്നു. സ്വന്തം മണ്ണിൽ പരാജയം ഇന്ത്യക്ക് സഹിക്കാവുന്നതല്ല. ഇടവേളവരെ പൊരുതിക്കളിച്ചു. സ്കോർബോർഡ് ശൂന്യം. കായബലത്തിലും കളിയിലും ഇറാൻകാർ മുന്നിലായിരുന്നു. കോച്ച് സയ്യിദ് അബ്ദുൾ റഹിം കളിക്കാർക്ക് തന്ത്രം പറഞ്ഞുകൊടുക്കുന്ന സന്ദർഭത്തിലാണ് അന്നത്തെ പ്രധാനമന്ത്രി ജവഹർലാൽ നെഹ്റു അപ്രതീക്ഷിതമായി കളിക്കാരെ കാണാനെത്തിയത്. നെഹ്റുവിന്റെ സന്ദർശനം കളിക്കാരിൽ ആവേശമുണർത്തി. ഒരു ഗോളിന്റെ വിജയത്തോടെ ഇന്ത്യ ചാമ്പ്യന്മാരായി. മേവലാലാണ് ഇറാന്റെ നെറ്റിൽ ഇന്ത്യയുടെ വിജയഗോൾ നേടിയത്. ഒളിമ്പിക്സിൽ ഇന്ത്യൻ കരുത്തു കാട്ടിയ കരുത്തനായ ഫോർവേർഡായിരുന്നു മേവലാൽ. ഏഷ്യൻ കരുത്തുമായി ഹെൻസിങ്ങയിലെത്തിയപ്പോൾ ഒളിമ്പിക്സിലെ നാണക്കേടിന്റെ തോൽവിയായിരുന്നു. യൂഗോസ്ലാവിയയോട് ഒന്നിനെതിരെ പത്തു ഗോളിനു തോറ്റു.

1956 ലെ മെൽബൺ ഒളിമ്പിക്സിൽ ഇന്ത്യക്ക് നന്നായി മുന്നേറാൻ കഴിഞ്ഞിരുന്നു. ആസ്ട്രേലിയയെ ക്വാർട്ടറിൽ 4–2 ന് തോല്പിച്ചു. നെവിൻ ഡിസൂസയും പി കെ ബാനർജിയും കിട്ടുവും ചേർന്ന മുന്നേറ്റനിര ശക്തമായിരുന്നു. നെവിൻ ഡിസൂസ ഹാട്രിക് നേടി. ഒളിമ്പിക്സിൽ ഹാട്രിക് നേടുന്ന ആദ്യ ഏഷ്യക്കാരനെന്ന ബഹുമതി അദ്ദേഹത്തിനായിരുന്നു. സെമിയിൽ യൂഗോസ്ലാവിയയോട് 4–1 ന് തോറ്റു. സ്കോർ സൂചിപ്പിക്കുന്നതുപോലെ കളി ഏകപക്ഷീയമായിരുന്നില്ല. ആദ്യം ഗോൾ നേടിയത് ഇന്ത്യയായിരുന്നു. ആദ്യ പകുതിയിൽ നെവിൻ ഡിസൂസയുടെ മിന്നുന്ന ഗോളിൽ മുന്നിലെത്തി. ലൂസേർഴ്സ് സെമിയിൽ ബൾഗേറിയയോട് തോറ്റു

നാലാം സ്ഥാനത്തെത്തി. തോൽവിയെക്കുറിച്ച് പത്രത്താളുകൾ വിശേഷിപ്പിച്ചത് പൊരുതിത്തോറ്റു എന്നായിരുന്നു. 1962 ൽ ജക്കാർത്തെ ഗെയിംസിൽ സ്വർണ്ണം തിരിച്ചുപിടിച്ചു. വീരോചിതമായ പോരാട്ടമായിരുന്നു ഇന്ത്യയുടേത്. ജപ്പാൻ, തായ്‌ലൻഡ്, വിയറ്റ്നാം എന്നീ ടീമുകളെ തകർത്തുകൊണ്ടാണ് ഫൈനലിൽ എത്തിയത്. എതിരാളികൾ ഏഷ്യയിലെ വൻശക്തികളായ കൊറിയക്കാരായിരുന്നു. ജപ്പാൻ വേൾഡ് കപ്പിൽ ഏഷ്യയിലെ ശക്തമായ ടീമിനെ ഇറക്കിയ കൊറിയ അന്നേ പ്രഗത്ഭരായിരുന്നു. കളി തുടങ്ങി 20 ാം മിനുട്ടിൽ കൊറിയൻ നെറ്റ് രണ്ടു തവണ ചലിച്ചു. പി കെ ബാനർജിയും ജർണയിൽസിങ്ങുമാണ് ഷൂട്ടർമാർ. തുടക്കം മുതൽ ഗ്യാലറികൾ കൊറിയൻ പക്ഷത്തായിരുന്നു. പക്ഷേ അതൊന്നും ഇന്ത്യയെ തളർത്തിയില്ല. രണ്ടാം പകുതിയിൽ കൊറിയക്കാർ ആഞ്ഞടിച്ചുവെങ്കിലും ഒരു ഗോളിനു മാത്രമേ ഇന്ത്യ വഴങ്ങിയുള്ളൂ. 2–1 ന് മധുരിക്കുന്ന വിജയം സ്വന്തമാക്കി. 1962 ശേഷം ഇന്ത്യക്ക് പറയത്തക്ക നേട്ടമൊന്നും കൈവരിക്കാനായില്ല. 1974 ൽ ഇറാനുമായി ഏഷ്യൻ യൂത്ത് ഫുട്ബോൾ ചാമ്പ്യൻഷിപ്പിൽ പങ്കിട്ടെടുത്തു. 1980 മുതൽ ദക്ഷിണ ഏഷ്യയിൽ ചുരുങ്ങിപ്പോയി. സാഫ്ഗെയിംസിലും സാഫ് ക്ലബ്ബിലും മാത്രമായി വിജയം.

1948 ൽ ഫിഫയിൽ അംഗത്വമെടുത്ത ഇന്ത്യക്ക് ലോക ഫുട്ബാൾ ഭൂപടത്തിൽ ഒന്നും നേടാൻ കഴിഞ്ഞില്ല. 1950 ൽ നമുക്ക് ബ്രസീൽ ലോക കപ്പിൽ കളിക്കുവാൻ അവസരം ലഭിച്ചതാണ്. ബൂട്ടിട്ടുകളി പരിശീലിക്കാത്തതുകൊണ്ട് പങ്കെടുക്കാൻ കഴിഞ്ഞില്ല. അന്ന് ഇന്ത്യ ഏഷ്യയിലെ പ്രമുഖരായിരുന്നു. ഇന്ത്യയും ഇന്തോനേഷ്യയും ബർമ്മയും ഫിലിപ്പൈൻസും ഉൾപ്പെടെ 4 ടീമുകളുള്ള ഗ്രൂപ്പാണ് പ്രാഥമിക മത്സരത്തിനുള്ള ഏഷ്യൻ ഗ്രൂപ്പ്. മറ്റു മൂന്നുടീമുകളും മത്സരത്തിൽനിന്ന് പിന്മാറിയതുകൊണ്ട് ഇന്ത്യക്ക് എൻട്രി ലഭിച്ചതായിരുന്നു.

10

കേരള ഫുട്ബോളിന് തിരുവനന്തപുരത്ത് തുടക്കം

ലോകഫുട്ബോളിന്റെ ജന്മനാട് ചൈനയും, ഇന്ത്യൻ ഫുട്ബോളിന്റെ കളിത്തൊട്ടിൽ കൽക്കത്തയും കേരള ഫുട്ബോളിന്റെ പ്രാരംഭ ഭൂമി തിരുവനന്തപുരവും ആണെന്നത് ചരിത്രയാഥാർത്ഥ്യമാണ്. തിരുവനന്തപുരം യൂണിവേഴ്സിറ്റി കോളേജിലെ പ്രിൻസിപ്പലായിരുന്ന ബിഷപ്പ് ബോയിൽ ബ്രിട്ടീഷുകാരനായിരുന്നു. ഇരുപതാം നൂറ്റാണ്ടിന്റെ തുടക്കത്തിൽ അരഡസൻ ഫുട്ബോളുമായി അദ്ദേഹം നാട്ടിലിറങ്ങിയെന്ന് ചരിത്രം രേഖപ്പെടുത്തുന്നു. തുടർന്ന് കൗതുകത്തോടെ പന്തുകളി വ്യാപിക്കുകയായിരുന്നു. ഇതേകാലത്ത് ബ്രിട്ടന്റെ ഭാഗമായ മലബാറിൽ കണ്ണൂരും തലശ്ശേരിയും കോഴിക്കോടും കളിക്കളങ്ങൾ സജീവമായി. കണ്ണൂർ കോട്ടമൈതാനവും കോഴിക്കോട് മാനാഞ്ചിറ മൈതാനവും മിലിറ്ററി ബാരക് ഗ്രൗണ്ടും കളിയുടെ പ്രധാന കേന്ദ്രങ്ങളായി. കേരള മണ്ണിൽ ആദ്യം പിറന്ന അസോസിയേഷൻ തിരുവിതാംകൂറിലായിരുന്നു. 1941 ൽ ട്രാവൻകൂർ ഫുട്ബോൾ അസോസിയേഷൻ രൂപീകരിച്ചു. തുടർന്ന് മദിരാശി ഫുട്ബോൾ അസോസിയേഷന്റെ ഘടകമായി മലബാർ ഫുട്ബോൾ അസോസിയേഷനും പ്രവർത്തനം തുടങ്ങി. കൊച്ചിയിലും അസോസിയേഷൻ രംഗത്തെത്തി. എന്നാൽ കോഴിക്കോടും കൊച്ചിയിലും കോട്ടയത്തും തിരുവനന്തപുരത്ത് പന്തുരുണ്ടതിന് തൊട്ടുപിന്നാലെ ഫുട്ബോൾ മത്സരങ്ങൾ നടന്നിരുന്നു.

സംസ്ഥാനരൂപീകരണത്തിന് മുൻപ് തിരുവിതാംകൂർ കൊച്ചി സംയോജിപ്പിച്ച് തിരു–കൊച്ചി ആയപ്പോൾ അസോസിയേഷനും സംയോജിപ്പിച്ചു. 1956 ൽ കേരളം പിറന്നപ്പോൾ മലബാറും ചേർന്ന് കെ എഫ് എ ആയി രൂപംകൊണ്ടു. കേരളം ഇന്ത്യൻ ഫുട്ബോളിന് ഒരുപാട് കളിക്കാരെ സംഭാവന ചെയ്തിട്ടുണ്ട്.

ഇന്ത്യയിലെ ഫുട്ബോൾ ചിട്ടകൾ പാലിക്കുന്നതിൽ കൽക്കത്തേക്കാ രോടൊപ്പമാണ് കേരള ഫുട്ബോൾ അസോസിയേഷൻ. ജില്ലാ ലീഗ് മത്സ രങ്ങളും ഇന്റർ ഡിസ്ട്രിക്ട് ടൂർണ്ണമെന്റും അഖിലേന്ത്യാ ടൂർണ്ണമെന്റു കളും ഫുട്ബോളിന്റെ ആരവമുയർത്തിയിരുന്നു. ഒളിമ്പിക്സിൽ ഇന്ത്യ യുടെ കോട്ട സംരക്ഷിക്കാൻ തിരുവല്ല പാപ്പനും ഉണ്ടായിരുന്നു. ഫുട്ബോ ളിന്റെ അന്തഃസത്ത ഉൾക്കൊള്ളുന്ന മതസൗഹാർദ്ദം ഉയർത്തിപ്പിടിച്ച ഹിന്ദു–മുസ്ലീം– ക്രിസ്ത്യൻ ഫുട്ബോൾ ക്ലബ്ബ് (എച്ച് എം സി) കോട്ടയ ത്തിന്റെ സംഭാവനയാണ്. റഹ്മാൻ ചന്ദ്രശേഖർ ദേവദാസ് തുടങ്ങിയ വർ മലയാളത്തിന്റെ മാനംകാത്ത ഒളിമ്പ്യന്മാരാണ്. 70 വരെ ഇന്ത്യൻ ഫുട്ബോളിൽ മലയാളി സാന്നിദ്ധ്യം പ്രധാനമായിരുന്നു. കൽക്കത്തയിലെ പ്രശസ്തരായ മോഹൻബഗാനും ഈസ്റ്റ്ബംഗാളും മുഹമ്മദൻ സ്പോർട്ടിങ്ങും വിജയകിരീടം ചൂടുന്നതിൽ മലയാളി സാന്നിദ്ധ്യം ഉറ പ്പാക്കിയിരുന്നു. ഐ എം വിജയന്റെ ഫാസ്റ്റെസ്റ്റ് ഗോളിന്റെ ഏഷ്യൻ റെക്കാർഡ് മലയാളികൾക്കുള്ളതാണ്. ഇന്ത്യൻ ഫുട്ബോളിലെ പ്രഗ ത്ഭടീമുകളെ വെല്ലുവിളിക്കാനും ജയിച്ചുവരാനും കരുത്തുള്ള കേരളടീ മുകൾ ഉണ്ടായിരുന്ന പഴയകാലം ചരിത്രത്തിന്റെ ഭാഗമാണ്.

11

മഹാന്മാരുടെ പ്രിയപ്പെട്ട കളി

പ്രപഞ്ചം അറിയപ്പെടുന്നവരും ആദരണീയരുമായ മഹത് വ്യക്തികൾ ഫുട്ബോളിനെ അഗാധമായി സ്നേഹിച്ചിരുന്നു. യുഗപ്രഭാവനായ കാൾ മാർക്സ് ഇന്ത്യയുടെ രാഷ്ട്രപിതാവായ മഹാത്മാഗാന്ധി, മാർപ്പാപ്പാ തിരുമേനി ഫ്രാൻസിസ് പാപ്പ തുടങ്ങിയ മഹാന്മാരെല്ലാം ഫുട്ബോളിനെ വളർത്താനും പ്രചരിപ്പിക്കുവാനും സഹായിച്ചവരാണ്. മാനസിക വിഷമവുമായി ജീവൻ കൈവെടിയാൻ നിശ്ചയിച്ച യുവാവിനെ ജീവിതത്തിലേക്ക് തിരിച്ചുകൊണ്ടുവരുവാൻ വിവേകാനന്ദൻ ഉപദേശിച്ചത് ഫുട്ബോൾ കളിക്കുവാനാണ്. വിശ്വസാഹിത്യത്തിലെ പ്രഗത്ഭരായ കാമുവും കാഫ്കയും സാർത്രും ഫുട്ബോൾ ആരാധകരായിരുന്നു. ഫാക്ടറിയിൽ ജോലി ചെയ്യുന്ന തൊഴിലാളിയും സ്കൂളിലും കോളേജിലും പഠിക്കുന്ന വിദ്യാർത്ഥികളും ഉൾപ്പെടുന്ന പൊതുസമൂഹം ഫുട്ബോളിന്റെ ബന്ധുക്കളാണ്. 1857 ൽ ഹാരോയിൽ എഫ് സി ഷീൽഡ് ഫുട്ബോൾ ക്ലബ് രൂപീകരണത്തോടെ കോളേജും പരിസരങ്ങളും നാട്ടിൻപുറങ്ങളും കളിക്കളങ്ങളായി. കാലത്തു മുതൽ ഫാക്ടറിയിൽ ജോലി ചെയ്യുന്ന തൊഴിലാളികൾ സായാഹ്നത്തിൽ കാൽപ്പന്തു കളികളിൽ ഒത്തുചേർന്നു.

കാൽപ്പന്തു കളിയുടെ ജനകീയ സ്വഭാവത്തിന് സ്വന്തം സംഭാവന നൽകിയവരിൽ ഒന്നാം സ്ഥാനത്ത് കാൾ മാർക്സ് ആണ്. അദ്ധ്വാനിക്കുന്നവന്റെ ഉയിർത്തെഴുന്നേൽപ്പിനും സാമൂഹ്യമാറ്റത്തിനും ജീവൻ ഉഴിഞ്ഞുവച്ച മാർക്സ് 1848 ലാണ് *കമ്യൂണിസ്റ്റ് മാനിഫെസ്റ്റോ* പ്രസിദ്ധീകരിച്ചത്. കാൽപ്പന്തുകളിയുടെ കടുത്ത ആരാധകനായ മാർക്സ് സായാഹ്നങ്ങളിൽ സമയം ക്രമീകരിച്ച് ഗ്രൗണ്ടിന്റെ പരിസരത്ത് എത്തിച്ചേർന്നി

രുന്നു. എഫ് സി ഷെഫീൽഡ് ക്ലബ്ബിന്റെ രൂപീകരണം കേട്ടപ്പോൾ അദ്ദേഹം ആവേശഭരിതനായി. ക്ലബ്ബിന്റെ ഭാരവാഹികൾക്ക് സ്വന്തം കൈപ്പടയിൽ കത്തെഴുതി. ഫുട്ബോൾ കളിയുടെ പ്രചാരത്തിനു വേണ്ടി തന്റെ ഭാഗത്തുനിന്ന് പരമാവധി സഹായമുണ്ടാവുമെന്ന് ഭാരവാഹികൾക്ക് ഉറപ്പു കൊടുത്തു.

1866 ൽ ജനീവയിൽ സാർവ്വദേശീയ തൊഴിലാളി സമ്മേളനം ചേർന്നു. 1864 ൽ രൂപീകരിച്ച സാർവ്വദേശീയ തൊഴിലാളി സംഘടനയുടെ രണ്ടാം സമ്മേളനമായിരുന്നു. പ്രധാന സംഘാടകരിൽ ഒരാൾ കാൾ മാർക്സ് ആയിരുന്നു. സമ്മേളനത്തിന്റെ പൊതു കാര്യപരിപാടിക്കൊപ്പം ഫുട്ബോളും ചർച്ച ചെയ്യപ്പെട്ടു. കാൾ മാർക്സിന്റെ പ്രമേയമായിരുന്നു തൊഴിലാളി നേതാക്കളെ കാൽപ്പന്തുകളിയിലേക്ക് ആകർഷിച്ചത്. മാർക്സ് ഹ്രസ്വപ്രസംഗത്തിൽ പറഞ്ഞു: "തൊഴിലാളികൾ പ്രഭാതം മുതൽ തൊഴിലിൽ വ്യാപൃതമാവുകയാണ്. മനസ്സിനും ശരീരത്തിനും ഉന്മേഷം നല്കുവൻ കാൽപ്പന്തുകളിക്ക് കഴിയും. അതുകൊണ്ടു തൊഴിലാളി യൂണിയനുകൾ തങ്ങളുടെ പ്രാദേശിക ഘടകങ്ങളോടൊപ്പം ഒരു ഫുട്ബോൾ ക്ലബ്ബ് നിർബന്ധമായും രൂപീകരിക്കണം." സമ്മേളനം മാർക്സിന്റെ പ്രമേയം ഏകകണ്ഠമായി അംഗീകരിച്ചു. തുടർന്ന് യൂറോപ്പിൽ വ്യാപകമായി തൊഴിലാളികളുടെ ഫുട്ബോൾ ക്ലബ്ബുകൾ രൂപീകരിക്കുകയും പ്രാദേശിക ടൂർണ്ണമെന്റുകൾ നടത്തിവരികയും ചെയ്തു.

ലാറ്റിനമേരിക്കയിൽ ഫുട്ബോൾ ഒരു ലഹരിയായിരുന്നു. പാവപ്പെട്ടവൻ പട്ടിണി കിടക്കുമ്പോഴും പന്തിനോട് കടുത്ത പ്രേമമായിരുന്നു.

"ദാരിദ്ര്യമായിരുന്നു പ്രശ്നം. ദാരിദ്ര്യം മനസ്സിനെ മരവിപ്പിക്കും. ഉത്സാഹം കെടുത്തും. ആത്മാഭിമാനം ചോർത്തിക്കളയും. അത് മറക്കാൻ ഞങ്ങൾ പന്ത് തട്ടിക്കളിച്ചു. ആഹാരത്തിന് പകരം വെള്ളവും ഭക്ഷണത്തിനു പകരം ഫുട്ബോൾ കളിയും." ലോകം എന്നും സ്നേഹിക്കുന്ന ഫുട്ബോൾ രാജാവ് പെലെയുടെ വാക്കുകളാണ് മുകളിൽ ഉദ്ധരിച്ചത്. ലാറ്റിനമേരിക്കയിലെ പാവപ്പെട്ട മനുഷ്യരുടെ ജീവിതം പന്തുകളിയുമായി ഒട്ടിച്ചേർന്നു കിടക്കുന്നു.

കടുത്ത ദൈവവിശ്വാസികളായ ജനങ്ങൾ ദൈവത്തിന്റെ കളിയായി ഫുട്ബോളിനെ കൊണ്ടുനടക്കുന്നു. ബ്രസീലുകാർ ഫുട്ബോളിന്റെ കൂടപ്പിറപ്പുകളാണെന്ന് സ്വയം വിശ്വസിക്കുന്നു. "ചാൾസ് വില്യം" എന്ന സ്കോട്ട്ലൻഡുകാരൻ സാവോ പോളോയിലേക്ക് പന്തുമായി കടന്നു വന്നതോടെ ബ്രസീലിയൻ ജീവിതത്തിന് ഒരു പുതിയ പാത തെളിഞ്ഞു വന്നു. ബ്രസീലിയൻ ജനങ്ങൾ സാംബ നൃത്തത്തോടൊപ്പം ഫുട്ബോൾ കളിയും ജീവിതത്തിന്റെ ഭാഗമാക്കി. എന്നാൽ പത്തൊമ്പതാം നൂറ്റാണ്ടിൽ കളിയുടെ ആധിപത്യം വെള്ളക്കാർക്കും പ്രമാണിമാർക്കും ആയിരുന്നു.

ഇരുപതാം നൂറ്റാണ്ടിന്റെ ഉദയവും ബ്രസീലിയൻ ജനതയുടെ ഫുട്ബോൾ പ്രേമവും പൂവണിയുകയായിരുന്നു. പാവപ്പെട്ടവന്റെ ഉയിർത്തെഴുന്നേല്പിന്റെ കളിയായി ഫുട്ബോൾ മാറി.

1904 ൽ 'ദ ബാങ്ക് അത്‌ലറ്റിക് ക്ലബ്ബ്' നിലവിൽ വന്നതോടെയാണ് കറുത്ത മനുഷ്യരുടെ കളിക്കരുത്ത് ലോകം തിരിച്ചറിഞ്ഞത്. തുണിമിൽ വ്യവസായവുമായി ബന്ധപ്പെട്ടവരാണ് ഇതിന് മുൻകൈ എടുത്തത്. ഇരുപതു പേരോളം വരുന്ന സംഘാടകർക്ക് ഒരു ഗൂഢോദ്ദേശ്യം ഉണ്ടായിരുന്നു. മിൽത്തൊഴിലാളികളെ ഫുട്ബോൾ കളി പരിശീലിപ്പിച്ചാൽ അവർക്ക് ജോലി ചെയ്യാനുള്ള താല്പര്യവും ടീം സ്പിരിറ്റും വർദ്ധിക്കും. കറുത്തവരായ പാവപ്പെട്ട തൊഴിലാളികളിൽ ഫുട്ബോളിന്റെ ആവേശം പടർന്നുകയറിയത് കമ്പനികൾ വഴിക്കായിരുന്നു. ദ ബാങ്ക് ക്ലബ് കമ്പനിയിലേക്ക് കറുത്ത മനുഷ്യരെ വ്യാപകമായി റിക്രൂട്ട് ചെയ്തു. ഫുട്ബോൾ കളിക്കുവാൻ സന്നദ്ധരായി വന്ന ചെറുപ്പക്കാർക്ക് ജോലിസമയത്തിൽ ചില ഇളവുകൾ വരുത്തുവാനും അവർ തയ്യാറായി. ദ ബാങ്ക് ക്ലബ്ബ് ഉടമകൾ ഫുട്ബോൾ കളിയിൽ താല്പര്യം കാണിച്ചതിന് മാതൃകയായത് റഷ്യയിലെ തുണിമില്ലുകാരായിരുന്നു. റഷ്യയിലെ തുണിമിൽ വ്യവസായികൾ പത്തൊമ്പതാം നൂറ്റാണ്ടിന്റെ അവസാനത്തിൽ തന്നെ ഫുട്ബോൾ കമ്പം പ്രകടിപ്പിച്ചിരുന്നു. ബ്രിട്ടീഷുകാരായ വ്യവസായ ഉടമകളാണ് റഷ്യയിൽ ഇതിന് മാതൃക കാട്ടിയത്.

സാംബ നൃത്തത്തിന്റെ ചുവടും നാടൻ സംഗീതത്തിന്റെ അകമ്പടിയുമായി ബ്രസീലിൽ ഫുട്ബോൾ ഉയിർത്തെഴുന്നേല്ക്കുന്ന കാഴ്ചയാണ് പിന്നീട് കണ്ടത്. ബ്രസീലിലെ കൊച്ചുകുട്ടികളും വീട്ടമ്മമാരും ഉൾപ്പെടെ കടുത്ത ഫുട്ബോൾ ആരാധകരാണ്. സാംബ നൃത്തത്തെയും ഫുട്ബോളിനെയും സ്നേഹിക്കുമ്പോൾ തന്നെ ദൈവത്തിന്റെ സ്വന്തം നാട്ടുകാരാണ് തങ്ങളെന്ന് അവർ വിശ്വസിക്കുന്നു. കടുത്ത കത്തോലിക്കാ മതവിശ്വാസികളാണ് അവരെല്ലാം. സാവോ പോളോയിലെ മലയുടെ മുകളിൽ ആകാശത്തേക്ക് ഉയർന്നുനില്ക്കുന്ന ക്രിസ്തുദേവൻ ജനങ്ങൾക്ക് അനുഗ്രഹം ചൊരിയുകയും ഒപ്പം പന്തുകളിയിൽ ആകൃഷ്ടനായി കൈകൾ നീട്ടി "ഒരു പന്തിങ്ങോട്ട് അടിച്ചുതരൂ" എന്ന് ഭക്തജനങ്ങളോട് പറയുകയുമാണെന്ന് അവർ കരുതുന്നു. പട്ടിണി കിടക്കുമ്പോഴും ദൈവത്തോടൊപ്പം സാംബ നൃത്തവും ഫുട്ബോൾ കളിയും ജീവിതത്തിന്റെ ഭാഗമാക്കിയ പാവങ്ങളുടെ നാടും ബ്രസീൽ തന്നെ.

ലാറ്റിനമേരിക്കയിലും ആഫ്രിക്കയിലുമെല്ലാം അവഗണിക്കപ്പെട്ട മനുഷ്യരുടെ ജീവിതമന്ത്രമാണ് ഫുട്ബോൾ. പ്രൊഫഷണൽ ഫുട്ബോളർ ആവുകയെന്നതാണ് അവരുടെ ലക്ഷ്യം. ചേരികളിൽ പട്ടിണിയുമായി കഴിയുന്ന കുട്ടികളുടെ മനസ്സിൽ ഉയിർത്തെഴുന്നേല്പിന്റെ ജീവവായുവാണ് ഫുട്ബോൾ. ദാരിദ്ര്യത്തിന്റെ നരകയാതനയിൽനിന്നും കര കയ

റുവാൻ അവർക്കു പ്രത്യാശ നൽകുന്നത് ഫുട്ബോൾ കളിയാണ്. യൂറോപ്യൻ ക്ലബ്ബുകളിൽനിന്ന് കോടിക്കണക്കിന് ഡോളർ പ്രതിഫലം പറ്റുന്ന റൊണാൾഡോയും റോണാൾഡിഞ്ഞോയും സാമുവൽ എറ്റോയും ഹെർനാൽ ക്രെസ്പോയും എല്ലാം അവരുടെ മോഡലുകളാണ്. ഇതിഹാസ താരം പെലെയും മറഡോണയും യോഹാൻ ക്രൈഫും എല്ലാം പട്ടിണി കിടന്നവരാണ്. തെരുവുകളിൽ തുണി ബോളുകളും കടലാസ് ഉണ്ടകളുമായിരുന്നു അവരുടെ പഴയകാല ഫുട്ബോൾ.

12

ഫിഫ ഫുട്ബോൾലോകത്തിന്റെ നേതൃസംഘടന

ലോകത്തിലെ ജനസംഖ്യയിൽ 40 കോടിയോളം ജനങ്ങൾ ഫുട്ബോൾ കളിക്കാരാണ്. 208 രാജ്യങ്ങൾ ലോകഫുട്ബോൾ സംഘടനയായ ഫിഫയിൽ അംഗത്വമെടുത്തിട്ടുണ്ട്. ഐക്യരാഷ്ട്രസഭയുടെ ആസ്ഥാനത്തിന്റെ പ്രൗഢിയിലാണ് ഫിഫ കേന്ദ്രം പ്രവർത്തിക്കുന്നത്. തീരുമാനങ്ങളും നിയമാവലിയും കർക്കശമായി നടപ്പിൽവരുന്നു.

യൂറോപ്പിലും ചൈനയിലും ലാറ്റിനമേരിക്കൻ രാജ്യങ്ങളിലും ഫുട്ബോൾകളി വ്യാപകമാവുകയും സംഘടിതരൂപം കൈക്കൊള്ളുകയും ചെയ്യുന്ന ഇരുപതാം നൂറ്റാണ്ടിന്റെ തുടക്കത്തിലാണ് ലോക ഫുട്ബോൾ സംഘടന രൂപംകൊള്ളുന്നത്. 1904 മെയ് മാസം ഇരുപത്തിയൊന്നിന് പാരീസിലാണ് പ്രഥമ യോഗം നടന്നത്. ഫ്രാൻസ്, ബെൽജിയം, ഡെൻമാർക്ക്, ഹോളണ്ട്, സ്പെയിൻ, സ്വീഡൻ, സ്വിറ്റ്സർലൻഡ് എന്നീ രാജ്യങ്ങളിലെ പ്രതിനിധികളാണ് യോഗത്തിൽ പങ്കെടുത്തത്. മെയ് 21 ന് സംഘടനയുടെ രൂപീകരണം ഔദ്യോഗികമായി പ്രഖ്യാപിക്കപ്പെട്ടു. "ഫെഡറേഷൻ ഇന്റർനാഷണൽ ഡി ഫുട്ബോൾ അസോസിയേഷൻ" എന്നാണ് പേര്. ഫിഫ എന്ന ചുരുക്കപ്പേരിൽ അറിയപ്പെടുന്നു. ഫ്രഞ്ചുകാരനായ റോബർട്ട് ഗൂറിൻ ഫിഫയുടെ ആദ്യത്തെ പ്രസിഡന്റായി. 1909 വരെ ഫിഫ യൂറോപ്യൻ ഫുട്ബോൾ അസോസിയേഷൻ മാത്രമായിരുന്നു. മറ്റ് രാജ്യങ്ങളൊന്നും അറിഞ്ഞതായി ഭാവിച്ചില്ല. ദക്ഷിണാഫ്രിക്ക 1909 ലും അർജന്റീനയും ചിലിയും 1912 ലും അമേരിക്ക 1913 ലും അംഗത്വമെടുത്തു.

1914 ൽ തുടങ്ങിയ ഒന്നാം ലോകമഹായുദ്ധം എല്ലാത്തരം കായിക മത്സരങ്ങളെയും ബാധിച്ചു. 1918 ൽ യുദ്ധം അവസാനിക്കുംവരെ സംഘടനാ പ്രവർത്തനം നിശ്ചലമായി. 1921 ലാണ് വീണ്ടും സജീവമാകുന്നത്.

ഫിഫയുടെ മൂന്നാമത് പ്രസിഡന്റായി ഫ്രഞ്ചുകാരനായ യൂൾറിമെ സ്ഥാന മേറ്റു. പ്രവർത്തനക്ഷമമായി ഫിഫയെ വളർത്തിയെടുത്തത് യൂൾറിമെ ആയിരുന്നു. ഫുട്ബോളിനെ അഗാധമായി സ്നേഹിച്ചിരുന്ന സ്ഥിരോത്സാ ഹിയായിരുന്നു അദ്ദേഹം. 1924 ൽ ഒളിമ്പിക്സിൽ ഫുട്ബോളിന് മാന്യ മായ സ്ഥാനം ലഭിച്ചത് അദ്ദേഹത്തിന്റെ പരിശ്രമത്തിലാണ്. വിവിധ രാജ്യ ങ്ങളിലെ സംഘടനകളുമായി നിരന്തരബന്ധം സ്ഥാപിച്ചു. 1928 ൽ ആംസ്റ്റർഡാമിൽ നടന്ന ഒളിമ്പിക്സിൽ ഫുട്ബോൾ മത്സരങ്ങൾ സജീ വമായി. ഉറുഗ്വേ, സ്വിറ്റ്സർലൻഡ് ടീമുകളാണ് ഫൈനലിൽ മാറ്റുരച്ചത്. ആവേശകരമായ ഫൈനൽ മത്സരം കാണുവാൻ അരലക്ഷത്തിലധികം ജനങ്ങൾ എത്തിച്ചേർന്നിരുന്നു. മത്സരത്തിൽ ഉറുഗ്വേയാണ് സ്വർണ്ണം നേടി യത്. ഫുട്ബോളിന്റെ ജനകീയ സ്വഭാവം ഒളിമ്പിക്സിലെ ഫൈനൽ മത്സരത്തോടെ എല്ലാവർക്കും ബോധ്യമായി.

ഫുട്ബോൾ പ്രേമികളുടെ ആവശ്യവും പുതിയ പ്രസിഡന്റിന്റെ കർമ്മകുശലതയും ലോകഫുട്ബോൾ മത്സരങ്ങൾ എന്ന ആശയത്തിന് ശക്തി പകരുന്നതായിരുന്നു. 1928 മെയ് 26 ന് ചേർന്ന ഫിഫ യോഗ ത്തിൽ ലോക ഫുട്ബോൾ മത്സരങ്ങൾ പ്രധാന അജണ്ടയായി മാറി. യൂൾറിമെ തന്നെയാണ് മുൻകൈ എടുത്തത്. അദ്ദേഹം തന്നെ ആദ്യത്തെ ലോകകപ്പ് ഫുട്ബോൾ മത്സരങ്ങൾക്ക് പച്ചക്കൊടി കാട്ടി. ആറ് രാജ്യ ങ്ങൾ മത്സരം നടത്തുവാൻ അവകാശം ഉന്നയിച്ചു. ഉറുഗ്വേ ഹംഗറി, ഇറ്റ ലി, പോളണ്ട്, സ്പെയിൻ, സ്വീഡൻ എന്നിവരാണ് അപേക്ഷ നൽകിയ ത്. ഒടുവിൽ നറുക്ക് വീണത് ഉറുഗ്വേക്ക് ആയിരുന്നു. രണ്ടു തവണത്തെ ഒളിമ്പിക്സിലെ വിജയവും നൂറാം പിറന്നാളെന്ന കാരണവും ഉറുഗ്വേക്ക് അനുകൂലമായി. ലോകത്തിന്റെ എല്ലാ ഭാഗങ്ങളിലും ലോകകപ്പ് ഫുട്ബോൾ ചർച്ചയായി. പ്രാരംഭ പ്രവർത്തനങ്ങൾക്ക് യൂൾറിമെയുടെ വലംകൈയായി പോളണ്ടുകാരനായി സെക്രട്ടറി ഫ്രഷ്മാനും ഉണ്ടായി രുന്നു. ലോകകപ്പിന്റെ വിവരങ്ങളുമായി ഫിഫ എല്ലാ രാജ്യങ്ങളെയും ബന്ധപ്പെട്ടു. എന്നാൽ ഫിഫയുടെ രൂപീകരണവും ലോകകപ്പ് നടത്താ നുള്ള തീരുമാനവും ഇംഗ്ലണ്ടിന് ഇഷ്ടമായിരുന്നില്ല. അവർ അംഗത്വമെടു ക്കാതെ മാറിനിന്നു. ഫുട്ബോളിന്റെ കളിത്തൊട്ടിലായ ഇംഗ്ലണ്ടിന്റെ തീരു മാനം സംഘാടകരെ വിഷമിപ്പിക്കുന്നതായിരുന്നു. യൂൾറിമെയും ഫ്രഷ്മാനും മാനസികമായി തകർന്നു. പക്ഷേ, അത് തല്ക്കാലത്തേ ക്കായിരുന്നു പിന്നീടൊരു വാശിയായി. ഉത്തരവാദിത്വം അവരെ കർമ്മോ ന്മുഖരാക്കി. എല്ലാ എതിർപ്പുകളെയും നേരിട്ട് മുന്നോട്ടു പോകുവാൻ തന്നെ തീരുമാനിച്ചു.

ഫിഫയുടെ ജനനത്തിന് പങ്കാളികളായത് 7 രാജ്യങ്ങൾ മാത്രമാണ്. ഫ്രാൻസ്, ഡെൻമാർക്ക്, ബെൽജിയം, സ്വിറ്റ്സർലൻഡ്, നെതർലൻഡ് (ഹോളണ്ട്), സ്വീഡൻ, സ്പെയിൻ എന്നിവ മാത്രം. 1905 ൽ ആസ്ത്രേ ലിയയും ജർമനിയും ചേർന്നു. 1920 ൽ ഇംഗ്ലണ്ട് പിന്മാറി. കാരണം, ഒന്നാം ലോകമഹായുദ്ധത്തിന് കാരണക്കാരായ ജർമനി, ഹംഗറി, ആസ്ത്രിയ

എന്നിവരെ ഫിഫയിൽനിന്ന് പുറത്താക്കണമെന്ന ആവശ്യം തള്ളിയതിന്. വ്യത്യസ്തകാലങ്ങളിലെ തർക്കങ്ങൾ നിലനിന്നപ്പോഴും തികഞ്ഞ സ്പോർട്ട്സ്മാൻ സ്പിരിറ്റുമായി ലോകഫുട്ബോളിനെ നയിക്കാൻ ഫിഫക്ക് കഴിഞ്ഞു. ആധുനിക ഫുട്ബോൾ കേന്ദ്രമായ ഇംഗ്ലണ്ടിന്റെ അഭാവം ആദ്യം വിഷമം സൃഷ്ടിച്ചുവെങ്കിലും പിന്നീട് സജീവമായി. 1930 ൽ വേൾഡ്കപ്പിൽനിന്ന് വിട്ടുനിന്ന പല രാജ്യങ്ങളും പിന്നീട് സജീവമായി.

13

മോഷ്ടാക്കൾക്ക് യൂൾറിമെ കപ്പ് വേണം

ഒന്നാം ലോകകപ്പ് മത്സരങ്ങളുടെ അണിയറയിൽ മത്സരവിജയികൾക്കുള്ള കപ്പിനെ കുറിച്ച് സജീവമായ ചർച്ച നടന്നു. ഏറ്റവും ആകർഷകവും ലോകനിലവാരവുമുള്ള കപ്പിനുവേണ്ടി മാതൃകകൾ ക്ഷണിച്ചു. നിരവധി രാജ്യങ്ങളിൽനിന്നും മാതൃകകൾ വന്നു. ഫ്രഞ്ച് ശില്പിയായ ആബേൽ ലാഫ്ലറുടെ മാതൃകയാണ് സ്വീകരിച്ചത്. 1800 ഗ്രാം സ്വർണത്തിൽ നിർമ്മിച്ചതും വെള്ളിയും ഇന്ദ്രനീലവും കൊണ്ടുള്ള അടിത്തട്ടുള്ള കപ്പാണ് രൂപകല്പന ചെയ്തത്. ചഷകമേന്തി നില്ക്കുന്ന സ്വർണ്ണച്ചിറകുള്ള ദേവതയുടെ രൂപവും കപ്പിനോടുചേർത്ത് വെച്ചിട്ടുണ്ട്. 38 സെന്റിമീറ്ററാണ് ഉയരം. അടിത്തട്ടിലുള്ള സ്വർണ്ണത്തകിടിയിൽ വിജയിക്കുന്ന രാജ്യങ്ങളുടെ പേരുകൾ എഴുതിവെക്കാം.

ഉറുഗ്വേ മത്സരവേദിയിലാണ് കപ്പ് വെളിച്ചം കണ്ടത്. വാർത്തകളിൽ കപ്പിന്റെ വിശദാംശവും ശില്പിയും പടവും നിറഞ്ഞുനിന്നു. ഫുട്ബോൾ കളിക്കാരുടെ ആവേശമായ ലോകകപ്പിൽ കണ്ണുവെച്ചത് കളിക്കാർ മാത്രമല്ല. അവരോടൊപ്പം തന്നെ മോഷ്ടാക്കളും ഉണ്ടായിരുന്നു. കളിക്കാർക്ക് കളികൾ ജയിച്ച് കപ്പ് നേടാനുള്ള മോഹമാണെങ്കിൽ കള്ളന്മാർക്ക് കപ്പ് മോഷ്ടിച്ച് പണം നേടാനുള്ള ആഗ്രഹമായിരുന്നു വിജയികൾക്ക് കപ്പ് ലഭിച്ചുകഴിഞ്ഞാൽ 30 ദിവസത്തിനുള്ളിൽ കപ്പ് തിരിച്ചേല്പിക്കണം. പിന്നീട് ഫിഫ ആസ്ഥാനത്ത് ഭദ്രമായി സൂക്ഷിക്കും. മൂന്നു തവണ ചാമ്പ്യന്മാരായ രാജ്യത്തിന് കപ്പ് സ്വന്തമാണ്. ബ്രസീലുകാർക്കാണ് കപ്പ് സ്വന്തമാക്കാനുള്ള ഭാഗ്യമുണ്ടായത്. 1958, 1962, 1970 വർഷങ്ങളിലാണ് ബ്രസീൽ ജേതാക്കളായത്. കപ്പ് സ്വന്തമാക്കുവാൻ വേണ്ടി ബ്രസീലിനോട് ഇഞ്ചോടിഞ്ച് പോരാടിയത് ഇറ്റലിയാണ്. 1970 ൽ മെക്സിക്കോയിൽ നടന്ന ഫൈനൽ മത്സരത്തിൽ ബ്രസീലും ഇറ്റലിയും ഏറ്റുമുട്ടി.

1934 ലും 1938 ലുമാണ് ഇറ്റലി ചാമ്പ്യന്മാരായത്. അവർ 1958, 1962 ലെ ചാമ്പ്യന്മാരായ ബ്രസീലിനെ നേരിട്ടു. ഒന്നിനെതിരെ നാല് ഗോളിനാണ് ബ്രസീൽ വിജയക്കൊടി പാറിച്ച് കപ്പ് സ്വന്തമാക്കിയത്. സാംബനൃത്തത്തിന്റെ ചുവടും സംഗീത ലഹരിയുമായി ബ്രസീലിയൻ ജനങ്ങൾ ആനന്ദനൃത്തമാടി.

കള്ളന്മാർ കപ്പിന് പിന്നാലെ ഉണ്ടായിരുന്നു. ദിവസങ്ങൾക്കുള്ളിൽ കപ്പ് മോഷ്ടിക്കപ്പെട്ടു. ഈ സംഭവം ബ്രസീലിയൻ ജനതയെ ദുഃഖത്തിലാഴ്ത്തി. വളരെ വേഗത്തിൽ കള്ളന്മാർ പിടിയിലായി. പക്ഷേ, കപ്പുമാത്രം കിട്ടിയില്ല. മോഷ്ടാക്കൾ അത് ഉരുക്കി പണമാക്കി മാറ്റിയിരുന്നു. ബ്രസീലുകാർ തലപുകഞ്ഞാലോചിച്ച് പരിഹാരം കണ്ടെത്തി. പഴയ കപ്പിന്റെ മോഡൽ തയാറാക്കി ഫിഫയുടെ അനുവാദത്തോടെ അവ സൂക്ഷിച്ചു വെച്ചു.

1930 ൽ ഫിഫയുടെ പേരിലാണ് കപ്പ് നല്കിയിരുന്നത്. 46 ൽ കപ്പിന് പുനർനാമകരണം ചെയ്യപ്പെട്ടതോടെയാണ് യൂൾറിമെ കപ്പ് എന്ന പേരിൽ അറിയപ്പെട്ടത്. ഫിഫയുടെ വളർച്ചയിൽ സുപ്രധാന പങ്ക് വഹിച്ച പ്രസിഡന്റ് യൂൾറിമെയുടെ ബഹുമാനാർത്ഥമാണ് കപ്പിന് അദ്ദേഹത്തിന്റെ പേര് നല്കിയത്.

രണ്ടാം ലോകമഹായുദ്ധകാലത്ത് ഇറ്റലിക്കാരനായ വൈസ് പ്രസിഡന്റ് ഒട്ടോനിനോ ബറാസി ചെരിപ്പുകൂടിനകത്താക്കി തന്റെ കിടക്കയുടെ അടിയിലാണ് കപ്പ് ഒളിപ്പിച്ചുവെച്ചത്. പതിനൊന്നു വർഷവും എട്ട് മാസവും അദ്ദേഹം കപ്പ് ഭദ്രമായി സൂക്ഷിച്ചു.

1966 ൽ ഇംഗ്ലണ്ടിൽ വെച്ച് കപ്പ് മോഷണം പോയിരുന്നു. എട്ടാമത് ലോകകപ്പിന്റെ ആതിഥേയരായ ഇംഗ്ലണ്ട് മത്സരം തുടങ്ങുന്നതിനു മുമ്പ് കപ്പ് പ്രദർശിപ്പിച്ചിരുന്നു. എല്ലാവരുടെയും കണ്ണ് വെട്ടിച്ചുകൊണ്ട് മോഷ്ടാക്കൾ കപ്പുമായി കടന്നു. മോഷണം ഇംഗ്ലണ്ടിനു തന്നെ നാണക്കേടായി. ഭരണകൂടം ഉണർന്നു. ഒരുപാടുപേരെ ചോദ്യംചെയ്തു. കള്ളന്മാരെ കുറിച്ച് ഒരു തുമ്പും കിട്ടിയിട്ടില്ല. കുറ്റാന്വേഷകർ തലപുകഞ്ഞ് ആലോചിച്ചു. ലോകത്തിലെ എല്ലാ അന്വേഷക ഏജൻസികളുടെയും സഹായം തേടി. അന്വേഷണം തകൃതിയായി നടന്നു. പക്ഷേ, കുറ്റവാളിയെ മാത്രം പിടികിട്ടിയില്ല. ഒരുദിവസം കാലത്ത് സവാരിക്കിറങ്ങിയ യജമാനന്റെ കൂടെ വളർത്തുനായയും ഉണ്ടായിരുന്നു. വിശ്വസ്തനായ നായ നടത്തത്തിനിടയിൽ അടുത്തുള്ള കുപ്പത്തൊട്ടിയിലേക്ക് എടുത്തുചാടി. തിരിച്ചുവന്നത് മനോഹരമായ കപ്പുമായാണ്. യജമാനന് പെട്ടെന്ന് മനസ്സിലായി. മോഷണം പോയ യൂൾറിമെ കപ്പായിരുന്നു അത്. അതോടെ കപ്പ് തിരിച്ചുകൊണ്ടുവന്ന പിക്കിൾസ് എന്ന നായയും ചരിത്രത്തിന്റെ ഭാഗമായി.

എഴുപതിലെ ഒമ്പതാമത് മത്സരത്തിലാണ് ബ്രസീൽ കപ്പ് സ്വന്തമാക്കിയത്. 1974 മുതൽ പുതിയ ഫിഫ കപ്പാണ് വിജയികൾക്ക് നല്കി വന്നത്. പുതിയ കപ്പിന്റെ നിർമ്മാണത്തിനും രൂപകല്പനയ്ക്കുമായി ഫിഫ

ആഗോളതലത്തിൽ അപേക്ഷ ക്ഷണിച്ചു. അംഗരാജ്യങ്ങളിൽ നിന്നുൾപ്പെടെ 58 മോഡലുകൾ വന്നിരുന്നു. അതിൽ ഇറ്റാലിയൻ ശില്പി സിൽവിയെ ഗസാനിയ അയച്ച മോഡലാണ് അംഗീകരിക്കപ്പെട്ടത്. അദ്ദേഹം രൂപകല്പന ചെയ്തതാണ് പുതിയ വേൾഡ് കപ്പ്. ഈ കപ്പ് എത്രതവണ ചാമ്പ്യന്മാരായാലും സ്വന്തമാക്കാൻ കഴിയില്ല. 4,970 ഗ്രാം സ്വർണ്ണത്തിൽ നിർമ്മിച്ചതാണ് പുതിയ കപ്പ്. 36 സെന്റീമീറ്റർ ഉയരമുണ്ട്. 6.175 കിലോഗ്രാമാണ് ഇതിന്റെ തൂക്കം. മാലക്കൈറ്റുകൊണ്ട് നിർമ്മിച്ച ഇതിന്റെ തട്ടിൽ 2038 വരെ ട്രോഫി നേടുന്ന രാജ്യങ്ങളുടെ പേര് എഴുതുന്നതിനുള്ള സ്ഥലവും മാറ്റിവെച്ചിട്ടുണ്ട്.

ലോകഫുട്ബോൾ മേളയുടെ പിതാവെന്ന അറിയപ്പെടുന്ന യൂൾറിമെ 1954 ലാണ് പ്രസിഡന്റ് സ്ഥാനം ഒഴിഞ്ഞത്. 1921 മാർച്ച് ഒന്നിന് സ്ഥാനമേറ്റെടുത്ത് 33 വർഷക്കാലം ലോകഫുട്ബോളിന്റെ ചുക്കാൻ പിടിച്ചു. ഒന്നാം ലോകമഹായുദ്ധത്തിന്റെ കെടുതികൾക്കു ശേഷം നിർജ്ജീവമായ സംഘടനയാണ് അന്നുണ്ടായിരുന്നത്. 20 രാജ്യങ്ങൾ മാത്രം അംഗത്വമെടുത്ത കൊച്ചുസംഘടനയായിരുന്നു ഫിഫ. യൂൾറിമെ പിരിയുമ്പോൾ 85 രാജ്യങ്ങൾ അംഗത്വമെടുത്തിരുന്നു. 1956 ഒക്ടോബർ 26 നാണ് യൂൾറിമെ നിര്യാതനായത്. ഒരു സുവർണ്ണകാലഘട്ടത്തിന്റെ നായകനാണ് അദ്ദേഹം.

14

ആവേശം കലാപത്തിലേക്കും

കളിക്കളത്തിലെ വീറും വാശിയും ഫൈനൽ വിസിലോടെ അവസാനിക്കും. എന്നാൽ ഗ്രൗണ്ടിന് പുറത്ത് ഒഴുകിയെത്തുന്ന ആരാധകലോകം കളികഴിഞ്ഞാലും പകയൊരുക്കി ഏറ്റുമുട്ടിയ ചരിത്രം അപവാദമായി നിലനില്ക്കുന്നു.

ലോക ഫുട്ബോളിന്റെ ജനകീയതയ്ക്ക് മങ്ങലേല്പിച്ച സംഭവങ്ങൾ നിരവധിയാണ്. കളിക്കളത്തിലും പുറത്തുമായി ഒട്ടേറെ ദുരന്തങ്ങളുണ്ടായി. 1994 ൽ അമേരിക്കയിലാണ് മത്സരങ്ങൾ നടന്നത്. ആതിഥേയർക്കെതിരെ കൊളംബിയൻ ടീം ശക്തമായി പോരാടി. യു എസ് എ സ്വന്തം നാട്ടുകാരുടെ പിന്തുണയോടെ കളിക്കുകയാണ്. അവർക്ക് ജയിച്ചേ മതിയാകൂ. ജോൺ ഹാർച്ചിന്റെ ക്രോസ് കൊളംബിയൻ ബാറിൽ തട്ടി തിരിച്ചു വന്നു. കൊളംബിയൻ താരം എസ്കോബാർ പന്ത് ക്ലിയർ ചെയ്യാനുള്ള ധൃതിയിൽ കൊളംബിയയുടെ നെറ്റിലേക്ക് പന്ത് കയറി. കൊളംബിയയെ ഞെട്ടിച്ച സെൽഫ് ഗോൾ. കളിയിൽ തോറ്റ് തലകുനിച്ച് ഇറങ്ങിപ്പോയി കൊളംബിയക്കാർ. യു എസ് എ ക്ക് കൊളംബിയക്കാർ നല്കിയ സെൽഫ് ഗോൾ രക്ഷയായി. കൊളംബിയൻ കളിക്കാർ നാട്ടിൽ തിരിച്ചെത്തി. 1994 ജൂലായ് രണ്ടിന് കള്ളക്കടത്തുകാരുടെ താവളങ്ങളിലൊന്നായ മെഡലിന്റെ റസ്റ്റോറന്റിൽ വെച്ച് എസ്കോബാറിനെ വെടിവെച്ച് കൊന്നു. ഒരുമിച്ചിരുന്ന് ഭക്ഷണം കഴിക്കുന്നതിനിടെയാണ് വെടിയുണ്ടയുതിർത്തത്. ഒന്നല്ല ഒരു ഡസൻ വെടിയുണ്ടകളാണ് എസ്കോബാറിന്റെ ശരീരത്തിൽ തുളച്ചുകയറിയത്. "നിന്റെ കാലുകൾ ഞങ്ങളെ ചതിച്ചു. ഇനി നീ ജീവിച്ചിരിക്കണ്ടാ." എന്നാണ് കൊലയാളികൾ ആക്രോശിച്ചത്. വാതുവെപ്പുകാരാണ് കൊലപാതകത്തിനു പിന്നിലെന്ന് പിന്നീട് മനസ്സിലായി.

1930 മുതൽ ലോകകപ്പ് മത്സരങ്ങൾ നടത്തുവാൻ സന്നദ്ധമായ രാജ്യമാണ് അർജന്റീന. ഒടുവിൽ 1978 ലാണ് അവർക്ക് അവസരം ലഭിച്ചത്. മത്സരത്തിന്റെ തയ്യാറെടുപ്പ് നടക്കുമ്പോൾ ആഭ്യന്തരകലാപം തുടങ്ങി. ജനകീയ നേതാവായി ഭരണം നടത്തിയിരുന്ന ഇസബെൽ ഫെറോന്റെ സർക്കാരിനെ മിലിട്ടറി ജൂണ്ട അട്ടിമറിച്ചു. 1976 ലാണ് സംഭവം നടന്നത്. അതോടെ ലോകകപ്പ് മത്സരങ്ങൾ അവതാളത്തിലായി. ഫിഫ പുതിയ വേദി കണ്ടെത്തുന്നതിന്റെ പരിശ്രമത്തിലായി. ഫുട്ബോൾ ആരാധകരായ അർജന്റീനക്കാർക്ക് ഇത് സഹിച്ചില്ല. തെരുവിലിറങ്ങി ജനകീയ പ്രക്ഷോഭം നടത്തി. പട്ടാളഭരണത്തിന്റെ നിലപാട് അവതാളത്തിലാകുമെന്ന് മനസ്സിലാക്കിയ ഭരണകൂടം മത്സരങ്ങൾക്ക് തടസ്സമില്ലെന്ന് പ്രഖ്യാപിച്ചു. എന്നാൽ അനിശ്ചിതത്വം മാറിയില്ല. ലഫ്റ്റനന്റ് ജനറലിന്റെ പ്രഖ്യാപനം വന്നയുടൻ തന്നെ സംഘാടകസമിതി ചെയർമാൻ ആയിരുന്ന ജനറൽ ഒമർ കാർലോസ് ആക്ടീസിനെ ദേശീയപാതയിൽ വെടിവെച്ചു കൊന്നു. തുടർന്ന് വ്യാപകമായ പ്രതികാര നടപടികൾ ഉണ്ടായി. പതിനായിരക്കണക്കിന് മോണ്ടറോസുകൾ (ദേശസ്നേഹികൾ) ക്രൂരമായി പീഡിപ്പക്കപ്പെട്ടു. അതുവരെ കാണാത്ത നിന്ദ്യമായ പീഡനമുറകളാണ് ജനങ്ങൾക്കെതിരെ പ്രയോഗിച്ചത്.

1962 ലെ ഏഴാമത് ലോകകപ്പ് മത്സരങ്ങൾ ചിലിക്കാണ് ലഭിച്ചത്. അതും ഒരു തർക്കത്തിന്റെ വഴിയിൽ വീണുകിട്ടിയതാണ്. ലാറ്റിനമേരിക്കയ്ക്ക് അവകാശപ്പെട്ടതായിരുന്നു മത്സരം. ബ്രസീലും അർജന്റീനയും തമ്മിലുള്ള തർക്കത്തെ തുടർന്ന് ഇംഗ്ലണ്ടിന് കൊടുക്കുവാൻ ഫിഫ തയ്യാറായി. പക്ഷേ, ഒരുപാധി ഉണ്ടായിരുന്നു. ലാറ്റിനമേരിക്കയിൽനിന്ന് എന്തെങ്കിലും ഒരു രാജ്യം സന്നദ്ധമായാൽ അവർക്കു നല്കും. ഇതാണ് ഫിഫയുടെ തീരുമാനം ചിലി സന്നദ്ധത അറിയിച്ചു. അവർക്ക് ലഭിക്കുകയും ചെയ്തു.

ലാറ്റിനമേരിക്കയിലെ കൊച്ചു രാജ്യമാണ് ചിലി. അമേരിക്കയുടെ പടിഞ്ഞാറൻ തീരങ്ങളിൽ ഒരു നൂലുപോലെ കിടക്കുന്നു. കായിക രംഗത്തെന്നപോലെ വ്യാപാരരംഗത്തും അവർ ശ്രദ്ധേയരാണ്. വെടിയുപ്പ് കയറ്റിയയക്കുന്നതിൽ ലോക റെക്കോർഡുണ്ട്. തികച്ചും വൈവിധ്യം നിറഞ്ഞ ഭൂപ്രകൃതി. ഒരുവശത്ത് വിയോഡ്ഡെ മരുഭൂമി. മറുവശത്ത് നിബിഡവനങ്ങൾ. മറ്റൊരു ഭാഗത്ത് നില്ക്കാതെ പെയ്തിറങ്ങുന്ന മഞ്ഞുമല. കേരളത്തെ ഓർമ്മിപ്പിക്കുന്ന തെങ്ങിൻതോപ്പുകളും ചിലിയിൽ ധാരാളം കാണാം. സമുദ്രനിരപ്പിൽനിന്ന് എണ്ണായിരത്തോളം മീറ്റർ താഴ്ചയുള്ള മണൽത്തീരങ്ങളും ചിലിയിലുണ്ട്. അർജന്റീനിയൻ അതിർത്തിയോട് ചേർന്ന കോർഡേലേറിയ പ്രദേശമാകട്ടെ സമുദ്രനിരപ്പിൽനിന്നും 600 മീറ്റർ ഉയരത്തിലുമാണ്. ഭൂമിശാസ്ത്രപരമായി പ്രകൃതിയുടെ "കൈത്തെറ്റ്" എന്ന ഓമനപ്പേരുള്ള രാജ്യമാണ് ചിലി. ലോകകപ്പിനുള്ള അവകാശം ചിലിക്ക് കിട്ടിയെന്ന വാർത്ത അർജന്റീനയ്ക്ക് സഹിക്കാനായില്ല. മത്സരങ്ങൾ ചിലിയിൽനിന്ന് മാറ്റാനുള്ള എല്ലാ ഗൂഢനീക്കത്തിനും

അവർ മുൻകൈ എടുത്തു.

ലോകസന്തുലിതാവസ്ഥ തകിടംമറിക്കുന്ന സായുധവിപ്ലവകാരികളെ സഹായിക്കുന്ന രാജ്യമാണ് ചിലി. അവർക്കാവശ്യമായ വെടിയുപ്പ് ചിലിയാണ് കയറ്റി അയക്കുന്നത്. അത്തരമൊരു രാജ്യത്ത് ലോകഫുട്ബോൾ മത്സരങ്ങൾ നടത്തുന്നത് ആപത്തായിരിക്കും എന്നാണ് അർജന്റീനയുടെ വാദം. ഏത് സമയത്തും പൊട്ടിത്തെറിക്കാവുന്ന വൽപരീടോ അഗ്നിപർവ്വതത്തിന് തൊട്ടടുത്ത് ലോകമേള നടത്തുന്നതിന്റെ ആപത്തും അർജന്റീന പ്രചരിപ്പിച്ചു.

പ്രകൃതി ചിലിയോട് ക്രൂരമായി പെരുമാറുന്ന കാഴ്ചയാണ് പിന്നീട് കണ്ടത്. ഏഴാമത് മത്സരം തുടങ്ങുന്നതിന് കൃത്യം രണ്ടര വർഷം മുമ്പ് ചിലിയിൽ ഭൂകമ്പമുണ്ടായി. ഒപ്പം അഗ്നിപർവ്വതത്തിലുണ്ടായ ലാവാപ്രവാഹം - പ്രകൃതിയുടെ ക്രൂരത- നിരവധി ഗ്രാമങ്ങളെ തുടച്ചുനീക്കി. വിരോധഭാസമെന്നപോലെ ചിലിയൻ ദേശീയ ദിനത്തിലാണ് ദുരന്തം വിതച്ചത്. ജനങ്ങളും രാജ്യവും കണ്ണീരിലായി. ചെറുനഗരങ്ങളും പതിനായിരത്തോളം ജനങ്ങളും എന്നെന്നേക്കുമായി നഷ്ടപ്പെട്ടു. ഉറ്റവരുടെ വേർപാടും നാടിന്റെ മൊത്തം ദുരിതവും അനുഭവിക്കേണ്ടിവന്നു ചിലയൻ ജനതയ്ക്ക്. എല്ലാം കുറച്ചു കാലത്തേക്കായിരുന്നു. പിന്നീട് ഉയിർത്തെഴുന്നേല്ക്കുന്ന കാഴ്ചയാണ് ലോകം കണ്ടത്. പുനരുദ്ധാരണവും ലോകകപ്പ് മത്സരങ്ങൾക്കുള്ള തയ്യാറെടുപ്പും അവർ ഒരുമിച്ച് നടത്തി.

ദുരിതം വിതച്ച ജനങ്ങളുടെ ഉപജീവനവും പുനരധിവാസവും നടത്തുവാൻ രാജ്യം പാടുപെടുമ്പോൾ ഒരു കളി കൂടി ചുമക്കുവാൻ പ്രയാസമല്ലേ എന്ന ചോദ്യത്തിന് ചിലിയുടെ മറുപടി ആത്മവിശ്വാസം നല്കുന്നതായിരുന്നു. "തകർന്ന കെട്ടിടങ്ങളും രാജ്യവും പുനഃസൃഷ്ടിക്കാതെ മുന്നോട്ടു പോകാൻ വയ്യ. അതോടൊപ്പം ഫുട്ബോൾ മേളയും എന്ത് ത്യാഗം സഹിച്ചും ഞങ്ങൾ നടത്തും" എന്നായിരുന്നു ചിലിയുടെ മറുപടി. 1962 ൽ തന്നെ ലോകകപ്പ് നടന്നു. ചിലിയൻ ജനതയുടെ ത്യാഗത്തിന്റെയും ഫുട്ബോൾ പ്രേമത്തിന്റെയും മികച്ച ഉദാഹരണമായി അതിനെ കണക്കാക്കാം. ചിലിയിൽ നടന്ന ചാമ്പ്യൻഷിപ്പിലാണ് ഫുട്ബോൾ പ്രേമികളെ ദുഃഖത്തിലാഴ്ത്തിയ ആ സംഭവം നടന്നത്. ഹംഗറിയെ തോല്പിച്ച ബ്രസീൽ ടീമിൽ പെലെ ഉണ്ടായിരുന്നു. ക്രൂരമായ ആക്രമണത്തിൽ പരിക്കുപറ്റി പുറത്തുപോയി. അടുത്ത മത്സരം പോർച്ചുഗലുമായിട്ടായിരുന്നു. കളി ബ്രസീലിന് നിർണ്ണായകമാണ്. പരിക്കുമായി തന്നെ പെലെ ഗ്രൗണ്ടിൽ ഇറങ്ങി. ആസൂത്രിതമായ ആക്രമണമാണ് പെലെയ്ക്ക് എതിരെ നടന്നത്. വേദനകൊണ്ട് പുളയുന്ന പെലെയെ ഗ്രൗണ്ടിൽനിന്ന് സ്ട്രെക്ച്ചറിൽ പുറത്തേക്ക് കൊണ്ടുപോയി. ആരാധകർ പൊട്ടിക്കരഞ്ഞു. കപ്പലിൽ സഞ്ചരിക്കുകയായിരുന്ന ഒരു യുവതിയും പെലെയെ ഗ്രൗണ്ടിൽ നിന്ന് പുറത്തു കൊണ്ടുപോകുന്ന രംഗം ടിവിയിൽ കണ്ടുകൊണ്ടിരിക്കുകയായിരുന്നു. അവർ കരഞ്ഞു കൊണ്ട് കടലിലേക്ക് ചാടി മരിച്ചു. "ഇനി ഞാൻ ലോകകപ്പിൽ കളിക്കില്ല" എന്നു പറ

ഞ്ഞുകൊണ്ടാണ് പെലെ ഗ്രൗണ്ടിൽനിന്ന് പുറത്തുപോയത്.

1986 ലെ പതിമൂന്നാമത്തെ ലോകകപ്പ് മെക്സിക്കോയിലാണ് നടന്നത്. ആദ്യം കൊളംബിയക്കാണ് നല്കിയത്. അവസാനഘട്ടത്തിൽ അവർ കൈയൊഴിഞ്ഞു. കളി തുടങ്ങുന്നതിനു രണ്ടുവർഷം മുമ്പാണ് വിവരം ഫിഫയെ അറിയിച്ചത്. ഫിഫ അങ്കലാപ്പിലായി. രണ്ടു വർഷം കൊണ്ട് ലോകമത്സരം ആർക്കു നടത്താനാവും എന്നാണ് സംശയിച്ചത്. മെക്സിക്കൻ ഗവൺമെന്റ് ഇതൊരു വെല്ലുവിളിയായി എടുത്ത് മത്സരം നടത്താമെന്ന് സമ്മതിച്ചു. അങ്ങനെയാണ് പതിമൂന്നാമത് മത്സരങ്ങൾക്ക് മെക്സിക്കോ വേദിയാകുന്നത്. മത്സരത്തിനുള്ള തയ്യാറെടുപ്പിലായിരുന്നു മെക്സിക്കോ. ഒരിക്കൽ കളി നടത്തിയ പരിചയം അവർക്കുണ്ട്. 16 വർഷം മുമ്പാണത്. മെക്സിക്കോയുടെ ധീരമായ നിലപാടിനെ അർജന്റീന ഉൾപ്പെടെയുള്ളവർ അഭിനന്ദിച്ചു. തുടർന്നാണ് പ്രശ്നങ്ങൾ. മത്സരം ആരംഭിക്കുന്നതിന് ഒരുവർഷം മുമ്പ് ദുരന്തം മെക്സിക്കോയെ തേടിയെത്തി. 1985 സെപ്തംബറിൽ ഭീകരമായ തോതിൽ ഭൂകമ്പം രാജ്യമൊട്ടാകെ ഉണ്ടായി. മെക്സിക്കോയെ അത് ഭാഗികമായി തകർത്തു. പതിനായിരക്കണക്കിനാളുകളുടെ ജീവിതം കവർന്നെടുത്തു. ലോകമാകെ ദുഃഖത്തിൽ പങ്കുചേർന്നു. പതിമൂന്നാമത് മത്സരങ്ങൾ മാറ്റിവെക്കേണ്ടി വരുമെന്ന ചർച്ചകൾ ഫിഫയിൽ വന്നു. എന്നാൽ മെക്സിക്കോ പിൻവാങ്ങിയില്ല. ദുരന്തത്തെ അഭിമുഖീകരിച്ചുകൊണ്ട് മത്സരത്തിന് അരങ്ങൊരുക്കി. നേരത്തെ രണ്ടാം ലോകമഹായുദ്ധം കാരണം 42 നും 46 നും ലോകകപ്പ് മത്സരങ്ങൾ മാറ്റിവെക്കേണ്ടി വന്നിരുന്നു.

പ്രകൃതിയുടെ ദുരന്തങ്ങളും മനുഷ്യർ അനുഭവിച്ച ദുരിതങ്ങളും ഫുട്ബോളിന്റെ ജൈത്രയാത്രയെ തടസ്സപ്പെടുത്തിയില്ല. ഫീനിക്സ് പക്ഷിയെപ്പോലെ ഫുട്ബോൾ മത്സരങ്ങൾ മുന്നേറി.

15

പെലെ: ലോക ഫുട്ബോൾ ചക്രവർത്തി

ലോകകപ്പ് ഫുട്ബോളിൽ ഒരിക്കലും മങ്ങാത്ത വ്യക്തത്വം കാത്തു സൂക്ഷിച്ച ഒരാൾ മാത്രമേയുള്ളൂ. ബ്രസീലിന്റെ പത്താം നമ്പർ ജേഴ്സിക്കാരൻ പെലെ. ലോകത്തിൽ ഏറ്റവും കൂടുതൽ ആരാധകരുള്ളതും കറുത്ത മുത്തിന് തന്നെ. 17 വയസ്സിൽ ലോകഫുട്ബോൾ മേളയിൽ സാന്നിദ്ധ്യം അറിയിച്ച പെലെക്ക് കളിക്കരുത്തിന്റെ നേട്ടങ്ങളിൽ ഒന്നാം സ്ഥാനം സ്വന്തമാക്കാൻ കഴിഞ്ഞു. 20-ാം നൂറ്റാണ്ടിൽ ലോകം കണ്ട മികച്ച കളിക്കാരൻ പെലെ തന്നെ. "ഫുട്ബോളിന്റെ രാജാവെ"ന്ന പദവി ജനകോടികൾ മനസ്സറിഞ്ഞു നൽകിയതും പെലെക്ക് മാത്രം.

1959 ൽ സാന്റോസ് ക്ലബ്ബിന് വേണ്ടി സ്വന്തം പേരിൽ കുറിച്ചതു 127 ഗോൾ, ക്ലബ്ബിനും രാജ്യത്തിനും വേണ്ടി 1280 ഗോളുകൾ സ്കോർ ചെയ്തു. മൊത്തം 1380. ബ്രസീലിനുവേണ്ടി 93 മത്സരത്തിൽ 77 ഗോളുകൾ. 92 ഹാട്രിക്കുകൾ അന്തർ ദേശീയ മത്സരങ്ങളിൽ സ്വന്തം പേരിൽ കുറിക്കപ്പെട്ടു. 1970 ൽ മികച്ച വേൾഡ് ഫുട്ബോൾ താരം. മൂന്നുതവണ വേൾഡ് കപ്പ് നേടിയ ടീമിലെ കളിക്കാരൻ. ഇത്രയും വലിയ ബഹുമതി നേടിയെടുത്ത മറ്റൊരു കളിക്കാരൻ ഫുട്ബോൾ ലോകത്തിൽ ഇന്നോളം ഉണ്ടായിട്ടില്ല. അതുകൊണ്ട് തന്നെയാണ് ഫുട്ബോൾ ലോകം രാജപദവി അദ്ദേഹത്തിനു നല്കിയത്.

"എഡ്സൺ അറാന്റസ് ഡൊനാസിമെന്റോ" എന്നാണ് അദ്ദേഹത്തിന്റെ പൂർണ്ണനാമധേയം. 1940 ഒക്ടോബർ 23 ന് ബ്രസീലിലെ ട്രെഡ് കോറക്കോസ് എന്ന ചെറുപട്ടണത്തിൽ ഒരു ദരിദ്രകുടുംബത്തിൽ ജനിച്ചു. ജാവോ റാമോസ് ഡോ നാസിമെന്റോ എന്ന റോണാൾഡിനോ ആയിരുന്നു പിതാവ്. റൊണാൾഡിനോ ഫുട്ബോൾ കളിക്കാരനായിരുന്നു. കളിയിൽനിന്ന് ലഭിക്കുന്ന പ്രതിഫലംകൊണ്ടാണ് കുടുംബം കഴിഞ്ഞി

രുന്നത്. പ്രാദേശിക മത്സരങ്ങളിൽ ലഭിക്കുന്ന കുറഞ്ഞ വരുമാനമാണ് ഏക ആശ്രയം. ഡോണറ്റയാണ് മാതാവ്. അവർ സാധുകുടുംബിനിയായിരുന്നു.

പെലെക്ക് അനിയനും അനിയത്തിയും ഉണ്ടായിരുന്നു. കുടുംബത്തിന്റെ പ്രയാസം വർദ്ധിച്ചു വന്നു. ചില നേരങ്ങളിൽ ഭക്ഷണം തന്നെ ഉണ്ടാവില്ല. ദാരിദ്ര്യത്തിലും കഷ്ടപ്പാടിലും കഴിയുന്ന അഞ്ചംഗ കുടുംബത്തിൽ മറ്റു പ്രശ്നങ്ങൾ ഒന്നും ഉണ്ടായിരുന്നില്ല. അച്ഛന്റെ വരുമാനം കൊണ്ട് എങ്ങുമെത്താത്ത ദൈന്യത. പച്ചവെള്ളംകൊണ്ട് വിശപ്പ് മാറ്റിയ നിരവധി സന്ദർഭങ്ങൾ പെലെയുടെ മനസ്സിലുണ്ട്.

"ഫുട്ബോൾ ഒരു ലഹരിയായിരുന്നു. ഫുട്ബോൾ ലഹരി രക്തധമനികളിൽ പ്രവേശിച്ചാൽ വിശപ്പും ദാഹവും ഒന്നും ഓർമ്മയിലില്ല. പന്തും മൈതാനത്തെ ടച്ചുലൈനുകളും നെറ്റും പോസ്റ്റും മാത്രമേ മനസ്സിൽ കാണുകയുള്ളൂ. മറ്റെല്ലാം മാഞ്ഞുപോകും. വിശപ്പും ദാഹവും എല്ലാം മാറ്റുന്ന ഒറ്റമൂലിയാണ് ഫുട്ബോൾ." പെലെയുടെ വാക്കുകളിൽ ഫുട്ബോളിനോടുള്ള അഗാധമായ പ്രണയം പ്രതിഫലിച്ചു നിൽക്കുന്നു. അച്ഛന്റെ പന്തുകളിയാണ് മകനെയും കാൽപ്പന്തുകളിയുടെ വഴിയിലേക്ക് കൊണ്ടുപോയത്. വളരെ ചെറുപ്പത്തിൽ തന്നെ പഴയ തുണികെട്ടി വരിഞ്ഞുണ്ടാക്കിയ കൃത്രിമ പന്തുമായി കൂട്ടുകാർ കളിക്കാനിറങ്ങും. വളരെ ചെറിയ ഗ്രൗണ്ടിൽ ഫുട്ബോൾ നിയമങ്ങളൊന്നും ബാധകമല്ലാത്ത സ്വതന്ത്രമായ കളി. പെലെ തന്നെയായിരുന്നു കളിയിൽ കേമൻ. കൂട്ടുകാർ ചേർന്ന് നല്കിയ വിളിപ്പേര് "ഡിക്കോ" എന്നാണ്. കളിയിൽ ഒന്നാമനായ ഡിക്കോ തന്നെയാണ് കുട്ടിപ്പടയുടെ നേതാവ്. പട്ടിണിക്കാരനായ ഡിക്കോവിന് കാര്യങ്ങൾ ഏതാണ്ട് പിടികിട്ടി. ഫുട്ബോളാണ് രക്ഷാമാർഗ്ഗമെന്നും ജീവിതത്തിന്റെ ഉയർച്ച ഫുട്ബോളിലൂടെയാണെന്നും സ്വപ്നം കാണുമായിരുന്നു. പത്താം വയസ്സിൽ തന്നെ കുടുംബത്തിനു വേണ്ടി പണം കണ്ടെത്തുവാനുള്ള ഉത്തരവാദിത്വം ഡിക്കോവിൽ വന്നുചേർന്നു. വീട്ടുകാരുടെ നിർബ്ബന്ധമില്ലായിരുന്നെങ്കിലും എല്ലാം അറിയുന്ന കൊച്ചുബാലൻ ഉത്തരവാദിത്വം സ്വയം ഏറ്റെടുത്തു. വയറുനിറച്ചു ഭക്ഷണം കഴിച്ച ദിവസം ഓർമ്മയിലെങ്ങും ഉണ്ടായിരുന്നില്ല. അങ്ങനെ ആദ്യമായി ഒരു തൊഴിൽ കണ്ടെത്തി. ഷൂ പോളിഷ് ചെയ്യുന്ന ജോലി. ഇതിൽ കിട്ടുന്ന വരുമാനത്തിൽ ഒരു പങ്ക് വീട്ടിലും ബാക്കി ഫുട്ബോളിനും മാറ്റിവെച്ചു. ഒരു നല്ല പന്തു വാങ്ങണം. സ്വന്തമായൊരു ബൂട്ടും വേണം. വിഷയം കൂട്ടുകാരുമായി ചർച്ച ചെയ്തു. കൂട്ടായ പരിശ്രമത്തിലൂടെ പണം സംഭരിക്കാമെന്നു നിശ്ചയിച്ചു. ഷൂ പോളിഷിന് പുറമെ കടലവില്പനയും ആരംഭിച്ചു. പന്തുകളിയിലെ കൂട്ടായ്മയും സൗഹൃദവും ഒന്നിച്ചു മുന്നോട്ടുപോയി. ദിവസങ്ങൾ കൊഴിഞ്ഞു വീണു. കാര്യമായി വരുമാനം കിട്ടുന്നില്ല. ഫുട്ബോളും ബൂട്ടും എന്ന വലിയ സ്വപ്നത്തിന് സാഫല്യം നേടാൻ കാത്തിരിപ്പ് വേണ്ടിവരും. കൂട്ടുകാർ എന്നും രാത്രിയിൽ ചർച്ച ചെയ്യുന്നത് വരുമാനമാർഗ്ഗത്തെ പറ്റിയാണ്. ഒരുദിവസം കൂട്ടു

കാർ പുതിയ വഴി കണ്ടെത്തി അത് മോഷണമായിരുന്നു. റെയിൽവേ ഗോഡൗണിൽനിന്നും കടല മോഷ്ടിച്ചു. മോഷണമുതൽ ഒളിച്ചുവെക്കാൻ കൂട്ടത്തിൽ പ്രായം കുറഞ്ഞ സുഹൃത്തിനെ ഏല്പിച്ചു. കുന്നിനരികിലുള്ള പാറമടയിൽ മോഷണമുതൽ ഒളിച്ചുവെക്കാൻ ചെന്ന കൊച്ചു ബാലൻ പ്രകൃതിക്ഷോഭത്തിൽ നഷ്ടപ്പെട്ടു. കൂട്ടുകാരന്റെ വേർപാട് പെലെയെ വല്ലാതെ തകർത്തു. അതോടൊപ്പം തന്നെ മോഷണമെന്ന കുറ്റവും. ഇന്നും ഒരപരാധബോധം പെലെയുടെ മനസ്സിനെ അലട്ടുന്നുണ്ട്. തന്റെ ജീവിതത്തിലെ കറുത്ത പാടായിട്ടാണ് പെലെ ഈ സംഭവത്തെ കുറിച്ച് ആത്മകഥയിൽ കുറിച്ചിട്ടത്.

ഡിക്കോ പഠിത്തത്തിൽ തീരെ ശ്രദ്ധിച്ചിരുന്നില്ല. അമ്മ എപ്പോഴും സ്നേഹപൂർവ്വം ശാസിക്കുമായിരുന്നു. മകൻ അമ്മ പറയുന്നതെല്ലാം അനുസരിച്ചു എന്നു വരുത്തും. ഡിക്കോയുടെ സ്വപ്നലോകത്തിൽ ഒരു പന്തും ടച്ച് ലൈനും പോസ്റ്റും നെറ്റും മാത്രമായിരുന്നു. ഒരു ഫുട്ബോൾ കളിക്കാരനാവുകായെന്ന ജീവിതലക്ഷ്യം മനസ്സിൽ സൂക്ഷിച്ചു. ഡിക്കോയുടെ അച്ഛന്റെ മനസ്സിൽ മകന്റെ ഫുട്ബോൾ കമ്പം താല്പര്യമുണർത്തി. ഫുട്ബോളിന്റെ ബാലപാഠങ്ങൾ പറഞ്ഞുകൊടുത്തത് അച്ഛനായിരുന്നു. മകന്റെ ഭാവിയിൽ ഏറെ പ്രതീക്ഷയുണ്ടായിരുന്നു പിതാവിന്.

റൊണാൾഡിനോ, കുടുംബത്തോടെ പട്ടണത്തിലേക്ക് താമസം മാറ്റി. ട്രെഡ് കൊറകാസിനെക്കാൾ കുറെക്കൂടി വലിയ പട്ടണമായ റബൗറുവിലേക്കായിരുന്നു കൂടുമാറ്റം. കാരണം ഒന്നേ ഉണ്ടായിരുന്നുള്ളൂ. ഫുട്ബോൾ കളിയിൽ കുറേ കൂടിയ വരുമാനമുണ്ടാക്കുകയും ഡിക്കോവിന് ഒരു ക്ലബ്ബുമായി ബന്ധമുണ്ടാക്കുകയും ചെയ്യണം. ഈ മാറ്റം ഡിക്കോവിന് ഏറെ സഹായകമായി പുതിയ വീടിനടുത്തുള്ള കുട്ടികളുമായി ചേർന്ന് ഒരു ടീമിനെ സംഘടിപ്പിച്ചു പരിശീലനം തുടങ്ങാൻ വേദി ഒരുക്കിയതു മാറിത്താമസത്തിലൂടെയായിരുന്നു. “അമേരിക്കാനാ” എന്നായിരുന്നു ടീമിന്റെ പേര്. നന്നായി കളിക്കുന്ന കൊച്ചു പന്തുകളിക്കാരൻ അയൽക്കാരുടെ പ്രിയപ്പെട്ടവനായി മാറി. എന്നും വൈകുന്നേരങ്ങളിൽ കൊച്ചുമിടുക്കന്മാരുടെ കളി കാണുവാൻ പരിസരവാസികൾ ഒത്തുചേരുമായിരുന്നു. ആ പ്രദേശത്തുള്ള ഫുട്ബോൾ പ്രേമികളിലും കളിക്കാരിലും കുട്ടികളുടെ കളി സ്വാധീനം ചെലുത്തി. കൊച്ചുകൂട്ടുകാർക്ക് പഴയ പന്തുകളും പഴയ ബൂട്ടുകളും കിട്ടിത്തുടങ്ങി. നിധി കിട്ടിയ സന്തോഷമായിരുന്നു അവർക്ക്. ആയിടയ്ക്കാണ് ബൗറുവിലെ മേയറുടെ നേതൃത്വത്തിൽ കൊച്ചുകുട്ടികളുടെ ടൂർണ്ണമെന്റിന് തുടക്കമായത്. ടൂർണ്ണമെന്റിൽ അമേരിക്കാനായും പങ്കെടുത്തു. കൊച്ചു ഡിക്കോ കാണികളുടെ ഇഷ്ടതാരമായി മാറി. അമേരിക്കാനാ തോൽവി അറിയാതെ ഫൈനലിലെത്തി. ഫൈനൽ മത്സരം ആ നഗരത്തിന്റെ ഉത്സവംപോലെയായിരുന്നു. ആയിരങ്ങൾ കളികാണുവാൻ സ്റ്റേഡിയത്തിലെത്തി. കൂട്ടത്തിൽ റൊണാൾഡിനോയും ഉണ്ടായിരുന്നു. ഫൈനലിൽ ഡിക്കോ നേടിയ മിന്നുന്ന ഗോൾ വിജയം നിശ്ചയിച്ചു. അന്നു ഡിക്കോക്ക് പന്ത്രണ്ടു വയസ്സായിരുന്നു.

ഡിക്കോ പന്തുമായി മുന്നേറുമ്പോഴൊക്കെ ജനക്കൂട്ടം പെലെ, പെലെ എന്ന് ആർത്തുവിളിക്കുമായിരുന്നു. ആവേശത്തിന്റെ അലമാലകളുയർത്തിയ ഡിക്കോ അന്നു മുതൽ "പെലെ" ആയി മാറി. "പലപ്പോഴും പെലെ എന്ന് എന്നെ വിളിക്കുമായിരുന്നു. പക്ഷേ ഗ്രൗണ്ടിന് പുറത്തുനിന്ന് ആയിരങ്ങൾ ഒരുമിച്ച് പെലെ എന്നു വിളിച്ചപ്പോൾ ഞാൻ പോലും അറിയാതെ എന്റെ പേര് പെലെ ആയിമാറി" (പെലെയുടെ ആത്മകഥ).

കളിയിൽനിന്ന് കിട്ടിയ പണം 36 ക്രിസേറിയോസ് ആയിരുന്നു ബ്രസീലിയൻ കറൻസിയുടെ അന്നത്തെ പേര് ക്രിസേറിയോസ് എന്നാണ്. ആ തുക മുഴുവനും കൂട്ടുകാർ പെലെക്കാണ് നല്കിയത്. അവർക്കെല്ലാം പെലെ പ്രിയപ്പെട്ടവനായിരുന്നു. അമേരിക്കാനായുടെ വിജയം ഒരു വലിയ സംഭവമായി. കളിക്കാരുടെ ഫോട്ടോകളും വാർത്തകളും പ്രാധാന്യത്തോടെ പത്രങ്ങൾ പ്രസിദ്ധീകരിച്ചു. പെലെ ഗോളടിക്കുന്ന പടവും അച്ചടിച്ചു വന്നു. അതോടെ പെലെയെ ഫുട്ബോൾ ക്ലബ്ബുകൾ ശ്രദ്ധിച്ചു തുടങ്ങി. പെലെ എന്ന പന്ത്രണ്ട് വയസ്സുകാരനിലും പ്രതീക്ഷയുടെ മിന്നലാട്ടമുണ്ടായി.

റൊണാൾഡിനോ കളിച്ചുകൊണ്ടിരുന്ന ബൗറു അത്‌ലറ്റിക് ക്ലബ് ഒരു ജൂനിയർ ടീമുണ്ടാക്കുവാൻ തീരുമാനിച്ചു. പെലെയും കൂട്ടുകാരും ആ ടീമിൽ ചേർന്നു. വ്ളാഡ്മെർ ഡെബ്രിട്ടോ എന്ന ആളായിരുന്നു കോച്ച്. അദ്ദേഹം 1934 ലെ ലോകകപ്പിൽ ബ്രസീൽ ടീമിന്റെ മുന്നേറ്റ നിരയിൽ കളിച്ചിരുന്നു. കോച്ചിന് പെലെയേ ഇഷ്ടമായി. പെലെക്ക് അദ്ദേഹം പ്രത്യേക പരിശീലനം നല്കിവന്നു. പന്ത് സമർത്ഥമായി ഹെഡ്സ് ചെയ്തു ലക്ഷ്യത്തിലെത്തിക്കാനും ബൈസിക്കിൾ കിക്കിലൂടെ എതിരാളിയെ വിസ്മയിപ്പിക്കാനും പെലെയെ പരിശീലിപ്പിച്ചു. എന്നാൽ കൊച്ചിന് അധികകാലം അവിടെ നിലനില്ക്കുവാൻ കഴിഞ്ഞില്ല. അദ്ദേഹം മറ്റൊരു ക്ലബ്ബിലേക്ക് മാറി. അപ്പോഴേക്കും ഒരു ഫുട്ബോൾ കളിക്കാരന് വേണ്ടിവരുന്ന പ്രാഥമിക കാര്യങ്ങൾ പെലെ കരസ്ഥമാക്കിയിരുന്നു. പെലെക്കും മറ്റു ക്ലബിലേക്ക് ക്ഷണം വന്നു. റേഡിയം എന്ന പ്രൊഫഷണൽ ക്ലബിൽ 14 വയസ്സുകാരൻ പെലെ പ്രൊഫഷണൽ കളിക്കാരുടെ ടീമിൽ അംഗമായി. അപ്പോഴും പെലെ ജോലി ചെയ്തുകൊണ്ടിരുന്നു. ചായ വില്പന, കടല വില്പന എന്നീ ജോലികൾ റെയിൽവേസ്റ്റേഷൻ കേന്ദ്രീകരിച്ചായിരുന്നു. സ്കൂൾ പഠനം വേണ്ടെന്നു വെച്ചു. ഒരു ഷൂ കമ്പനിയിൽ തൊഴിലാളിയായി. അതിന് പുറമെ ഒരു സുഹൃത്തിന്റെ ഡ്രൈക്ലീനിങ് കടയിലും ജോലി ചെയ്തു. ഏതു ജോലി ചെയ്യുവാനും പെലെ സന്നദ്ധനായിരുന്നു. ഈ കാലത്താണ് പഴയ കോച്ച് ബ്രിട്ടോ ബൗറുവിൽ വീണ്ടും തിരിച്ചെത്തിയത്. അദ്ദേഹം റൊണാൾഡിനോയെ കാണുവാനിടയായി. പെലെയുടെ കാര്യങ്ങൾ മനസ്സിലാക്കി. തന്റെ ശിഷ്യനെ എങ്ങനെയും വളർത്തിയെടുത്തു നല്ല കളിക്കാരനാക്കണമെന്ന് ബ്രിട്ടോ തീരുമാനിച്ചു. സാവോ പോളോയിലെ റീജിനൽ ചാമ്പ്യൻഷിപ്പിൽ കളിക്കുന്ന പ്രധാന ടീമായിരുന്ന സാന്റോസിന്റെ പ്രസിഡന്റ് ജോർജ്ജ്

കൗറിയോട് പെലെയെ ടീമിലെടുക്കുവാൻ വേണ്ടി ശുപാർശ ചെയ്തു. ബ്രിട്ടോയുടെ ആവശ്യം സന്തോഷത്തോടെ ക്ലബ്ബ് സ്വീകരിച്ചു. പെലെക്ക് നിയമന ഉത്തരവ് കിട്ടി. മകനെ അകലേക്ക് വിടുന്നതിൽ റൊണാൾഡോക്ക് വിഷമമുണ്ടായിരുന്നു. എന്നാൽ അവന്റെ ഭാവിക്കാണ് അദ്ദേഹം മുൻഗണന നല്കിയത്. അങ്ങനെ 15–ാമത്തെ വയസ്സിൽ കൊച്ചുപെലെ സാന്റോസ് ക്ലബ്ബിൽ അംഗമായി.

കൊച്ചുപയ്യനാണെങ്കിലും അവന്റെ കളിമിടുക്ക് ക്ലബ്ബുകാരെ ആകർഷിച്ചു. വളരെ പെട്ടെന്നുതന്നെ പരിശീലന മത്സരങ്ങളിൽ പെലെയും രംഗത്തിറങ്ങി. ക്ലബ്ബുമായി കരാർ ഒപ്പിട്ടു. 5000 ക്രിസേറിയോസായിരുന്നു ലഭിക്കുക. കുടുംബത്തിന് വലിയ വരുമാനമായിരുന്നു ആ സംഖ്യ. വൈകാതെ കറുപ്പും വെള്ളയും നിറമുള്ള സാന്റോസിന്റെ ജേഴ്സിയണിഞ്ഞുകൊണ്ട് സൗഹൃദമത്സരത്തിൽ കളിക്കാനിറങ്ങി. ക്യൂബറ്റാവോ എന്ന ക്ലബ്ബിനെതിരെയാണ് മത്സരം. 15 കാരൻ പെലെയുടെ ബൂട്ടിൽനിന്ന് തുരുതുരാ നാലു ഗോളുകൾ നെറ്റിലെത്തി. സാന്റോസ്, 6–1 ജയിച്ചു. തുടർന്ന് ഒരു പ്രൊഫഷണൽ മാച്ചിൽ കൊറിന്ത്യൻസിനെതിരെയും പെലെ ഗോളടിച്ചു. പിന്നീട് തുടരെ തുടരെ മത്സരങ്ങൾ, തുടരെ തുടരെ ഗോളുകൾ, പെലെ പ്രശസ്തനായി. വരുമാനം വർദ്ധിച്ചു. ദാരിദ്ര്യം മാറി. പുതിയ വീടു പണിതു. പ്രശസ്തിയുടെ പടവുകൾ ഒന്നൊന്നായി കയറുകയായിരുന്നു.

സാവോ പോളോ പ്രൊഫഷണൽ ലീഗിൽ സാന്റോസിന് വേണ്ടി ഭൂരിപക്ഷം മത്സരങ്ങളിലും പെലെ കളിച്ചു. അപ്രധാന മത്സരങ്ങളിൽ പെലെ കളിച്ചിരുന്നില്ല. എന്നാൽ 32 ഗോളുകൾ നേടിയ പെലെ ലീഗിലെ ടോപ്പ് സ്കോറർ ആയി. 16–ാമത്തെ വയസ്സിൽ ബ്രസീലിന്റെ മഞ്ഞക്കുപ്പായമിടാൻ അവസരമൊരുക്കിയത് സാവോ പോളോ ലീഗ് മത്സരങ്ങളിലെ മികച്ച പ്രകടനമായിരുന്നു. പ്രഥമ അന്താരാഷ്ട്ര മത്സരം ബ്രസീലിന്റെ ആജന്മശത്രുക്കളായ അർജന്റീനക്കെതിരെ ആയിരുന്നു. റേക്കോകപ്പ്. 1957 ജൂലായ് 7 ന് ഞായറാഴ്ചയായിരുന്നു മത്സരം. ബ്രസീൽ 2–1 ന് തോറ്റു. ബ്രസീലിന്റെ ഏകഗോൾ പെലെയുടെ വകയായിരുന്നു. മൂന്ന് ദിവസം കഴിഞ്ഞു നടന്ന റീപ്ലേയിൽ ബ്രസീൽ 2 ഗോളിന് ജയിച്ചു. ഒരു ഗോൾ പെലെയുടെ ബൂട്ടിൽ നിന്നായിരുന്നു. വർഷങ്ങളോളം ബദ്ധവൈരികളാണ് അർജന്റീനയും ബ്രസീലും. എന്നും തോൽവിയായിരുന്നു ബ്രസീലിന്. ദുഃഖിതരായ ബ്രസീലിന് ഉയിർത്തെഴുന്നേല്പായിരുന്നു പെലെ. ബ്രസീലിന്റെ മുന്നേറ്റവും പെലെയുഗത്തിന്റെ തുടക്കവും റേക്കോക്കപ്പിലായിരുന്നു.

1958 ൽ സ്വീഡനിൽ നടന്ന ആറാമത്തെ വേൾഡ് കപ്പിൽ പങ്കെടുത്ത ബ്രസീൽ ടീമിൽ പെലെയും തെരഞ്ഞെടുക്കപ്പെട്ടു. ബ്രസീലിന്റെ അവസാന ഗ്രൂപ്പ് മത്സരത്തിൽ സോവിയറ്റ് യൂണിയനെതിരെയാണ് ലോകകപ്പിലെ അരങ്ങേറ്റം. അന്ന് പെലെക്ക് സ്കോർ ചെയ്യുവാൻ കഴിഞ്ഞിരുന്നില്ല. തുടർന്ന് വെയിൽസുമായി ക്വാർട്ടർ ഫൈനലിൽ പെലെ കളിച്ചു.

അന്ന് പെലെ ഗോൾ സ്കോർ ചെയ്തു. ലോകകപ്പിലെ ഫൈനൽ റൗണ്ട് മത്സരത്തിൽ ഗോൾ നേടുന്ന ഏറ്റവും പ്രായം കുറഞ്ഞ കളിക്കാരനെന്ന ബഹുമതി സ്വന്തമായി. അന്ന് പെലെക്ക് 18 വയസ്സ് തികഞ്ഞിരുന്നില്ല. പതിനേഴ് വയസ്സും ഇരുന്നൂറ്റിമുപ്പത്തൊമ്പത് ദിവസവുമാണ് പ്രായം. ഫ്രാൻസിനെതിരെ നടന്ന സെമിയിൽ 3 ഗോളുകൾ പെലെയുടെ വക യായിരുന്നു. ലോകത്തിലെ അദ്ദേഹത്തിന്റെ ആദ്യ ഹാട്രിക്. ഫ്രാൻസ് 5–2 ന് തോറ്റു. അന്നത്തെ മത്സരം പെലെയുടെതായിരുന്നു. വരാനിരി ക്കുന്ന ഫുട്ബോൾ വസന്തത്തിന്റെ സൂചന നല്കിയ പെലെ ജനഹൃദ യങ്ങളിൽ നിറഞ്ഞുനിന്നു.

ഫൈനൽ മത്സരം ആതിഥേയരായ സ്വീഡനോടായിരുന്നു. അരല ക്ഷത്തിലധികം ജനങ്ങളുടെ പിന്തുണയുമായി സ്വീഡൻ ആഞ്ഞുകളി ച്ചു. മൂന്നാം മിനിട്ടിൽ സ്വീഡന് ലീഡ് 1–0. എന്നാൽ 9 ഉം 32 ഉം മിനിട്ടുക ളിൽ വാവയുടെ ഗോളുകൾ ബ്രസീലിനെ മുന്നിലെത്തിച്ചു. രണ്ടാം പകു തിയിൽ കണ്ണഞ്ചിക്കുന്ന വേഗതയിലാണ് ബ്രസീലിനുവേണ്ടി പെലെ ഗോൾ നേടിയത്. 8 മിനിട്ടിനുള്ളിൽ 2 ാം ഗോളും. മത്സരം ബ്രസീൽ ജയിച്ചു. സ്കോർ 5–2 പ്രഥമ ലോകകപ്പിൽ വിജയകിരീടം ചൂടുകയും ചെയ്തു. ബ്രസീലിന്റെ ആദ്യലോകകപ്പ് വിജയം. അതോടെ പെലെ ഇതി ഹാസമായി മാറി. 1962 ൽ ബ്രസീൽ വീണ്ടും ലോകകപ്പ് നേടിയപ്പോഴും പെലെ ടീമിലുണ്ടായിരുന്നു. പല മത്സരങ്ങളിലും പരിക്ക് കാരണം കളി ക്കാനായില്ല. 1966 ൽ പെലെ ഉൾപ്പെട്ട ബ്രസീൽ ടീം ആദ്യ റൗണ്ടിൽ തന്നെ തോറ്റു ലോകകപ്പിൽ നിന്നു പുറത്തായി.

1970 ലെ ലോകകപ്പിൽ പെലെ ഉൾപ്പെടെ ബ്രസീൽ ടീം പങ്കെടു ത്തു. അന്നു പെലെക്ക് 29 വയസ്സ്. പെലെയുടെ അവസാനത്തെ ലോക കപ്പായിരുന്നു. മെക്സിക്കോ ലോകകപ്പ് ചരിത്രസംഭവമായി. ഇംഗ്ലണ്ടും– ബ്രസീലും തമ്മിൽ നടന്ന പ്രാഥമിക റൗണ്ട് മത്സരം പെലെയുടെ മന സ്സിൽ മായാതെ കിടക്കുന്നു. വാശിയേറിയ മത്സരമായിരുന്നു. ജെഴ്സിണോ നൽകിയ പാസ്സ് ഞൊടിയിടയിൽ തലയിൽ കണക്ട് ചെയ്ത് നെറ്റിലേക്ക് തിരിച്ചു വിട്ടതായിരുന്നു. ഒരു സെക്കന്റിന്റെ നൂറി ലൊരംശം സമയത്തിനുള്ളിൽ അതിവിദഗ്ദ്ധമായാണ് പന്തു കണക്ട് ചെയ്തത്. ഗ്യാലറികൾ ആർത്തുവിളിച്ചു. ഗോൾ... പക്ഷേ, ഗോൾ പോസ്റ്റിന്റെ എതിർവശത്തുണ്ടായിരുന്ന ഇംഗ്ലണ്ട് ഗോളി ഗോൾഡൻ ബാങ്സ് ഒരു പക്ഷിയെപ്പോലെ പറന്നുചാടി പന്ത് ബാറിന് മുകളിലേക്ക് കുത്തിയകറ്റി. തികച്ചും അവിശ്വസനീയമായ രക്ഷപ്പെടുത്തൽ. "നൂറ്റാ ണ്ടിന്റെ രക്ഷപ്പെടുത്തലെന്നാണ്" ഈ സംഭവത്തെ ലോകത്തിലെ പത്ര ങ്ങൾ വിശേഷിപ്പിച്ചത്.

പെലെയുടെ പ്രകടനം ലോകകപ്പിൽ ജ്വലിച്ചു നിൽക്കുന്നതായിരു ന്നു. മൂന്നാം തവണയും ബ്രസീലിന് ലോകകപ്പ് നേടിക്കൊടുത്തതിൽ മുഖ്യപങ്കാളി പെലെ ആയിരുന്നു. ഇറ്റലിക്കെതിരെ നടന്ന വിഖ്യാതമായ ഫൈനൽ മത്സരത്തിൽ പെലെ നിറഞ്ഞുനില്ക്കുകയായിരുന്നു. (1966 ൽ

മെക്സിക്കോയിൽ പോർച്ചുഗീസുകാരുടെ ക്രൂരമായ ചവിട്ടേറ്റു ഗുരുതരമായ പരിക്കുമായി സ്ട്രെക്ച്ചറിൽ പുറത്തേക്ക് പോകുമ്പോൾ കടുത്ത വേദനയിൽ പെലെ പറഞ്ഞു "ഇനി ഞാൻ ലോകകപ്പിനില്ല").

അന്നത്തെ സംഭവത്തിൽ ദുഃഖിതനായ പെലെ ഒരു ഫീനിക്സ് പക്ഷിയെപ്പോലെ 1970 ൽ മൈതാനം കീഴടക്കുകയായിരുന്നു. ബ്രസീലിന് ഉന്നതവിജയം നല്കിക്കൊണ്ട് പെലെ പ്രഖ്യാപിച്ചു "ലോകകപ്പിനോട് വിട."

കോടാനുകോടി ജനങ്ങളുടെ മനം കുളിർപ്പിച്ച സുന്ദരമുഹൂർത്തങ്ങൾ. കണ്ണഞ്ചിക്കുന്ന ഗോളുകൾ. ലോകം കണ്ട ഫുട്ബോൾ ഇതിഹാസം വേൾഡ് കപ്പിനോട് വിട പറഞ്ഞുവെങ്കിലും ഫുട്ബോൾ കോച്ചായും ബ്രസീലിലെ സ്പോർട്ട്സ് മന്ത്രിയായും തന്റെ കർമ്മപഥത്തിൽ ഉറച്ചുനിന്നു.

16

ഒളിമ്പിക്സും ലോകകപ്പും

കായികകഥയുടെ മാറ്റുരയ്ക്കുന്ന ഒളിമ്പിക്സ് മത്സരങ്ങൾ ലോക ശ്രദ്ധയാകർഷിക്കുന്നതാണ്. 1896 ലാണ് ഒളിമ്പിക്സിന് പതാകയുയർന്നത്. അന്ന് അന്താരാഷ്ട്ര ഫുട്ബോൾ എന്നത് ആരുടെയും ശ്രദ്ധയിലുണ്ടായിരുന്നില്ല. എങ്കിലും അനൗദ്യോഗികമായി ഫുട്ബോൾ മത്സരങ്ങൾ ഏഥൻസിൽ അരങ്ങേറിയിരുന്നു. 1900 ലും 1904 ലും പ്രദർശന ഇനമായി ഫുട്ബോൾ രംഗത്തുവന്നു. മൂന്നു ക്ലബ്ബുടീമുകൾ മാത്രമാണ് മത്സരിച്ചത്– ഒളിമ്പിക്സിന് വേദിയൊരുക്കുന്ന രാജ്യങ്ങളാണ് ടീമുകളെ നിശ്ചയിച്ചത്. 1904 ൽ ഫിഫ രൂപീകരണത്തോടെ ഒളിമ്പിക്സിൽ പ്രവേശനം നേടിയെടുത്തു. 1908 ലെ ലണ്ടൻ ഗെയിംസിൽ ഫുട്ബോൾ മത്സരങ്ങൾ അംഗീകൃതമായി അരങ്ങേറി. തുടക്കത്തിൽ 6 ടീമുകൾ മാത്രം. ഫ്രാൻസിൽനിന്ന് 2 ടീമുകളുണ്ടായിരുന്നു. 1912 ൽ 11 ടീമുകൾ മത്സരിച്ചു. എന്നാൽ ടീമുകളുടെ അസന്തുലിതാവസ്ഥയും രാജ്യങ്ങളുടെ താല്പര്യക്കുറവും മത്സരങ്ങൾക്ക് ആവേശം കുറിച്ചു. ഗോൾ നികത്തൽ ചടങ്ങുപോലെയാണ് കളികൾ. പത്തും പതിനഞ്ചും ഗോളുകൾ നേടിയാണ് വിജയം. 1908 ൽ ഡെന്മാർക്ക് ജയിച്ചത് ഫ്രാൻസിനെതിരെ പത്തു ഗോളിന്റെ ജയം. 1912 ൽ ജർമൻകാർ റഷ്യയെ തോല്പിച്ചതും 10 ഗോളിനു തന്നെ. പത്തുഗോളിന് തോറ്റതിൽ ക്ഷുഭിതനായ ചക്രവർത്തി റഷ്യൻ കളിക്കാർക്കു മടക്കയാത്രയ്ക്ക് ഫണ്ട് നിഷേധിച്ചു.

1920 ൽ ഈജിപ്താണ് യൂറോപ്പിന്റെ പ്രതിനിധിയായി ഒളിമ്പിക്സിലെത്തിയത്. 1924 ൽ തെക്കെ അമേരിക്കയിൽനിന്ന് ഉറുഗ്വേ പങ്കെടുത്തു. ജേതാക്കളായി. 1928 ലും വിജയം ആവർത്തിച്ചു. ഒളിമ്പിക്സിന്റെ ഫുട്ബോൾ അവകാശം നേടുന്ന ആദ്യ ലാറ്റിനമേരിക്കൻ രാജ്യമെന്ന ബഹുമതി 2004 വരെ ഉറുഗ്വേക്ക് സ്വന്തം. സ്വർണ്ണം നേടുന്ന രണ്ടാമത്തെ

ലാറ്റിനമേരിക്കൻ രാജ്യം അർജന്റീനയാണ്.

ഒളിമ്പിക്സിന്റെ ഭാഗമായുള്ള ഫുട്ബോൾ മറ്റു ഗെയിമുകളുടെ മുൻപിൽ മങ്ങിപ്പോവുന്നതായി തോന്നി. ഫിഫയുടെ യോഗം ഫുട്ബോളിന്റെ വളർച്ചയെക്കുറിച്ചുള്ള ചർച്ചയിൽ ഉരുത്തിരിഞ്ഞ ആശയമാണ് ലോകകപ്പ് ഫുട്ബോൾ. ഒളിമ്പ്യൻ ഫുട്ബോൾ താരം എന്ന ബഹുമതി 1938 വരെ കളിക്കാരിൽ ആവേശമുയർത്തിയിരുന്നു. ലോകകപ്പിന്റെ വളർച്ച ഒളിമ്പിക്സിൽ ഫുട്ബോളിന്റെ നിറം കെടുത്തി. മാത്രമല്ല, പ്രൊഫഷണൽ ഫുട്ബോൾ ലോകത്തെ കീഴടക്കിയപ്പോൾ അമച്വർ ഫുട്ബോളായ ഒളിമ്പിക്സ് കളിക്കാരിൽ ആവേശം സൃഷ്ടിക്കുന്നുമില്ല.

ഫുട്ബോൾ ആവേശം ഒളിമ്പിക്സിൽ എത്തിക്കുവാൻ വേണ്ടി 1984 ലെ ലോസ് ഏഞ്ചൽസ് ഒളിമ്പിക്സിൽ പ്രൊഫഷണൽ കളിക്കാർക്ക് കൂടി അവസരം നല്കാമെന്ന് അന്താരാഷ്ട്ര ഒളിമ്പിക്സ് സമിതി (ഐ ഒ സി) തീരുമാനിച്ചുവെങ്കിലും ഫിഫ എതിർത്തു. കാരണം, അമച്വർ, പ്രൊഫഷണൽ വേർതിരിവ് ഇല്ലാതാകും. ഒപ്പം ലോകകപ്പിന്റെ പ്രൗഢി കുറയ്ക്കും എന്നാണ് ഫിഫയുടെ വാദം. അവസാനം ഒത്തുതീർപ്പായി. ഏഷ്യ, ആഫ്രിക്ക, ഓഷ്യാനിയ മേഖലയിലെ ടീമുകൾക്ക് പ്രൊഫഷണൽ കളിക്കാരെ ഒളിമ്പിക്സിൽ ഇറക്കാമെന്നാണ് തീരുമാനം.

17

കളിക്കിടയിലെ കറുത്ത പാടുകൾ

ലോകകപ്പ് ഫുട്ബോളിലെ എട്ടു പതിറ്റാണ്ടുകൾ സംഭവബഹുലമാണ്. കള്ളക്കളികളും ഒത്തുകളിയും റഫറി പക്ഷംപിടിച്ചതും ഉൾപ്പെടെ ഒട്ടേറെ സംഭവങ്ങൾ ഫുട്ബോൾ എന്ന ജനകീയ വിനോദത്തിന് കാര്യമായ ക്ഷതമുണ്ടാക്കുന്നതായിരുന്നില്ല. ഏതെങ്കിലും ചില സംഭവങ്ങൾ ശ്രദ്ധയിൽപ്പെട്ടാൽ നിയമം ഭേദഗതി ചെയ്തും പരിഹാരം കണ്ടിട്ടുണ്ട്.

1930 ൽ ആദ്യത്തെ ടൂർണ്ണമെന്റിന് ഉറുഗ്വേയിൽ അരങ്ങൊരുങ്ങി. രണ്ടാമത്തെ മത്സരം ഫ്രാൻസും അർജന്റീനയും തമ്മിൽ. കടുത്ത മത്സരമായിരുന്നു. ഫ്രാൻസിനായിരുന്നു കളിയിൽ ആധിപത്യം. എന്നാൽ മത്സരം ഫ്രാൻസിന്റെ പരാജയത്തിൽ കലാശിച്ചു.

കളി അവസാനിക്കുവാൻ കേവലം 9 മിനിട്ട് മാത്രം. അർജന്റീനയ്ക്ക് അനുകൂലമായി ഒരു ഫ്രീകിക്ക്. കളിക്കാർ പൊസിഷനിൽ നില്ക്കുവാൻ ഒത്തുകൂടി. റഫറി വിസിൽ അടിച്ചില്ല. പക്ഷേ, അർജന്റീനയുടെ കളിക്കാർ കിക്കെടുത്തു. ഗോളിയുടെ മാറിയ പൊസിഷനിൽ പന്തു നെറ്റിലെത്തിച്ചു. കളിക്കാർ പ്രതിഷേധിച്ചു. ഫലം കണ്ടില്ല. റഫറി ഗോൾ സ്ഥിരീകരിച്ചു. സെന്റർ സർക്കിളിലേക്ക് വിരൽ ചൂണ്ടി. ഫ്രാൻസ് രണ്ടും കല്പിച്ചു കളിച്ചു. അർജന്റീനയുടെ പെനാൽട്ടി ഏരിയയിൽനിന്ന് ഫ്രാൻസ് ഗോൾ അടിക്കുമെന്നു തോന്നിയ ഘട്ടത്തിൽ ലോങ് വിസിൽ മുഴങ്ങി. കളി അവസാനിച്ചു. അപ്പോഴും കളി തീരുവാൻ 6 മിനിട്ട് ബാക്കിയായിരിക്കുകയാണ്. ബ്രസീലുകാരനായ റോഗോ ആയിരുന്നു റഫറി. അദ്ദേഹം ബോധപൂർവ്വം ഫ്രാൻസിനെ തോല്പിക്കുകയായിരുന്നു. ഉടൻ ജനങ്ങൾ പ്രതിഷേധിച്ചു ഗ്രൗണ്ടിൽ കയറി. പൊലീസ് ഇടപെട്ടു. കളിക്കാരും ടീമാകെയും പ്രതിഷേധിച്ചു. പക്ഷേ, തീരുമാനം തിരുത്തുവാൻ

റോഗോ തയ്യാറായില്ല.,

1978 ൽ അർജന്റീനയിലാണ് ചാമ്പ്യൻഷിപ്പ് നടന്നത്. മേജർ വിഡേലയയെന്ന സ്വേച്ഛാധിപതിയാണ് രാജ്യം ഭരിക്കുന്നത്. ആഭ്യന്തരകലാപത്തെ തുടർന്ന് മനുഷ്യത്വഹീനമായ ഒട്ടേറെ സംഭവങ്ങൾകൊണ്ട് അർജന്റീന പ്രക്ഷുബ്ധമായ കാലം. ഭരണാധികാരിക്ക് ഒരു കാര്യത്തിൽ വാശിയുണ്ട്. ചാമ്പ്യൻഷിപ്പ് എങ്ങനെയും പിടിച്ചെടുക്കണം. അർജന്റീനക്കാരുടെ ഫുട്ബോൾ പ്രണയം തനിക്കനുകൂലമാക്കാൻ അതാണ് വഴിയെന്ന് അദ്ദേഹം നിശ്ചയിച്ചു. കരുക്കൾ നീക്കി. അതിന്റെ പ്രതിഫലനം കളികളിൽ കണ്ടുതുടങ്ങുകയായിരുന്നു. അർജന്റീനയും ബ്രസീലും പെറുവും പോളണ്ടും ഒരേ ഗ്രൂപ്പിലായിരുന്നു. കൂടുതൽ പോയിന്റ് നേടുന്ന ടീം സെമി കളിക്കാതെ ഫൈനലിലെത്തും. ബ്രസീലിനായിരുന്നു സാദ്ധ്യത. പക്ഷേ, പക്ഷപാതിയായ റഫറി മത്സരഫലം അട്ടിമറിച്ചു. പെറുവിനെ 3 ഗോളിന് തോല്പിച്ച ബ്രസീലിനെ മറികടക്കണമെങ്കിൽ അർജന്റീനയ്ക്ക് പെറുവിനെ 4 ഗോളിന് തോല്പിക്കണം. അർജന്റീന നേടിയത് നാലല്ല 6 ഗോളുകൾ. ക്യൂ ബില്ലാസിനെപ്പോലുള്ള ലോകതാരങ്ങൾ ഉണ്ടായിരുന്നിട്ടും പെറു ഇത്രയും ദയനീയമായി തോല്ക്കുമെന്ന് ആരും കരുതിയില്ല.

പെറുവിന്റെ ഗോളിയെപ്പറ്റിയായിരുന്നു കിംവദന്തികൾ. പക്ഷേ ഒത്തുകളിയിൽ പലരും പങ്കാളികളായി.

1982 ലെ ലോകകപ്പിൽ ബ്രസീലിനെ നയിച്ച സോക്രട്ടീസ് ഒരു പ്രത്യേകതരം കഥാപാത്രമായിരുന്നു. നീളമുള്ള കൈകാലുകൾ അദ്ദേഹത്തിന്റെ പ്രത്യേകതയാണ്. ആറടി മൂന്നിഞ്ച് ഉയരം. ഗ്രീക്ക് തത്ത്വചിന്തകനായ സോക്രട്ടീസിന്റെ നാമമാണെങ്കിലും മുഴുവൻപേര് സോക്രട്ടീസ് ബ്രസീലേ റോ സാമ്പിയോ ഡിസൂസ പെരേര ഒലിവേര വയൽകൊക്ക് എന്നാണ്. ആന്റി അത്‌ലറ്റ് എന്ന് സ്വയം പ്രഖ്യാപിച്ചാണ് അദ്ദേഹം കളിക്കാനിറങ്ങിയത്. പുകവലിയും മദ്യപാനവുമാണ് ഹോബി. അദ്ദേഹം എല്ലാ കളിക്കാരെയും ഉപദേശിക്കുന്നത് പുകവലിയും മദ്യപാനവും ഒഴിവാക്കാനാണ്. ഉപദേശിക്കുമ്പോൾ അദ്ദേഹം കുടിച്ചുകൊണ്ടിരിക്കും. ഒരു ഡോക്ടർ കൂടിയായിരുന്നു അദ്ദേഹം. പക്ഷേ, നിർഭാഗ്യം കരിനിഴൽപോലെ സോക്രട്ടീസിനെയും ബ്രസീലിനെയും പിന്തുടർന്നു.

1958 ലെ ലോകകപ്പിൽ പെലെ നേടിയ ഗോളിന്റെ ചന്തം ലോക ഫുട്ബോളിന് ഒരു വിരുന്ന് തന്നെയായിരുന്നു. സ്വീഡന്റെ ശക്തനായ ഡിഫന്റർമാർ ഗ്രെഗ്മാർക്ക്, ഗുസ്താവ്സൻ, അക്സബൻ എന്നിവരടങ്ങിയ ഉരുക്കുഭിത്തിയെ തകർത്തെറിഞ്ഞുകൊണ്ട് പെലെ നേടിയ ഗോൾ ചരിത്രത്തിൽ തിളങ്ങുന്ന ഓർമ്മയാണ്. പന്ത് തലയ്ക്കുമുകളിലൂടെ മറിച്ച് "ബൈസിക്കിൾ കിക്ക്" ഗോളിസെൽ സത്തേയും മറികടന്ന് ഗോൾ വലയത്തിലേക്ക് കടന്നത് മിന്നൽപ്പിണർ പോലെയാണ്. പ്രസിദ്ധ സ്പോർട്സ് ലേഖകനായ ഗ്രീൻ പറഞ്ഞത്. "സ്വർഗ്ഗത്തിൽ നിർമ്മിക്കപ്പെട്ട താരമാകുന്നു" പെലെയെന്നാണ്.

1976 ൽ ഇറ്റലിയെ 4–1 ന് തൂത്തുവാരി പെലെയുടെ മാന്ത്രികസംഘം മൂന്നാംതവണയും കപ്പ് നേടി സ്വന്തമാക്കിയപ്പോൾ ഒരു വയസ്സൻ നീഗ്രോ മരക്കുരിശുമായി ബ്രസീൽ മുഴുവൻ നടന്നു, "ദൈവത്തോട് നന്ദി പറയാൻ." 1962 ൽ ലോകകപ്പിൽ ഇംഗ്ലണ്ടിനെതിരെ മൂന്നു ഗോളുകളും ചിലിക്കെതിരെ 2 ഗോളും നേടിയ ചിലിയൻ സ്ട്രൈക്കർ ഗാരിഞ്ചയെ ഒരു ഫൗൾ കിക്കിനെ തുടർന്നു റഫറി ഗ്രൗണ്ടിൽനിന്ന് പുറത്താക്കി. റഫറിയുടെ നടപടിയിലുള്ള പ്രതിഷേധം ഗ്രൗണ്ടിന് പുറത്തുവച്ച് പ്രകടിപ്പിച്ചത് ചോര ചീറ്റിക്കൊണ്ടാണ്. ഒരു കുപ്പി തലയ്ക്കടിച്ച് തല പൊട്ടി ചോര ഒലിപ്പിച്ച് റഫറി ഡ്രസ്സിങ് റൂമിലെത്തി. ഫിഫയുടെ അച്ചടക്കസമിതി ഗാരിഞ്ചയെ ടൂർണ്ണമെന്റിൽനിന്നും വിലക്കി. ബ്രസീലിയൻ പ്രസിഡന്റ് മദ്ധ്യസ്ഥനായി വന്നു പറഞ്ഞിട്ടും തീരുമാനം മാറ്റാൻ ഫിഫ തയ്യാറായില്ല.

1998 ലെ ലോകകപ്പിൽ ഉപയോഗിച്ച പന്ത് അഡിഡാസിന്റെ ട്രൈകളർ പന്തായിരുന്നു. 1958 മുതലാണ് ഒഫീഷ്യൽ പന്ത് ടൂർണ്ണമെന്റിൽ ഉപയോഗിക്കുന്നത്. അതുവരെ ടൂർണ്ണമെന്റ് നടക്കുന്ന രാജ്യമാണ് പന്ത് നല്കുന്നത്. ലോകകപ്പിൽ ഉപയോഗിച്ച ആദ്യത്തെ മോഡൽ പന്തിന് "സാന്റിയാഗോ" എന്നാണ് പേര്. ടാൻഗോ–ടാൻകോ എസ്പാന 1982, ആസ്ട്രിയ മെക്സിക്കോ 1986, എട്രൂസ്കോ യുനിക്കോ 1990, കസ്ട്ര, 1994 എന്നീ പന്തുകളാണ് ഉപയോഗിച്ചിരുന്നത്. എട്രൂസ്സോ യുനെസ്കോ മെക്സിക്കോ കൈകൾകൊണ്ട് തുന്നിയ പന്തായിരുന്നു. തോലിനുപകരം സിന്തറ്റിക് മെറ്റീരിയൽസാണ് ഉപയോഗിച്ചത്. കസ്ട്ര പന്തുകൾ വ്യത്യസ്തമായ അഞ്ചു മെറ്റീരിയലുകൾ ഉപയോഗിച്ച് നിർമ്മിച്ചത്. മുൻകാലങ്ങളിൽ മൃഗങ്ങളുടെ തോലുപയോഗിച്ച് പന്തിനുള്ളിൽ മുടി കുത്തിത്തിരുകിയാണ് നിർമ്മിച്ചത്.

ഇരട്ടപ്പേരുള്ള കളിക്കാർ ലോകകപ്പിന്റെ പ്രത്യേകതയായിരുന്നു. പല പ്രശസ്ത കളിക്കാർക്കും കാണികൾ നല്കിയ പേരുകളാണ് ഇരട്ടപ്പേരായി മാറ്റിയത്. പെലെയും ഗാരിഞ്ചയും കൈസറും മുള്ളറും കൂടുതൽ പ്രശസ്തരായപ്പോൾ മികച്ച പോരാട്ടം നടത്തിയ മറ്റുതാരങ്ങൾക്കും ചെല്ലപ്പേരുകൾ വന്നുചേർന്നു. ഡുംഗ "ഷൈസ് നഗർ" എന്ന പേരിൽ അറിയപ്പെട്ടു. ബെബെറ്റോ "ക്രയിങ് ബേബിയായി". എഡ്മുണ്ടോ "ആനിമൽ" ആയി മാറി. ലിയനാഡോ "പ്രിൻസ് ലിയോ" എന്ന പേരിലായി. ഡിയർ റൊണാൾഡിനോ "റൊണാൾഡോ" എന്ന് പ്രസിദ്ധനായി. എൽപീബി എന്ന ചെല്ലപ്പേരാണ് കാർലോസ് വാൾഡനാമയ്ക്കുണ്ടായിരുന്നത്. ബ്ലോണ്ട് ഗുള്ളിറ്റ്, ലിറ്റിൽ ബോയ് എന്ന് അറിയപ്പെട്ടു. ആർച്ച് ഏഞ്ചൽ ഗാബ്രിയേൽ ആണ് ബാസ്റ്റിറ്റ്യൂട്ട. "ബാറ്റി ഗോൾ" എന്ന പേരിലും അദ്ദേഹം പ്രസിദ്ധനായി. കാർപ്പാത്തിയാൽ മറഡോണയായി. ജോർജ്ജു ഹാഗിലിറ്റിൽ ലിറ്റിൽ മറഡോണയെന്നും അറിയപ്പെട്ടു. ക്ലിൻസി എന്നു ചുരുക്കപ്പേർ ജൂർഗാൻ ക്ലിൻസ്മാനു തന്നെ. "ഡിമോലിഷന്മാർ" ലോത്തർ ഗെത്തോവുസാണ്. "പ്ലയിങ് ഡച്ചുമാനാണ് യോഹാൻ ക്രൈഫ്. ഗോൾഡ് ബൂട്ട് എന്ന വിശേഷണം മറഡോണയ്ക്കുള്ളതാണ്. "മഡൈർ" മാർസ

ലോസാലസാണ്. ആന്റൺ എന്ന് വിശേഷിപ്പിക്കപ്പെട്ടത് ടോണി പോൾസ്റ്റർ ആണ്. "ബുൾ" ആയത് ഡാനിയൽ ആക്രോച്ചിയാണെങ്കിൽ ബുൾഡോഗ് ജോസ് ലൂയിസ് ചിലാവർട്ടാണ്. "ഹിഡ്" എന്ന ചുരുക്കപ്പേരാണ് ഡിഡേ ടോപ്പിനകാത്തെക്ക്. "എൻമറ്റാഡോർ" എന്ന പേരിൽ പ്രസിദ്ധി നേടിയത് ലൂയിസ് ഫെർണാണ്ടസായിരുന്നു. "മാർഷൽ" എന്ന ഓമനപ്പേർ ഉറുഗ്വേയുടെ സൂപ്പർതാരമായ ജോസ് നസ്സാക്കിന്. ഓൾഡ് ഫോസ്കായിരുന്നു വാൾഡാറാമ. "ബ്ലോക്ക് ആരോ" ഫോസ്റ്റിനോ ആസ്ഫ്രില്ലറായിരുന്നു ഫിലിപ്രിനോ എൻസാഗി "സൂപ്പർവിപ്പോ" ആയി "ടോട്ടോ" എന്ന ചരുക്കപ്പേരിലാണ് സാൻവറ്റോർ ഷില്ലാച്ചി പ്രസിദ്ധനായത്. "ഗാസ" ഇംഗ്ലണ്ടിന്റെ പോൾഗാസ്കോയിനാണ്.

പത്താം നമ്പർ ജേഴ്സിയുടെ ഭാഗ്യം ലോക ഫുട്ബോളിൽ യാഥാർത്ഥ്യമാക്കിയത് ഫുട്ബോൾ രാജാവ് പെലെ തന്നെയാണ്. മാജിക് നമ്പർ എന്നാണ് വിശേഷണം. ഇത് വിജയത്തിന്റെ പ്രതീകമായി. പെലെയുടെ വഴിയിൽ പിന്തുടർന്നത് പിന്നീട് മറഡോണയാണ്. മറഡോണയും പത്താം നമ്പറിൽ പ്രസിദ്ധനായി. യൂസേബിയോ (പോർച്ചുഗൽ), വെളുത്ത പെലെ "സിക്കോ" (ബ്രസീൽ), മിഷേൽ പ്ലാറ്റിനി (ഫ്രാൻസ്), ഗാരി ലിനേക്കർ (ഇംഗ്ലണ്ട്), റൂഡ് ഗുള്ളിറ്റ് (ഹോളണ്ട്), മത്തേവുഡ് (ജർമനി) വാൾഡാറാമ (കൊളംബിയ), പോസ്റ്റിനേ ആസ്പ്രില്ല (പരാഗ്വേ), എൻസോസ്കിഫോ (ബെൽജിയം) ജോർജെ ഹാങ്ങി (റുമാനിയ), ഐഗർ പ്രൈട്ടർനോവ് (റഷ്യ) തുടങ്ങിയവരും 10–ാം നമ്പർ ഭാഗ്യം പരീക്ഷിച്ചവരാണ്.

എന്നാൽ ജോഹാൻ ക്രൈഫ് 14–ാം നമ്പറിൽ ഭാഗ്യം കണ്ടെത്തിയ താരമാണ്. റൊണാൾഡോ 9–ാം നമ്പർ ജേഴ്സിയും ബെക്കൻ ബോവർ 5–ാം നമ്പർ ജേഴ്സിയുമായി ലോകപ്രസിദ്ധരായി.

18

ലോകകപ്പ് ഫുട്ബോൾ മത്സരങ്ങൾ

ലോകകപ്പ് ഫുട്ബോൾ മത്സരങ്ങൾക്ക് എട്ടുപതിറ്റാണ്ടിന്റെ ചരിത്രമുണ്ട്. 1930 മുതൽ ആരംഭിച്ചു. നാലുവർഷത്തിൽ ഒരിക്കലാണ് മത്സരങ്ങൾ നടക്കുന്നത്. ഇതുവരെയായി 19 മത്സരങ്ങൾ നടന്നു. 20 ാമത് ചാമ്പ്യൻഷിപ്പിന്റെ ഫൈനൽ റൗണ്ട് മത്സരങ്ങൾക്ക് ബ്രസീലിൽ 2014 ജൂൺ 12 ന് തിരശ്ശീല ഉയർന്നു. പിന്നിട്ട 19 ചാമ്പ്യൻഷിപ്പ് പരമ്പരയിൽ മൊത്തം 24 ടീമുകൾക്കാണ് സെമിഫൈനൽ കാണുവാൻ കഴിഞ്ഞത്. അതിൽ 7 ടീമുകൾ മാത്രമാണ് ജേതാക്കളായത്.

അഞ്ചുതവണ കപ്പുജേതാക്കളായ ബ്രസീൽ ഒന്നാം സ്ഥാനത്തു നില്ക്കുന്നു. 1958, 62, 70, 94, 2002 വർഷങ്ങളിലാണ് ബ്രസീൽ വിജയകിരീടം ചൂടിയത്. 1950, 98 വർഷങ്ങളിൽ ഫൈനലിൽ പരാജയപ്പെട്ടു. 1938 ലും 78 ലും മൂന്നാം സ്ഥാനവും 94 ൽ നാലാം സ്ഥാനവും ബ്രസീലിനാണ്. മാത്രമല്ല യൂൾറിമെ കപ്പ് മൂന്നുതവണ കരസ്ഥമാക്കി സ്വന്തമാക്കിയതും ബ്രസീൽ തന്നെ. 19 ചാമ്പ്യൻഷിപ്പിലും ഫൈനൽ റൗണ്ടിൽ കളിച്ച രാജ്യവും ബ്രസീലാണ്.

രണ്ടാം സ്ഥാനത്തു നില്ക്കുന്നത് ഇറ്റലിയാണ്. 1934, 38, 82, 2006 വർഷങ്ങളിൽ നാലു തവണ അവർ വിജയികളായി. 70, 84 വർഷങ്ങളിൽ റണ്ണർ അപ്പും 90 ൽ മൂന്നാം സ്ഥാനത്തും 94 ൽ നാലാം സ്ഥാനത്തുമായിരുന്നു.

പശ്ചിമജർമനിയാണ് മൂന്നാം സ്ഥാനത്ത്. 54, 74, 90 വർഷങ്ങളിൽ ചാമ്പ്യന്മാരായിരുന്നു. 66, 82, 86, 2000 വർഷങ്ങളിൽ കലാശക്കളിയിൽ തോറ്റുപോയി. ഫൈനലിൽ കളിച്ചവരിൽ ബ്രസീലിനോടൊപ്പം ജർമനിയുമുണ്ട്. 1934, 70. 2006 ൽ മൂന്നാം സ്ഥാനവും 1958 ൽ നാലാം സ്ഥാനവും ജർമനിക്കാണ്.

നാലാം സ്ഥാനത്ത് അർജന്റീനയാണ്. 1978 ലും, 1986 ൽ ചാമ്പ്യൻഷിപ്പിലും. 30 ലും 90 ലും രണ്ടാം സ്ഥാനവും അർജന്റീനയ്ക്കാണ്.

ഉറുഗ്വേയും 2 തവണ ചാമ്പ്യന്മാരായി. 1930 ലും 50 ലും. രണ്ടു തവണ നാലാം സ്ഥാനക്കാരായിരുന്നു. 1954 ലും 70 ലും.

ഫ്രാൻസ് 1998 ലാണ് ചാമ്പ്യന്മാരായത്. 2006 ൽ 2–ാം സ്ഥാനവും 1958, 86 ൽ മൂന്നാം സ്ഥാനവും 82 ൽ നാലാം സ്ഥാനവും ഫ്രാൻസ് നേടി.

ഇംഗ്ലണ്ട് ഒരിക്കൽ മാത്രമാണ് കപ്പ് നേടിയത്. 1966 ൽ മാത്രം. 1990 ൽ നാലാം സ്ഥാനക്കാരായിരുന്നു.

ഫൈനൽ മത്സരത്തിൽ പരാജയപ്പെട്ട മറ്റു 4 ടീമുകൾ, ഹോളണ്ട്– 1974, 78, 2010. ചെക്കോസ്ലോവാക്യ– 1934, 62. ഹംഗറി– 1938, 54. സ്വീഡൻ– 1958 എന്നിവയാണ്.

പോളണ്ട്, ആസ്ട്രേലിയ, പോർച്ചുഗൽ, ചിലി, ക്രൊയേഷ്യ, തുർക്കി, യു എസ് എ എന്നീ രാജ്യങ്ങൾ മൂന്നാം സ്ഥാനവും യൂഗോസ്ലോവിയ, ബെൽജിയം, ബൾഗേറിയ, കൊറിയ, സോവിയറ്റ് യൂണിയൻ എന്നിവർക്ക് 4–ാം സ്ഥാനവും കൊണ്ട് തൃപ്തിപ്പെടേണ്ടി വന്നു.

2010 ലാണ് സ്പെയിൻ ചാമ്പ്യന്മാരായത്. ഫൈനലിൽ ഹോളണ്ടിനെ 1–0 ന് തോല്പിച്ചു.

1930 ഉറുഗ്വേ

1904 ൽ ഏഴു രാജ്യങ്ങൾ ചേർത്ത് രൂപീകരിച്ച ഫിഫയുടെ ദീർഘകാലത്തെ പരിശ്രമത്തിലാണ് ലോകകപ്പ് മത്സരങ്ങൾക്ക് ഉറുഗ്വേയിൽ തിരശ്ശീല ഉയരുന്നത്. 1908 മുതൽ ഒളിമ്പിക്സ് ഫുട്ബോൾ സംഘടിപ്പിക്കപ്പെട്ടു. ഒരു പ്രായോഗിക പ്രശ്നം അന്ന് സംഘാടകരെ അലട്ടിയിരുന്നു. പ്രൊഫഷണൽ ഫുട്ബോൾ കളിക്കാർക്ക് സാർവ്വദേശീയ രംഗത്ത് കഴിവ് പ്രകടിപ്പിക്കുവാൻ ഒരു വേദി വേണം. പ്രധാനമായും ഈ പ്രശ്നം യൂറോപ്യൻ മേഖലയിലാണ് സജീവമായത്. അങ്ങനെയാണ് പ്രൊഫഷണൽ കളിക്കാർക്കു കൂടി അവസരമുള്ള ഒരു വേദി എന്ന ചർച്ച സജീവമായത്. 1920 മുതൽ ഇതിനുവേണ്ടിയുള്ള നിരവധി കൂടിയാലോചനകൾ നടന്നുവെങ്കിലും 1928 ൽ നടന്ന ഫിഫ ജനറൽ ബോഡിയാണ് ഇതിനു പരിഹാരമായി വേൾഡ് കപ്പ് ഫുട്ബോൾ തീരുമാനിച്ചത്. ഫിഫാ പ്രസിഡന്റ് യൂൾറിമെയാണ് ഇതിന് നേതൃത്വം നല്കിയത്. തുടർന്ന് മത്സരവേദിയെക്കുറിച്ച് ചർച്ചയായി. 5 രാജ്യങ്ങൾ മത്സരം നടത്തുവാൻ മുന്നോട്ടുവന്നു. ഉറുഗ്വേ, ഇറ്റലി, ഹോളണ്ട്, സ്പെയിൻ, ഹംഗറി എന്നിവയാണ് അവകാശവാദക്കാർ. രണ്ടുതവണ ഒളിമ്പിക്സ് ജേതാക്കളായിരുന്നു ഉറുഗ്വേ. രാജ്യത്തിന്റെ 100–ാം വാർഷികവർഷമെന്ന പരിഗണനയും അവരുടെ ആവശ്യത്തിന് ബലം നല്കി. മാത്രമല്ല, പങ്കെടുക്കുന്ന രാജ്യങ്ങളുടെ യാത്രാചെലവും മറ്റു ചെലവുകളും വഹിക്കാമെന്നും ലാഭവിഹിതം പങ്കുവെക്കാനും നഷ്ടം സ്വയം സഹിക്കാൻ തയ്യാറാണെന്നും ഉറുഗ്വേ

അറിയിച്ചപ്പോൾ മറ്റെല്ലാവരും പിൻവാങ്ങി.

വെറും 20 ലക്ഷം ജനസംഖ്യയുള്ള ഉറുഗ്വേ എന്ന കൊച്ചുരാജ്യം, 7 മാസം കൊണ്ട് ഒരു ലക്ഷം പേർക്കിരിക്കുവാനുള്ള സ്റ്റേഡിയം പണിതു. "സ്വാതന്ത്ര്യ ശതാബ്ദി സ്റ്റേഡിയം" എന്ന് നാമകരണം ചെയ്തു.

ടീമുകൾക്ക് യാത്ര വലിയ പ്രശ്നമായിരുന്നു. വിമാനയാത്ര ഏറെ ചെലവേറിയതും. മോൺടിവി ഡോയിൽ എത്തുവാൻ ദീർഘമായ കപ്പൽ യാത്രയായിരുന്നു ആശ്രയം. ഫ്രാൻസ്, യൂഗോസ്ലാവിയ, റുമാനിയ, ബെൽജിയം ടീമുകൾ മാത്രമാണ് ദുർഘടമായ കപ്പൽ യാത്രയ്ക്ക് തയ്യാറായത്. മൂന്നാമത്തെ ദിവസം ദീർഘയാത്രയിൽ വഴിയിൽ വെച്ച് ബ്രസീലിനെയും കപ്പലിൽ കയറ്റി.

1930 ൽ ഫിഫയുടെ അംഗസംഖ്യ 55 രാജ്യങ്ങൾ മാത്രമായിരുന്നു. ഇതിൽ 13 ടീമുകളാണ് മത്സരങ്ങൾക്ക് തയ്യാറായത്. അന്ന് യോഗ്യതാ മത്സരങ്ങൾ ഒഴിവാക്കിയിരുന്നു. 13 ടീമുകളെ ഉൾപ്പെടുത്തിക്കൊണ്ട് ഫിക്സ്ചർ തയ്യാറാക്കി. 3 ടീമുകൾ വീതമുള്ള മൂന്നു പൂളും 4 ടീമുകളുള്ള ഒരു പൂളുമായാണ് ലീഗടിസ്ഥാനത്തിൽ മത്സരിച്ചത്. ഫിക്സ്ചറിൽ സീഡിങ് നടന്നപ്പോൾ വൻകര ടീമുകൾക്ക് പരിഗണന ലഭിച്ചു. അർജന്റീന, ബ്രസീൽ ഉറുഗ്വേ, യു എസ് എ എന്നീ നാലു ടീമുകൾ.

1930 ജൂലൈ 13 ന് ഉദ്ഘാടന മത്സരത്തിൽ ഫ്രാൻസും മെക്സിക്കോയും ഏറ്റുമുട്ടിയതോടെ പ്രഥമലോകകപ്പ് മത്സരങ്ങൾക്ക് തിരശ്ശീല ഉയർന്നു.

മത്സരം ആവേശകരമായിരുന്നു. ഫ്രാൻസ് മെക്സിക്കോയെ ഒന്നിനെതിരെ നാലു ഗോളിന് തോല്പിച്ചു. കളിയുടെ 19 ാം മിനിട്ടിൽ തന്നെ ഫ്രാൻസ് ഗോൾ നേടി. ഫ്രാൻസിന്റെ ലൂസിയൻ ലോറന്റാണ് ലോകകപ്പിലെ ആദ്യത്തെ ഗോളിന്റെ അവകാശിയായത്. അന്നുതന്നെ ഗ്രാൻപാർക്ക് സ്റ്റേഡിയത്തിൽ അമേരിക്കയും ബെൽജിയവും ഏറ്റുമുട്ടി. അമേരിക്കയുടെ വിജയം 3 ഗോളിനായിരുന്നു. 3–0 അമേരിക്കയുടെ ബെൽട്ട് പറ്റെനൗഡ് ആണ് മൂന്നു ഗോളുകളും നേടിയത്. ലോകകപ്പ് ഫുട്ബോളിൽ ആദ്യത്തെ ഹാട്രിക്കിന്റെ അവകാശിയായി ബെൽട്ട് പറ്റെനൗഡ് ചരിത്രത്തിന്റെ ഭാഗമായി. ആദ്യത്തെ സെൽഫ് ഗോൾ പിറന്നതും ഉറുഗ്വേയിലായിരുന്നു. മെക്സിക്കോ – ചിലി മത്സരങ്ങളിൽ മെക്സിക്കോയുടെ മാമ്വൽ റോസസ് സാഞ്ചസ്സാണ് അബദ്ധത്തിൽ സ്വന്തം പോസ്റ്റിൽ പന്തു തിരിച്ചുവിട്ടത്. അതോടെ ആദ്യത്തെ സെൽഫ് ഗോൾ മെക്സിക്കോയുടെ മാമ്വൽ റോസസ് സാഞ്ചസ്സിന്റെ പേരിൽ രേഖപ്പെടുത്തി.

ഗ്രൂപ്പ് മത്സരങ്ങളിൽ വിജയികളായ നാലു ടീമുകൾ സെമിയിൽ പ്രവേശിച്ചു. ഉറുഗ്വേ, അർജന്റീന, യൂഗോസ്ലാവിയ, അമേരിക്ക ടീമുകളാണ് സെമിയിൽ മത്സരിച്ചത്. അർജന്റീന അമേരിക്കയെയും ഉറുഗ്വേ യൂഗോസ്ലാവിയെയും നേരിട്ടു. അർജന്റീന ഒന്നിനെതിരെ ആറു ഗോളിന് അമേരിക്കയെയും ഉറുഗ്വേ അതേ ഗോളിന് (6–1) യൂഗോസ്ലാവിയയെയും തോല്പിച്ചു.

ഉറുഗ്വേ, അർജന്റീന ഫൈനൽ മത്സരം രാജ്യത്തിന്റെ ജനകീയ ഉത്സവമായി മാറി. ജനങ്ങൾ ഒഴുകിയെത്തുകയായിരുന്നു. ഒരുലക്ഷം പേർക്ക് ഇരിക്കാവുന്ന സ്റ്റേഡിയത്തിലാണ് കളി. ബ്യൂണസ് അയേഴ്സിൽനിന്നും പത്തു കൊച്ചു കപ്പലിലാണ് കാണികൾ റിവർപ്ലേറ്റ് വഴി മോൺടിവിഡോവിലെത്തിയത്. അപ്പോഴേക്കും സ്റ്റേഡിയം ജനബാഹുല്യത്താൽ വീർപ്പുമുട്ടുകയായിരുന്നു. സ്റ്റേഡിയത്തിൽ കടന്നുവരുന്ന കാണികൾക്ക് ദേഹപരിശോധന നടത്തിയാണ് പ്രവേശനം അനുവദിച്ചത്. ഫൈനൽ മത്സരം കടുത്തതായിരുന്നു. ഉറുഗ്വേ ആദ്യം നെറ്റ് ചലിപ്പിച്ചു. എന്നാൽ ആദ്യപകുതിയിൽ അർജന്റീനക്കാർ ഒരു ജോഡി ഗോളുകൾ തിരിച്ചടിച്ചു. സ്റ്റെബൈൽ നേടിയ ഗോൾ വിവാദത്തിലായിരുന്നു. രണ്ടാം പകുതിയിൽ ഉറുഗ്വേ അദ്ധ്വാനിച്ചു കളിച്ചു വിജയം പിടിച്ചെടുത്തു. സ്കോർ 4–2.

ഉറുഗ്വേ ലോകകപ്പ് ഫൈനലിൽ രസകരമായ തർക്കമുണ്ടായിരുന്നു. ഫൈനൽ മത്സരത്തിൽ ഉപയോഗിക്കുന്ന പന്തിനെച്ചൊല്ലിയാണ് തർക്കം. ഒത്തുതീർപ്പുണ്ടാക്കിയാണ് മത്സരം തുടങ്ങിയത്. ആദ്യപകുതിയിൽ അർജന്റീനയുടെ പന്തും രണ്ടാം പകുതിയിൽ ഉറുഗ്വേയുടെ പന്തുമാണ് ഉപയോഗിച്ചത്. അർജന്റീനിയൻ പന്തിൽ അവർക്കു തന്നെ മുൻതൂക്കം. സ്കോർ 2–1, ഉറുഗ്വേ പന്തിൽ അവർ നേടിയത് 3 ഗോളുകൾ. ശതാബ്ദി ആഘോഷിച്ച ഉറുഗ്വേക്ക് മഹത്തരമായ നേട്ടമായിരുന്നു പ്രഥമ ലോകകപ്പ്. ഒളിമ്പിക്സ് സ്വർണ്ണവും ലോകകപ്പും അവർക്ക് ലഭിച്ച ഇരട്ടനേട്ടമായി.

ഉറുഗ്വേ ക്യാപ്റ്റൻ ജോസ്നസാസി ഫിഫ പ്രസിഡന്റ് യൂൾറിമെയിൽനിന്നും പ്രഥമലോകകപ്പ് സ്വീകരിച്ചു. യൂഗോസ്ലാവിയയെ ഒരു ഗോളിന് പരാജയപ്പെടുത്തിയാണ് യു എസ് എ മൂന്നാം സ്ഥാനക്കാരനായത്. അർജന്റീനയുടെ–ഗില്ലർമോസ്കെ ബിൽ ടൂർണ്ണമെന്റിലെ ടോപ്പ് സ്കോറർ ആയി. ടൂർണ്ണമെന്റിൽ ഏറ്റവും കൂടുതൽ ഗോൾ നേടിയ ടീമെന്ന ബഹുമതിയും അർജന്റീനയ്ക്ക് തന്നെ. അവർ മൊത്തം സ്കോർ ചെയ്തത് 18 ഗോളുകൾ.

വിജയികൾ	ഉറുഗ്വേ	
പരാജിതർ	അർജന്റീന	സ്കോർ 4–2
മൂന്നാംസ്ഥാനം	യു എസ് എ	
നാലാം സ്ഥാനം	യൂഗോസ്ലാവിയ	സ്കോർ 1–0
ടോപ്പ് സ്കോറർ	ഗില്ലർ മോ സ്റ്റെബിൽ (അർജന്റീന)	8 ഗോൾ

ഇറ്റലി 1934

ഉറുഗ്വേ ലോകകപ്പ് വിജയകരമായി പര്യവസാനിച്ചപ്പോൾ യൂൾറിമെയും കൂട്ടുകാരും ആഹ്ലാദിച്ചു. ഫുട്ബോൾ ലോകത്ത് ലോകകപ്പ് ചർച്ച

യായി. ഉറുഗ്വേ ഭരണാധികാരികൾ വാശിയോടെ മത്സരം പിടിച്ചെടുക്കുന്നത് ഫിഫയ്ക്ക് ആശ്വാസം പകർന്നിരുന്നു. ബാദ്ധ്യതയില്ലാതെ മത്സരങ്ങൾ വിജയകരമായി നടന്നു. "ഫുട്ബോൾ" ലോകരാജ്യങ്ങളിൽ ലഹരിയായി മാറി. രണ്ടാം ലോകകപ്പിന്റെ വേദിക്കു വേണ്ടിയും തർക്കങ്ങൾ നടന്നു. ഇറ്റലിയും സ്വീഡനുമാണ് പ്രധാന എതിരാളികൾ. എന്നാൽ സാമ്പത്തികശേഷിയുടെ അടിസ്ഥാനത്തിൽ ഇറ്റലിക്ക് നറുക്കുവീണു.

ആദ്യത്തെ ലോകകപ്പ് മത്സരത്തിന് ടീമുകളെ കിട്ടുവാൻ യൂൾ റിമെയ്ക്ക് ഒരുപാട് പരിശ്രമിക്കേണ്ടി വന്നിരുന്നു. ഒടുവിൽ 13 ടീമുകളിൽ ഒതുക്കുകയായിരുന്നുവെങ്കിൽ രണ്ടാമത്തെ ലോകകപ്പിൽ ടീമുകളുടെ ബാഹുല്യമായിരുന്നു. ഫിഫയിലെ 55 അംഗരാജ്യങ്ങളിൽനിന്ന് 32 ടീമുകളാണ് മത്സരത്തിനെത്തിയത്. ഏഷ്യയിൽനിന്നും ഓരോ ടീമുകൾ. അമേരിക്കയിൽനിന്ന് യു എസ് എ, അർജന്റീന, ബ്രസീൽ. മുസോളിനിയുടെ സ്വേച്ഛാധിപത്യം ലോകകപ്പിന്റെ നടത്തിപ്പിനെ ബാധിച്ചു. ടൂർണ്ണമെന്റിലെ റഫറിമാരെ സ്വാധീനിക്കാനും കളികൾ തങ്ങൾക്കനുകൂലമാക്കുവാനും മുസോളിനി ശ്രമിച്ചുവെന്ന് വ്യാപകമായി പരാതിയുണ്ടായി. ഇറ്റലിയുമായുള്ള അഭിപ്രായവ്യത്യാസത്തെ തുടർന്ന് ചാമ്പ്യന്മാരായ ഉറുഗ്വേ മത്സരങ്ങൾ ബഹിഷ്കരിച്ചു. ഇത് ലോകകപ്പിന്റെ ചരിത്രമായി മാറി. നിലവിലുള്ള ചാമ്പ്യന്മാരായ ഉറുഗ്വേയില്ലാത്ത ലോകകപ്പ് ഇറ്റലിയിൽ നടന്നു.

ഇറ്റലിയിലെ ലോകകപ്പിൽ ചില പ്രത്യേകതകൾ ഉണ്ടായിരുന്നു. ആദ്യമായി ലോകകപ്പ് മത്സരങ്ങളുടെ റണ്ണിങ് കമന്ററി റേഡിയോയിൽ കൂടി പ്രക്ഷേപണം ചെയ്തു. ആദ്യമായി റീപ്ലേ നടന്നതും ഇറ്റലിയിലാണ്.

ഇറ്റലിയും സ്പെയിനും തമ്മിലുള്ള ക്വാർട്ടർ ഫൈനൽ മത്സരം സമനിലയിലായിരുന്നു. ഒരു ജോഡി ഗോളുകൾ പങ്കുവെച്ചു. റീപ്ലേയിൽ ഇറ്റലി ഏകപക്ഷീയമായി ഒരു ഗോളിനു ജയിച്ചു. ഇപ്പോഴാണെങ്കിൽ എക്സ്ട്രാ ടൈമും പെനൽട്ടി ഷൂട്ടൗട്ടും സഡൻ ഡെത്തും നടത്തി വിജയിയെ തീരുമാനിക്കും.

ബ്രസീലും അർജന്റീനയും ആദ്യമത്സരത്തിൽത്തന്നെ തോറ്റു നാട്ടിലേക്ക് തിരിച്ചു. ബ്രസീലിനെ സ്പെയിൻ 3–1 നും അർജന്റീന സ്വീഡനോട് 3–2 നും തോറ്റു പുറത്തായി. ഗോൾ കീപ്പർമാരുടെ ലോകകപ്പ് എന്നും ഇറ്റാലിയൻ ലോകകപ്പിനെ വിശേഷിപ്പിക്കാം. ഇറ്റാലിയൻ ടീമിനെ ഗോൾ കീപ്പർ കോംബിയും സ്പെയിനെ ഗോളി സമോറയും ചെക്കോസ്ലോവാക്യയെ ഗോൾകീപ്പർ പ്ലാനിക്കയും ആസ്ട്രിയ ടീമിനെ ഗോളി പ്ലാസ്റ്ററും നയിച്ചു.

കലാശക്കളിയിൽ ഇറ്റലിയെയും ചെക്കോസ്ലോവാക്യയെയും നയിച്ചത് ഗോൾകീപ്പർമാരായിരുന്നു. ഫൈനലിൽ ഇറ്റലിക്ക് സാഹചര്യങ്ങൾ എല്ലാം അനുകൂലമായിരുന്നു. താരനിരയും കാണികളുടെ പിന്തുണയും ഒരളവോളം റഫറിമാരുടെ പിന്തുണയും ആതിഥേയർക്കായിരുന്നു. ഭര

ണാധികാരി മുസോളിനി തന്നെ കളി കാണാൻ എത്തിച്ചേർന്നിരുന്നു. റോമിൽ വെച്ച് ചെക്കോസ്ലോവാക്യയും ജർമനിയും തമ്മിലുള്ള കളി മുസോളിനിയുടെ സാന്നിദ്ധ്യത്തിലാണ് നടന്നത്. അന്ന് ചെക്കോസ്ലോവാക്യ 3–2 ന് ജർമനിയെ തുരത്തി.

ഫൈനൽ മത്സരത്തിൽ ചെക്കോസ്ലോവാക്യ സുന്ദരൻ മത്സരമാണ് കാഴ്ചവെച്ചത്. കൊച്ചു കൊച്ചു പാസുകളിലൂടെ അവർ ഇറ്റാലിയൻ കളിക്കാരെ വട്ടം കറക്കി. കളി അവസാനിക്കുവാൻ 20 മിനിട്ട് മാത്രം ബാക്കി നില്ക്കെ പ്യൂക്കിന്റെ മിന്നുന്ന ഗോൾ ഇറ്റലിയുടെ നെറ്റിൽ കയറി. 12 മിനിട്ടുകൾക്കുള്ളിൽ ഓർസി ഇറ്റലിക്കുവേണ്ടി ഗോൾ മടക്കി. ഇടതുകാലിൽ പെട്ടെന്ന് ആംഗ്യം കാട്ടി എതിരാളിയെ കറക്കിയെടുത്തു വലതുകാൽകൊണ്ടു ഗോൾ നേടിയപ്പോൾ ഇറ്റലിയുടെ ആയുസ്സിന്റെ ഗോളായി മാറി. എക്സ്ട്രാ ടൈമിൽ ഷിയോവിയോയുടെ ഗോളിൽ ഇറ്റലിയൂൾറിമെ കപ്പിൽ മുത്തമിട്ടു. സ്കോർ 2.1.

ചെക്കോസ്ലോവാക്യയുടെ നെജഡ്ലി, ഇറ്റലിയുടെ ഷിയോവിയോ ജർമനിയുടെ കോനൽ എന്നിവർ 4 ഗോൾ വീതം നേടി ടോപ്പ് സ്കോറർമാരായി.

മൂന്നാം സ്ഥാനത്തിനുവേണ്ടി നടന്ന മത്സരത്തിൽ ജർമനിയാണ് ജയിച്ചത്. 3–2 ന് ആസ്ത്രിയയെ തോല്പിച്ചു. ഏറ്റവും കൂടുതൽ ഗോൾ നേടിയ ടീമെന്ന ബഹുമതിയും ഇറ്റലിക്കായിരുന്നു. 12 ഗോളുകൾ.

വിജയികൾ	ഇറ്റലി	
പരാജിതർ	ചെക്കോസ്ലോവാക്യ	സ്കോർ 2–1
മൂന്നാം സ്ഥാനം	ജർമനി	
നാലാം സ്ഥാനം	ആസ്ത്രിയ	സ്കോർ 3–1
ടോപ്പ് സ്കോറർ	നെജസ്ലി (ചെക്കോസ്ലോവാക്യ)	
4 ഗോൾ വീതം	ഷിയാവിയോ (ഇറ്റലി കോനൻ (ജർമനി)	

ഫ്രാൻസ് 1938

മൂന്നാമത്തെ ലോകകപ്പ് ഫ്രാൻസിലാണ് നടന്നത്. ഫിഫ പ്രസിഡന്റിന്റെ സ്വന്തം നാട്ടിൽ. മത്സരം എവിടെ നടത്തണമെന്ന തർക്കം സജീവമായിരുന്നു. കീഴ്വഴക്കപ്രകാരം ലാറ്റിനമേരിക്കയും യൂറോപ്പും മാറി മാറി ആതിഥേയത്വം വഹിക്കണം. എന്നാൽ രണ്ടാം തവണയും യൂറോപ്പിന് നല്കിയതിൽ ലാറ്റിനമേരിക്കൻ രാജ്യങ്ങൾ പ്രതിഷേധിച്ചു. ഉറുഗ്വേ, അർജന്റീന തുടങ്ങിയ ചില ലാറ്റിനമേരിക്കൻ രാജ്യങ്ങൾ പങ്കെടുത്തില്ല. എന്നാൽ ബ്രസീൽ പങ്കെടുത്തു. ആതിഥേയർക്കും നിലവിലുള്ള

ചാമ്പ്യന്മാർക്കും ഫൈനൽ റൗണ്ടിൽ നേരിട്ടു പങ്കെടുക്കാവുന്ന രീതി നടപ്പാക്കിയത് ഫ്രാൻസിലെ ലോകകപ്പിലാണ്.

ഫ്രാൻസും ഇറ്റലിയും നേരിട്ടും മറ്റു 14 ടീമുകൾ യോഗ്യതാ മത്സരത്തിലൂടെയും ഫൈനൽ റൗണ്ടിലെത്തി. ആദ്യ റൗണ്ടു മുതൽ നോക്കൗണ്ട് അടിസ്ഥാനത്തിലാണ് മത്സരങ്ങൾക്ക് ഫിക്സ്ചർ തയ്യാറാക്കിയത്. ഇതിനിടെ ഒരു പുതിയ പ്രശ്നം വന്നു. ജർമനി, ആസ്ട്രിയ എന്ന രാജ്യത്തെ വിഴുങ്ങി. ഫൈനൽ റൗണ്ടിൽ ആസ്ട്രിയ എന്ന രാജ്യം ഇല്ലാതായി. ഇത് സ്വീഡന് സഹായകമായി. അവർ നേരിട്ട് ക്വാർട്ടറിലെത്തി.

ഏഷ്യാവൻകരയിൽനിന്ന് ഒരു രാജ്യം ആദ്യമായി ഫൈനൽ റൗണ്ടിലെത്തിയത് 1938 ലാണ്. "ഡച്ച് ഈസ്റ്റിന്റീസ്" എന്നാണ് പേര്. ഇന്ന് നാം അറിയുന്ന ഇന്തോനേഷ്യയാണ് ആ രാജ്യം. ഇറ്റലി ലോകകപ്പ് ഗോൾ കീപ്പർമാരുടെ നായകത്വം കൊണ്ടാണ് ശ്രദ്ധേയമായതെങ്കിൽ ഫ്രാൻസ് സെന്റർ ഫോർവേഡുകളുടെ നായകത്വംകൊണ്ട് അറിയപ്പെട്ടു. വിയോള (ഇറ്റലി) ലിയോനിഡാസ് ഡാസിൽവ (ബ്രസീൽ) ജോർജ് സരോസി (ഹംഗറി) നിക്കോളസ് (ഫ്രാൻസ്) ബിക്കൽ (സ്വിറ്റ്സർലൻഡ്) എന്നിവർ അറ്റാക്കിങ് ഫോർവേഡുകളായിരുന്നു. ഗോൾ പോസ്റ്റിലേക്ക് വെടിയുണ്ട കണക്കെ ഉഗ്രൻ ഷോട്ടുകൾ തൊടുത്തുവിടുന്നതിൽ മത്സരിക്കുകയായിരുന്നു ഇവർ. 18 മത്സരങ്ങളിൽ മൊത്തം 84 ഗോളുകളാണ് ഫ്രാൻസ് ലോകകപ്പിൽ പിറന്നത്.

ലോകകപ്പ് തുടങ്ങിയതു തന്നെ മഹായുദ്ധത്തിന്റെ കരിനിഴലിൽ വീണു പോകുമെന്ന ആശങ്കയിലാണ്. ആസ്ട്രിയ ഇല്ലാതായപ്പോൾ ആസ്ട്രിയൻ കളിക്കാരിൽ ചിലരെ ചേർത്ത് ജർമൻ ടീം ശക്തമാക്കിയാണ് ഫ്രാൻസിൽ എത്തിച്ചേർന്നത്. പ്രീക്വാർട്ടർ കടമ്പ കടന്നുകൊണ്ട് എട്ടുരാജ്യങ്ങൾ ക്വാർട്ടറിലെത്തി. ഫ്രാൻസ്, ക്യൂബ, ഇറ്റലി, ബ്രസീൽ, ചെക്കോസ്ലോവാക്യ, ഹംഗറി, സ്വിറ്റ്സർലൻഡ് എന്നീ രാജ്യങ്ങൾ പ്രീക്വാർട്ടറിൽ ജയിച്ചു. വോക്കോവറിലൂടെ സ്വീഡനും ക്വാർട്ടറിലെത്തി.

ഹംഗറിയും സ്വീഡനും ബ്രസീലും ഇറ്റലിയും സെമിയിലെത്തി. ഇറ്റലി ബ്രസീലിനെയും ഹംഗറി സ്വീഡനെയും സെമിയിൽ നേരിട്ടു.

ബ്രസീലും ഇറ്റലിയും തമ്മിലുള്ള മത്സരം ബ്രസീലിനെ അക്ഷരാർഥത്തിൽ കണ്ണീരു കുടിപ്പിച്ചു. കാരണം, ബ്രസീൽ നേരത്തെ തന്നെ ഫൈനൽ ഉറപ്പാക്കിയതാണ്. ഗോളടിയന്ത്രമായ ലിയോണിണാഡസിനെ ഇറ്റലിക്കെതിരായി കളിക്കളത്തിലിറക്കിയില്ല. ഫൈനൽ മത്സരത്തിനു വേണ്ടി മാറ്റിവെച്ചു. സെമിയിൽ അനായാസ വിജയം മുൻകൂട്ടി കണ്ടിരുന്നതാണ്. ബ്രസീൽ കോച്ച് പിന്റോ കഴിവുള്ള കോച്ചായിരുന്നു. കണക്ക് പിഴച്ചില്ല. പക്ഷേ, അദ്ദേഹത്തിനു പിഴച്ചു. കളിയിൽ ബ്രസീൽ ഒരു ഗോളിന് ഇറ്റലിക്കു മുൻപിൽ കീഴടങ്ങി. സ്കോർ 2–1.

സ്വീഡനെ എളുപ്പത്തിൽ വകവരുത്തിയാണ് ഹംഗറി ഫൈനലിലെത്തിയത്. സ്കോർ 5–1. ജൂൺ 10 ന് പാരീസിലെ കൊളംബസ്

സ്റ്റേഡിയത്തിലായിരുന്നു ഫൈനൽ. കളി തുടങ്ങി 6-ാമത്തെ മിനിട്ടിൽ കൊളോസ്സിയുടെ പന്ത് നെറ്റിലെത്തി. അടുത്ത നിമിഷംതന്നെ ട്രിറ്റി ക്കോസ് ഗോൾ മടക്കി 1-1 പക്ഷേ, വിയോള, മീസ ഫെരാതി കൂട്ടുകെട്ടിന്റെ മുന്നേറ്റം തടയുവാൻ ഹംഗേറിയൻ ഡിഫൻസിന് കഴിഞ്ഞില്ല ഇറ്റലിക്ക് 4-2 ന് വ്യക്തമായ വിജയം.

ബ്രസീൽ സ്വീഡനെ പരാജയപ്പെടുത്തി മൂന്നാം സ്ഥാനക്കാരായി. ലിയോണിഡസ് രണ്ടു ഗോളുകൾ കൂടി സ്കോർ ചെയ്തു. 8 ഗോളുമായി ടോപ്പ് സ്കോററായി. ഒരു ജോഡി ബൂട്ടുകൾക്കും ഒരു ജോഡി വസ്ത്രങ്ങൾക്കും വേണ്ടി 18-ാം വയസ്സിൽ പ്രൊഫഷണൽ ക്ലബ്ബിന് ഒപ്പു വെച്ച ലിയോണിഡസ് രണ്ടു ലോകകപ്പുകളിൽ പ്രശസ്തി നിലനിർത്തി. ബ്രസീലിലും ഉറുഗ്വേയിലും ക്ലബ്ബുകൾക്കുവേണ്ടി കളിച്ചു. ഗോളുകൾ തുരുതുരാ നേടി. ഒരുപാട് ബഹുമതിക്ക് അർഹനായി. ബ്രസീലുകാർ പെലെയെപ്പോലെ മികച്ച ഫോർവേഡായി ലിയോണിഡസിനെ ആരാധിക്കുന്നു.

മൂന്നാമത് ലോകകപ്പിൽ ജർമനിക്കും അക്കിടി പറ്റി, സെഫ്റ്റ് ഹെർബർഗ്ഗൻ എന്ന പരിശീലകന്റെ ശിക്ഷണത്തിൽ ആസ്ട്രിയയുടെ നാലു കളിക്കാരെയും ചേർത്ത് കരുത്തുള്ള ടീമിനെയാണ് ഫ്രാൻസിലെത്തിച്ചത്. പക്ഷേ, ഒന്നാം റൗണ്ടിൽ തന്നെ പുറത്തായി. കാരണം പുതുതായി ആസ്ട്രിയയിൽനിന്നും ജർമൻ ടീമിലെടുത്ത ഒരു കളിക്കാരൻ അർദ്ധജൂതനായ ചെക്കോസ്ലോവാക്യയുടെ സിന്ദേളറെ നാസികൾക്ക് ഒറ്റിക്കൊടുത്തതും സിന്ദേളർ ആത്മഹത്യ ചെയ്തതും ഫുട്ബോൾ ചതിയുടെ മറ്റൊരു കഥയാണ്.

ടൂർണ്ണമെന്റിലെ ഏറ്റവും മികച്ച മത്സരം ബ്രസീലും പോളണ്ടും തമ്മിലായിരുന്നു. ബ്രസീലിന്റെ ലിയോണിഡസ് 4 ഗോളുകളാണ് ഷൂട്ട് ചെയ്തത്. ഒരു കളിയിൽ ഏറ്റവും കൂടുതൽ ഗോളടിച്ചതിനുള്ള റിക്കോർഡ് ലിയോണിഡസിന്. അതേ മത്സരത്തിൽ തന്നെ ഹോളണ്ടിന്റെ ഏണസ്റ്റ് വില്ലിമോവ്സ്കിയും ഹാട്രിക്കോടെ 4 ഗോൾ നേടിയെങ്കിലും ലിയോണിഡസിന്റെ നാലാം ഗോൾ അടിച്ചു 5 മിനിട്ട് കഴിഞ്ഞായിരുന്നു ഏണസ്റ്റിന്റെ ഗോൾ. അതുകൊണ്ട് ലിയോണിഡസ് തന്നെ അർഹനായി.

ഫ്രാൻസ് ലോകകപ്പ് മികച്ച നിലവാരം പുലർത്തി. ആദ്യരണ്ടു ലോകകപ്പുകളിലും ആതിഥേയരാജ്യത്തിന്റെ വിജയമാണ് തുടർന്നതെങ്കിൽ മൂന്നാം ലോകകപ്പിൽ പതിവിനു വിപരീതമായി ഫ്രാൻസ് ക്വാർട്ടറിൽ തന്നെ ഇറ്റലിയോടു തോറ്റു പിന്മാറി.

വിജയികൾ	ഇറ്റലി	
പരാജിതർ	ഹംഗറി	സ്കോർ 4-2
മൂന്നാം സ്ഥാനം	ബ്രസീൽ	

നാലാം സ്ഥാനം	സ്വീഡൻ	സ്കോർ 4–2
ടോപ്പ് സ്കോറർ	ലിയോണിഡസ് (ബ്രസീൽ) 8 ഗോൾ.	

ബ്രസീൽ 1950

1942 ൽ നടത്താനിരുന്ന നാലാമത് ലോകകപ്പ് മത്സരങ്ങൾ നടത്താൻ പറ്റിയില്ല. കാരണം, രണ്ടാം ലോകമഹായുദ്ധം തന്നെയായിരുന്നു. അതു കൊണ്ട് 8 വർഷത്തെ ശൂന്യത പ്രകടമായി. 4 ാമത് മത്സരങ്ങൾ നടത്തു വാൻ ജർമനിയും ബ്രസീലും അപേക്ഷ നല്കിയിരുന്നു. ജർമനി നന്നായി പരിശ്രമിച്ചു. എങ്ങനെയും ലോകകപ്പ് ജർമൻ മണ്ണിൽ നടത്തുവാനുള്ള ഹിറ്റ്ലറുടെ മോഹം പ്രസിദ്ധമാണ്. ഇറ്റലിയുടെ മത്സരങ്ങളിൽ മുസോ ളിനിയുടെ ആധിപത്യംപോലെ ഹിറ്റ്ലർക്കും അടക്കാനാവാത്ത മോഹ മുണ്ടായത് സ്വാഭാവികം. പക്ഷേ, യുദ്ധത്തിന്റെ വരവും ഹിറ്റ്ലറുടെ തിരോ ധാനവും ബ്രസീലിനു തുണയായി.

2 ാം ലോകമഹായുദ്ധം കഴിഞ്ഞു. 46 ൽ ഫിഫയുടെ ജനറൽ കൗൺസിൽ ലക്സംബർഗിൽ ചേർന്നാണ് വേദി നിശ്ചയിച്ചത്. ഫിഫ ട്രോഫിക് യൂൾറിമെ കപ്പ് എന്നു പേരിട്ടത് ഈ യോഗത്തിൽ വെച്ചായി രുന്നു. ഫിഫയുടെ മൂന്നാമത്തെ പ്രസിഡന്റായ "യൂൾറിമെ" 25 വർഷം പൂർത്തിയാക്കിയതിന്റെ ബഹുമാനാർത്ഥമാണ് കപ്പിന് അദ്ദേഹത്തിന്റെ പേരു നല്കിയത്.

16 ടീമുകളാണ് ഫൈനൽ റൗണ്ടിലേക്ക് യോഗ്യത നേടിയത്. അതിൽ ഇന്ത്യക്ക് ഫൈനൽ റൗണ്ടിന് അർഹത ലഭിച്ചിരുന്നുവെങ്കിലും ബൂട്ടിട്ടു കളി പരിശീലിക്കാത്തതുകൊണ്ട് ഫൈനൽ റൗണ്ട് കാണുവാൻ കഴി ഞ്ഞില്ല.

14 ടീമുകളെ 4 ഗ്രൂപ്പുകളായി മത്സരിപ്പിച്ചു. 4 ടീമുകൾ പരസ്പരം മത്സരിച്ച് കൂടുതൽ പോയിന്റു നേടുന്ന ടീമിന് കപ്പ് നല്കുവാനാണ് തീരു മാനം. ബ്രസീൽ, ഉറുഗ്വേ, സ്പെയിൻ, സ്വീഡൻ എന്നീ ടീമുകളാണ് ഫൈനൽ റൗണ്ടിലെത്തിയത്.

ബ്രസീൽ ലോകകപ്പിൽ ഇംഗ്ലണ്ടിന്റെ പ്രവേശനം നടന്നു. ലോക ഫുട്ബോളിന്റെ കളിത്തൊട്ടിലിൽനിന്നു വന്ന ഇംഗ്ലണ്ട് നാണിച്ചു തല താഴ്ത്തിയാണ്. ബ്രസീൽ വിട്ടത്. ആദ്യമത്സരത്തിൽ ചിലിയെ 2 ഗോളിനു തോല്പിച്ച ഇംഗ്ലണ്ട് അമേരിക്കയോട് ഒരു ഗോളിനു തോറ്റുപോയി. അടുത്തമത്സരത്തിൽ സ്പെയിനും ഒരു ഗോളിന് ഇംഗ്ലണ്ടിനെ തകർത്തു. ഇംഗ്ലണ്ട് ശക്തമായ ടീമിനെയാണ് കളിക്കാൻ അയച്ചതെന്നത് സത്യമാ ണ്. ബില്ലിറൈറ്റാണ് ടീമിനെ നയിച്ചത്. ഫുട്ബോൾ മാന്ത്രികൻ സ്റ്റാൻസി മാത്യൂസ്, ടോം ഫിന്നി, മോർട്ടൻസൺ, മാന്നിയൻ, ആൽഫ് റാംസി എന്നീ മഹാരഥന്മാരുമായി പ്രശസ്ത കോച്ച് വാൾട്ടർ വിന്റർ ബോട്ടത്തിന്റെ ശിക്ഷണത്തിലാണ് ബ്രസീലിലെത്തിയത്. ഇംഗ്ലീഷ് വാർത്താമാദ്ധ്യമ

ങ്ങൾ പ്രതീക്ഷയർപ്പിച്ച ടീമായിരുന്നു ഇംഗ്ലണ്ട്.

ഫൈനൽ റൗണ്ടിലെത്തിയ ബ്രസീൽ മൂന്ന് മത്സരങ്ങളിൽ വലിയ മാർജിനിലാണ് ജയിച്ചുവന്നത്. 7–1 ന് സ്വീഡനെയും 6–1 ന് സ്പെയിനെയും തകർത്തു. 4 പോയിന്റ് നേടി ഉറുഗ്വേയ്ക്ക് ആദ്യമത്സരം സ്പെയിനോടായിരുന്നു. സമനില 2–2. സ്വീഡനോട് 3–2 ന് ജയം. പോയിന്റ് 3. അവസാന ലീഗ് മത്സരത്തിനുമുമ്പ് ബ്രസീൽ ഒരു പോയിന്റ് മുന്നിലായിരുന്നു. കളിയുടെ അന്ത്യത്തെക്കുറിച്ച് ആർക്കും സംശമയുണ്ടായില്ല. കപ്പ് ബ്രസീലിന് തന്നെയെന്ന് എല്ലാവരും കണക്കുകൂട്ടി. കിക്കോഫിനു മുൻപ് റയോ ഡി ജനീറോ ഗവർണ്ണർ ബ്രസീൽ കളി ജയിച്ചുകഴിഞ്ഞതുപോലെ പറഞ്ഞു: “അല്പനിമിഷങ്ങൾക്കകം ലോകചാമ്പ്യന്മാരാകുന്ന പ്രിയപ്പെട്ട ബ്രസീൽ താരങ്ങളെ...” അദ്ദേഹത്തിന്റെ വാക്കുകൾ ഉറുഗ്വേ കളിക്കാരെ പ്രകോപിതരാക്കി.

കളി തുടങ്ങിയതുതന്നെ ബ്രസീലിന്റെ മുന്നേറ്റത്തോടെയായിരുന്നു. സിസിഞ്ഞോ, അഡമീർ, ജയർ എന്നീ ത്രിമൂർത്തികൾ ഒത്തിണക്കത്തോടെ മുന്നേറി. തുടക്കം മുതൽ ഉറുഗ്വേ ഹാഫിലായിരുന്നു കളി മുഴുവൻ. അബ്ദുള്ള വലേലയും സംഘവും പൊരുതി കളിച്ചു. ഒന്നാംപകുതിയുടെ അവസാനം മാത്രമാണ് ഉറുഗ്വേ മുന്നേറിയത്. രണ്ടാംപകുതിയുടെ രണ്ടാം ഫ്രോയിക്കയിലൂടെ ബ്രസീൽ മുന്നിലെത്തി. 1–0. ഇരുപതു മിനിട്ടിനുള്ളിൽ ഉറുഗ്വേ ലക്ഷ്യം കണ്ടു. 1–1 അറ്റാക്കിങ്ങിലേക്ക് കയറി വന്ന വലേലയുടെ പൊടുന്നനെയുള്ള പാസിൽ നിന്നാണ് ഷിയോഫിനേ സമനില വരുത്തിയത്. ഉറുഗ്വേ പിന്നീട് ഉണർന്നു കളിച്ചു. അവസാന വിസിലിന് 8 മിനിട്ട് മുൻപ് ജിജ്ജിയുടെ മനോഹരമായ ഗോൾ ബ്രസീലിന്റെ വലയിലെത്തി. 2–1. ഇരുടീമുകളും പൊരുതി കളിക്കുകയായിരുന്നുവെങ്കിലും സ്കോർ ബോർഡിൽ മാറ്റമുണ്ടായില്ല. ഉറുഗ്വേയ്ക്ക് ലോകകപ്പ്. രണ്ടു ലക്ഷത്തോളം ജനങ്ങൾ വീർപ്പടക്കിക്കൊണ്ട് മത്സരത്തിന് ദൃക്സാക്ഷിയായി.

ചാമ്പ്യന്മാർ	ഉറുഗ്വേ	
റണ്ണർ അപ്പ്	ബ്രസീൽ	സ്കോർ 2–1
മൂന്നാം സ്ഥാനം	സ്വീഡൻ	
നാലാം സ്ഥാനം	സ്പെയിൻ	സ്കോർ 2–0
ടോപ്പ് സ്കോറർ	അഡെമീർ (ബ്രസീൽ) 8 ഗോൾ	

സ്വിറ്റ്സർലൻഡ് 1954

അഞ്ചാമത് ലോകകപ്പ് നടക്കുന്ന വർഷം ഫിഫയ്ക്ക് അമ്പതു വയസ്സ് പൂർത്തിയാവുകയായിരുന്നു. സുവർണ്ണജൂബിലി വർഷത്തിൽ ഫിഫയുടെ ആസ്ഥാനരാജ്യമായ സ്വിറ്റ്സർലൻഡിലാണ് മത്സരങ്ങൾ നടന്നത്. ഫുട്ബോൾ മത്സരങ്ങൾ ടി വിയിൽ കൂടുതൽ സമയം കാണാനാ

യതും പ്രത്യേക സ്റ്റാമ്പിറക്കിയതും അഞ്ചാം കപ്പിന്റെ പ്രത്യേകതയായിരുന്നു.

പുഷ്കാസിന്റെ കരുത്തുമായി ഹംഗറി സ്വിറ്റ്സർലൻഡിലെത്തി. മേളയുടെ പ്രശസ്തിയും അവരായിരുന്നു. തോൽവിയറിയാതെ 28 അന്താരാഷ്ട്രമത്സരങ്ങളിൽ കളിച്ച പ്രഗത്ഭരുമായാണ് അവർ വന്നത്. പുഷ്കാസിനൊപ്പം ജോസഫ് ബോസിക്, സൻന്റോർ കോസസ് എന്നീ പ്രശസ്തരും ഒരുമിച്ചിരുന്നു. 52 ലെ ഒളിമ്പിക് സ്വർണ്ണം ഹംഗറിക്കായിരുന്നു. പ്രാഥമിക റൗണ്ടിൽ 9 ഗോളിനു കൊറിയയെയും 8–3 ന് ജർമനിയെയും തൂത്തുവാരിക്കൊണ്ടാണ് ക്വാർട്ടറിലെത്തിയത്. ക്വാർട്ടറിൽ ബ്രസീൽ–ഹംഗറി മത്സരം അക്രമാസക്തമായി. കളിക്കാർ ഗ്രൗണ്ടിൽ തുടങ്ങിയ തമ്മിൽത്തല്ല് ഡ്രസ്സിങ് റൂമിലും തുടർന്നു. ഈ മത്സരം "ബേണിലെ യുദ്ധം" എന്ന പേരിൽ അറിയപ്പെട്ടു. ബ്രസീൽ 4–2 ന് തോറ്റുപോയി. സ്വിറ്റ്സർലൻഡും ആസ്ട്രിയയും തമ്മിൽ നടന്ന മത്സരത്തിൽ ഗോൾമഴയായിരുന്നു. ആകെ 12 ഗോളുകൾ ഇരുഭാഗത്തും സ്കോർ ചെയ്യപ്പെട്ടു. ഏറ്റവും കൂടുതൽ ഗോളുകൾ സ്കോർ ചെയ്ത ലോകകപ്പും ഇതുതന്നെ. 28 മത്സരങ്ങളിൽനിന്ന് 140 ഗോളുകൾ.

സെമി ഫൈനൽ മത്സരങ്ങളിൽ പശ്ചിമജർമനി ആസ്ട്രിയക്കെതിരെയും ഹംഗറി ഉറുഗ്വേക്കെതിരെയും വിജയം നേടി. ലോകചാമ്പ്യന്മാരായ ഉറുഗ്വേ തോൽവിയുടെ രുചി അറിഞ്ഞത് സ്വിറ്റ്സർലൻഡിലാണ്.

ഹംഗറിയും പശ്ചിമജർമനിയും ഫൈനലിലെത്തി. ഹംഗറി പ്രാഥമിക റൗണ്ടിൽ 8–3 ന് ജർമനിയെ നിലംപരിശാക്കിയതാണ്. മത്സരത്തിന്റെ ഫലം ആർക്കും പ്രവചിക്കാവുന്നതേയുള്ളൂ. എല്ലാവരും ഹംഗറിക്ക് ചാമ്പ്യൻഷിപ്പ് നേരത്തെ മനസ്സുകൊണ്ട് നല്കിയിരുന്നു.

മത്സരത്തിന് തൊട്ടുമുൻപ് മഴ ചാറിയത് ജർമൻകാർക്ക് ആത്മവിശ്വാസം പകർന്നു. "ഫ്രിറ്റ്സ് വാൾട്ടർ വെതർ" എന്നാർത്തു വിളിച്ചു ജർമൻകാർ ആഹ്ലാദിച്ചു. മഴ നനഞ്ഞ ഗ്രൗണ്ടിൽ ജർമൻ ക്യാപ്റ്റൻ അപാര ഫോം പ്രകടിപ്പിക്കാറുണ്ടായിരുന്നു. കളിക്കാരുടെ ആഹ്ലാദത്തിന് അതാണ് കാരണം. കളി തുടങ്ങി 10 മിനിട്ടിനുള്ളിൽ ഹംഗറിക്ക് 2 ഗോൾ ലീഡ്. കാണികൾക്ക് കളിയുടെ സൂചന വ്യക്തമായി. എന്നാൽ ജർമൻ പട സട കുടഞ്ഞെഴുന്നേറ്റത്തുപോലെ പോരാടി പത്തുമിനിട്ടിനുള്ളിൽ സമനില വരുത്തി. പിന്നീടുള്ള മത്സരം കടുത്തതായിരുന്നു. ഇഞ്ചോടിഞ്ചു പോരാട്ടം. കളി തീരാൻ 6 മിനിട്ട് മാത്രം ബാക്കി നില്ക്കെ ജർമനിയുടെ ഹെൽമറ്ററാൻ തൊടുത്തുവിട്ട കാർപ്പറ്റ് ഷൂട്ട് നനഞ്ഞ മൈതാനത്തെ പുണർന്നുകൊണ്ട് ഹംഗറിയുടെ നെറ്റിൽ കയറി. ഗോൾ 3–2 യൂൾറിമെ കപ്പ് ജർമനിയുടെ കരവലയത്തിലായി. ഫൈനൽ മത്സരത്തെ 'ബേണിലെ അത്ഭുതം' എന്നാണ് ജർമൻകാർ വിശേഷിപ്പിച്ചത്.

ചാമ്പ്യന്മാർ	പശ്ചിമജർമനി	സ്കോർ 3–2
റണ്ണർ അപ്	ഹംഗറി	
മൂന്നാം സ്ഥാനം	ആസ്ത്രിയ	

നാലാം സ്ഥാനം	ഉറുഗ്വേ	സ്കോർ 3–1
ടോപ്പ് സ്കോറർ	സൻന്റോസ് കോസിസ് (ഹംഗറി) 11 ഗോൾ	

സ്വീഡൻ 1958

പെലെ എന്ന കറുത്തമുത്തിന്റെ ആഗമനവും ബ്രസീലിയൻ ഫുട്ബോൾ കളിയുടെ പുത്തൻശൈലിയും ഒത്തിണങ്ങിയ മുഹൂർത്തമാണ് സ്വീഡനിൽ കണ്ടത്. 53 രാജ്യങ്ങൾ പങ്കെടുത്ത ഫൈനൽ റൗണ്ടിൽ 16 ടീമുകൾ അർഹത നേടി.

പശ്ചിമജർമനി വടക്കൻ അയർലൻഡ് ചെക്കോസ്ലോവാക്യ, അർജന്റീന, ഫ്രാൻസ്, യൂഗോസ്ലാവിയ, പരാഗ്വെ, സ്കോട്ട്ലൻഡ്, സ്വീഡൻ, വെയിൽസ്, ഹംഗറി, മെക്സിക്കോ, ബ്രസീൽ, സോവിയറ്റ് യൂണിയൻ, ഇംഗ്ലണ്ട്, ആസ്ട്രിയ എന്നിവരാണ് ഫൈനൽ റൗണ്ടിലെത്തിയത്.

ലീഗടിസ്ഥാനത്തിലുള്ള മത്സരങ്ങൾക്കുശേഷം ഫ്രാൻസ്, അയർലൻഡ്, യൂഗോസ്ലാവിയ, സ്വീഡൻ, വെയിൽസ്, ജർമനി, ബ്രസീൽ, സോവിയറ്റ് യൂണിയൻ എന്നീ ടീമുകൾ ക്വാർട്ടറിലെത്തി. ബ്രസീലിന് യോഗ്യതാ ഗ്രൗണ്ടിലെ മത്സരം അനായാസമായിരുന്നില്ല. പക്ഷേ, സ്വീഡനിൽ ബ്രസീൽ വിജയിക്കുന്ന ടീമായി വിലയിരുത്തപ്പെട്ടു. അവരുടെ കളി ജനങ്ങളിൽ ആവേശം സൃഷ്ടിച്ചു. "ബനാനകിക്കിന്റെ" ഗുരുനാഥൻ ദിദി ബ്രസീലിന്റെ ആവേശമായിരുന്നു. വളരെ ഉയരത്തിൽനിന്ന് ഞെട്ടറ്റു വീഴുന്ന ഇലപോലെ പെട്ടെന്ന് പന്ത് താഴ്ന്നുവരുന്ന മാന്ത്രികവശ്യത ദിദിയുടെ ഫ്രീകിക്കുകൾക്കുണ്ടായിരുന്നു. ബ്രസീലിന്റെ ഉയിർത്തെഴുന്നേല്പാണ് സ്വീഡനിൽ കണ്ടത്. അവർ 4–2–4 എന്ന പുതിയ ശൈലിയും നടപ്പിലാക്കി. തുടർന്ന് ലോകം മുഴുവൻ ബ്രസീലിയൻ ശൈലി അനുകരിച്ചിരുന്നു. ഗോൾകീപ്പർ ഗിൽമറും ജാൽമസാന്റോസ്, നിൽട്ടൻ സാൻന്റോസ്, സീട്ടോ, ബെല്ലിനി, ദർലാണ്ടോ, ഗാരിഞ്ച, ദിദി, വാവ, പെലെ, സഗാലോ എന്നിവർ ചേർന്ന ബ്രസീൽ ടീം ലോകം കണ്ട മികച്ച ടീമായിരുന്നു.

പെലെയുടെ ആദ്യമത്സരം സോവിയറ്റ് യൂണിയനോടായിരുന്നു. അന്ന് ഗോൾ നേടാൻ കഴിഞ്ഞില്ല. മൂന്നാമത്തെ മത്സരത്തിലാണ് ആദ്യമായി പെലെ ഗ്രൗണ്ടിലെത്തിയത്. എന്നാൽ അടുത്ത കളി ക്വാർട്ടർ ഫൈനലായിരുന്നു. വെയിൽബിന്റെ വലയിൽ പെലെയുടെ കന്നി ഗോൾ പിറന്നു. ലോകകപ്പിൽ ഗോൾ നേടിയ പ്രായം കുറഞ്ഞ കളിക്കാരൻ എന്ന ബഹുമതി പെലെക്ക് സ്വന്തം.

ജർമനി, ഫ്രാൻസ്, ബ്രസീൽ, സ്വീഡൻ എന്നീ നാലു ടീമുകളാണ് സെമിയിലെത്തിയത്. ആദ്യസെമിയിൽ സ്വീഡൻ 3–1 ന് ജയിച്ചു. മത്സരം പരുക്കനായിരുന്നു. ജർമനിയുടെ ക്യാപ്റ്റൻ ഫ്രിറ്റ്സ് വാൾട്ടർ പരിക്കേ

റ്റു പുറത്തായി. ജസ്കോ വൈക്കിനേ പുറത്താക്കുകയും ചെയ്തിരുന്നു. 9 പേരെ വച്ചാണ് ജർമനി പിന്നീട് കളിച്ചത്. (അന്ന് പകരക്കാരെ അനുവദിച്ചിരുന്നില്ല.)

രണ്ടാം സെമിയിൽ ഫ്രാൻസിലെ 5–2 നാണ് ബ്രസീൽ തകർത്തു വിട്ടത്. ഏറ്റവും മികച്ച മത്സരമായി ഈ സെമി ഫൈനൽ വിലയിരുത്തപ്പെട്ടു. 2 ാം മിനിട്ടിൽ വാവയുടെ ഗോളിലൂടെ ബ്രസീലിന് ലീഡ്. ഒമ്പതു മിനിട്ടിനുള്ളിൽ ഫോർടൈൻ സമനില വരുത്തി. രണ്ടാമത്തെ ഗോൾ ബ്രസീലിന്റെ ദിദിയുടെ വകയായിരുന്നു. രണ്ടാം പകുതിയിൽ പെലെ ഗ്രൗണ്ട് നിറഞ്ഞു കളിച്ചു. ഫ്രാൻസിന്റെ നെറ്റിൽ തുടരെ 3 ഗോളുകൾ. അവസാനം ഫ്രാൻസ് ഒരു ഗോൾ തിരിച്ചടിച്ചു തോൽവിയുടെ ഭാരം കുറച്ചു.

ഫൈനൽ മത്സരം ആവേശകരമായിരുന്നു. ആദ്യത്തെ ഗോൾ സ്വീഡന്റെ വകയായി. മൂന്നാം മിനിട്ടിൽ തന്നെ ലീഡ് ഹോം സ്വീഡന്റെ ഗോൾ നേടി. എന്നാൽ ഒമ്പതും പന്ത്രണ്ടും മിനിട്ടിൽ വാവ തിരിച്ചടിച്ചു. ആദ്യ പകുതി ബ്രസീലിന് 2–1 ന് ലീഡ്. രണ്ടാം പകുതിയിൽ പെലെ തിളങ്ങി. 2 ഗോളുകളാണ് പെലെയുടെ വകയായി സ്വീഡന്റെ നെറ്റിലെത്തിയത്. ബ്രസീലിന് വേണ്ടി സഗാലോയും സ്വീഡനുവേണ്ടി ഡിഇൻസും ഓരോ ഗോൾ കൂടി നേടി. സ്കോർ 5–2.

ബ്രസീലിന്റെ ചരിത്രനേട്ടം തുടങ്ങുകയായിരുന്നു. ബ്രസീലിയൻ ജനങ്ങൾ സാംബ നൃത്തമാടി. ലോകഫുട്ബോളിൽ അവരുടെ തിരിച്ചുവരവും പെലെ യുഗത്തിന്റെ ഉദയവും സ്വീഡനിലായിരുന്നു. ഫിഫ പ്രസിഡന്റ് ആർതർ റീവ്നിയുടെ കൈയിൽനിന്ന് ബ്രസീൽ ക്യാപ്റ്റൻ ബെല്ലിനി ട്രോഫി ഏറ്റുവാങ്ങിയപ്പോൾ സ്റ്റേഡിയത്തിൽ സാംബ നൃത്തം അരങ്ങ് തകർക്കുകയായിരുന്നു. സ്വീഡന്റെ ദേശീയ പതാകയുമായി ഗ്രൗണ്ടിൽ "വിക്ടറി ലാപ്" നടത്തിക്കൊണ്ട് ബ്രസീലിയൻ താരങ്ങൾ കാട്ടിയ സ്പോർട്സ് മാൻ സ്പിരിറ്റ് മാതൃകയായി മാറി. ബ്രസീലിന്റെ ജയം അടിച്ചമർത്തപ്പെട്ട ഒരു സമൂഹത്തിന്റെ ഉയിർത്തെഴുന്നേല്പ് കൂടിയായിരുന്നു.

ജർമനിക്കെതിരെ വ്യക്തമായ ജയം കുറിച്ചുകൊണ്ടാണ് ഫ്രാൻസ് മൂന്നാം സ്ഥാനം നേടിയത്. സ്കോർ 6–3. ഫ്രാൻസിന്റെ 4 ഗോളുകൾ നേടിയ ജസ്റ്റ് ഫോർടൈൻ സ്വന്തം പേരിൽ 13 ഗോളുകളുടെ റെക്കാർഡ് സൃഷ്ടിച്ചു. ഒരു ലോകകപ്പിൽ ഒരാൾ നേടുന്ന ഏറ്റവും വലിയ ഗോൾ റെക്കാർഡാണിത്.

ചാമ്പ്യന്മാർ	ബ്രസീൽ	
റണ്ണർ അപ്പ്	സ്വീഡൻ	സ്കോർ 5–2
മൂന്നാം സ്ഥാനം	ഫ്രാൻസ്	
നാലാം സ്ഥാനം	ജർമനി	സ്കോർ 6–3
ടോപ്പ് സ്കോറർ	ജസ്റ്റ് ഫോർടൈൻ (ഫ്രാൻസ്) 13 ഗോളുകൾ	

ചിലി 1962

ഏഴാമത് ലോകകപ്പ് മത്സരങ്ങൾക്ക് വേദിയായത് ചിലിയാണ്. 1960 ൽ ചിലിയിൽ നടന്ന ഭൂകമ്പം ലോകത്താകെ ഞെട്ടലുണ്ടാക്കി. സ്കെയിലിൽ 8–5 രേഖപ്പെടുത്തിയ ഭൂകമ്പം ചിലിയിൽ സാർവ്വത്രികനാശം വിതച്ചു. പതിനായിരത്തിലധികം മനുഷ്യജീവൻ കവർന്നെടുത്തു. എല്ലാം തകർത്തു. ഇത്തരമൊരവസ്ഥയിൽ ലോകകപ്പ് നടത്തുവാൻ ചിലിക്കു കഴിയുമോ? ലോകത്താകമാനം ചർച്ച നടക്കുകയായിരുന്നു. ചിലിയിൽ ലോകകപ്പിന്റെ തയ്യാറെടുപ്പിലാണ് ദുരന്തം വേട്ടയാടിയത്. ഫിഫയുടെ യോഗത്തിൽ വിഷയം ചിലിയിലെ ലോകകപ്പ് വേദിയായിരുന്നു.

"ചിലിക്കിനി ഒന്നുമില്ല. അതുകൊണ്ട് ഞങ്ങൾക്ക് ലോകകപ്പെങ്കിലും വേണം" ഭൂകമ്പം തകർത്ത ഭൂമിയെ മനസ്സിൽ വെച്ച് ചിലിയൻ ഫുട്ബോൾ ഫെഡറേഷൻ പ്രസിഡന്റ് കാർലോസ് ഡിറ്റ് ബോൺ ദൃഢസ്വരത്തിൽ പറഞ്ഞു. സാന്റിയോഗോവിലും വിനാ ഡെൽമാറിലും പുത്തൻ സ്റ്റേഡിയങ്ങൾ പണിതുകൊണ്ട് ചിലി ഒരുങ്ങി. നാലുപൂൾലീഗ് സ്റ്റേഡിയങ്ങളും പണിതു. പൂൾലീഗിൽ തുല്യപോയിന്റു വന്നാൽ ഗോൾ ശരാശരി കണക്കെടുക്കുവാനുള്ള തീരുമാനം നടപ്പിലാക്കിയത് ചിലിയാണ്.

58 ടീമുകളാണ് മാറ്റുരച്ചത്. അതിൽ 16 ടീമുകൾ ഫൈനൽ റൗണ്ടിൽ പ്രവേശിച്ചു. മത്സരങ്ങൾക്ക് പൊതുവെ നിലവാരം കുറവായിരുന്നു. കരുതിക്കൂട്ടിയുള്ള ഫൗളുകളും കയ്യാങ്കളികളും പലകളികളുടെയും നിലവാരം കുറച്ചു. 1958 ലെ ഹീറോയായിരുന്ന പെലെയെ ചെക്കോസ്ലോവാക്യക്കാർ ക്രൂരമായി ഫൗൾ ചെയ്തു. പിന്നീട് ഒരു മത്സരത്തിൽ പോലും പെലെയ്ക്ക് കളിക്കാൻ പറ്റിയില്ല. ഇറ്റലിയും ചിലിയും തമ്മിൽ സാന്റിയാഗോയിൽ നടന്ന മത്സരം കളിക്കാർ തമ്മിലുള്ള പൊരിഞ്ഞ തല്ലായി. ഇരുഭാഗത്തും കളിക്കാർക്ക് പരിക്കേറ്റു. ഇറ്റാലിയൻ കളിക്കാർ ചുവന്ന കാർഡ് കണ്ടു പുറത്തുപോയി.

"സാന്റിയാഗോ യുദ്ധം" എന്നാണ് ഈ മത്സരം അറിയപ്പെടുന്നത്. ഇതിന് പുറമേ, സോവിയറ്റ് യൂണിയൻ–യൂഗോസ്ലോവിയ മത്സരവും, ജർമനി–സ്വിറ്റ്സർലന്റ് മത്സരവും പൊരിഞ്ഞ തല്ലിൽ കലാശിച്ചു. ഇക്കാരണംകൊണ്ട് "മറക്കപ്പെട്ട ലോകകപ്പ്" എന്നാണ് ചിലിയൻ ലോകകപ്പിനെ അറിയപ്പെടുന്നത്.

ചിലിയും ബ്രസീലും തമ്മിൽ നടന്ന സെമിഫൈനലിൽ ബ്രസീലിന്റെ പ്രധാന കളിക്കാരനായ ഗാരിഞ്ചയും ചിലിയുടെ ലാൻഡയും പുറത്താക്കപ്പെട്ടു. രണ്ടാം സെമിയിൽ ചെക്കോസ്ലോവാക്യയും യൂഗോസ്ലാവ്യയും പൊരുതി. ചെക്കോസ്ലോവാക്യയാണ് ജയിച്ചത്. ഫൈനൽ മത്സരം ബ്രസീലും ചെക്കോസ്ലോവാക്യയും തമ്മിലായിരുന്നു. 15 ാം മിനിട്ടിൽ മസോവുസ്റ്റലിന്റെ മിന്നുന്ന ഗോൾ ബ്രസീലിന്റെ വലയ്ക്കുള്ളിലെത്തിച്ചു. എന്നാൽ 2 മിനിട്ടിനകം ബ്രസീൽ തിരിച്ചടിച്ചു. അമരിൻഡോയാണ് ഗോളടിച്ചത്. സിറ്റോയും വാവയും ചെക്ക് വലകുലുക്കി. ചെക്കോസ്ലോവാക്യയുടെ ഗോൾകീപ്പർ ഷീറോയ് ജിഫിന് ഒന്നും ചെയ്യാനായില്ല. 3–1 ന് വീണ്ടും ബ്രസീൽ ചാമ്പ്യന്മാരായി.

മൂന്നാം സ്ഥാനത്തിനുവേണ്ടി നടന്ന മത്സരത്തിൽ ചിലി, യൂഗോസ്ലോവിയയെ തോല്പിച്ചു 1–0

ചാമ്പ്യന്മാർ	ബ്രസീൽ	
റണ്ണർ അപ്പ്	ചെക്കോസ്ലോവാക്യ	സ്കോർ 3–1
മൂന്നാം സ്ഥാനം	ചിലി	
നാലാം സ്ഥാനം	യൂഗോസ്ലാവ്യ	സ്കോർ 1–0
ടോപ്പ് സ്കോറർ	1. വാവ ഗരിഞ്ച (ബ്രസീൽ) 2. ലിയോണൽ സഞ്ചസ് (ചിലി)	
4 ഗോളുകൾ വീതം	3. ജാർസൻ ജർക്കോവിക് (യൂഗോസ്ലാവ്യ) 4. വാലന്റൈൻ ഇവനോവ് (സോവിയറ്റ് യൂണിയൻ) 5. ഫ്ലോറിയൻ ആൽബർട്ട് (ഹംഗറി)	

ഇംഗ്ലണ്ട് 1966

ഫുട്ബോളിന്റെ കളിത്തൊട്ടിലായ ഇംഗ്ലണ്ടിലാണ് എട്ടാമത്തെ ലോക കപ്പ് അരങ്ങേറിയത്. ഇതുവരെ നടന്ന കപ്പ് മത്സരങ്ങളിൽ ഏറ്റവും മഹത്തരമായ പോരാട്ടമായാണ് ബ്രസീൽ–ഹംഗറി ഗ്രൂപ്പ് മത്സരത്തെ ചരിത്രം രേഖപ്പെടുത്തിയത്. അത്ഭുതങ്ങളുടെ പരമ്പര സൃഷ്ടിച്ച ആഫ്രോ–ഏഷ്യൻ രാജ്യങ്ങളുടെ പ്രതിനിധിയായ ഉത്തരകൊറിയയുടെ പ്രകടനവും ഇംഗ്ലണ്ടിലായിരുന്നു. ഫൈനലിൽ ജഫ്ഹസ്റ്റിന്റെ ഹാട്രികും യൂറോപ്യൻ പെലെ യൂസേബിയോയുടെ മിന്നുന്ന ഗോളുകളും 8–ാം ലോകകപ്പിലെ മറക്കാനാകാത്ത അനുഭവമാണ്.

ടൂർണ്ണമെന്റ് തുടങ്ങുന്നതിനുമുമ്പ് വെസ്റ്റ് മിനിട്ടിസിലെ എക്സിബിഷൻ സ്റ്റാൻഡിൽനിന്ന് കപ്പ് മോഷണം പോയതും "പീക്കിൾസ്" എന്ന വളർത്തുനായ കപ്പ് കണ്ടെടുത്തതും ചരിത്രത്തിന്റെ ഭാഗമായി.

16 രാജ്യങ്ങൾ 4 പൂളുകളിലായി ജയിച്ചു. ആഫ്രോ ഏഷ്യൻ രാജ്യങ്ങൾ ഒറ്റസ്ഥാനം മാത്രം നീക്കിവെച്ചതിൽ പ്രതിഷേധിച്ച് ഉത്തര കൊറിയ ഒഴികെ എല്ലാ ടീമുകളും പിന്മാറി. ഉത്തരകൊറിയയുടെ ഏകഎതിരാളിയായത് ആസ്ട്രിയയാണ്. പരിചയസമ്പന്നരായ ആസ്ട്രിയയെ അക്ഷരാർത്ഥത്തിൽ തകർത്തുകൊണ്ടാണ് കൊറിയ മുന്നേറിയത്. 6–1, 3–1 എന്ന മാർജിനിൽ അവർ നാണംകെട്ടു കീഴടങ്ങി. 8–ാം ലോകകപ്പിലെ അത്ഭുതത്തിന്റെ അരങ്ങേറ്റം.

16 ആഫ്രിക്കൻ രാജ്യങ്ങളാണ് മത്സരം ബഹിഷ്കരിച്ചത്. എന്നാൽ മൊത്തം 71 ടീമുകൾ യോഗ്യതാമത്സരത്തിൽ പങ്കെടുത്തിരുന്നു.

1966 ൽ ആദ്യമായി ലോകകപ്പിന്റെ ഫൈനൽ റൗണ്ടിലെത്തിയ പോർച്ചുഗൽ വമ്പന്മാരെ വെല്ലുവിളിക്കുന്ന കളിയാണ് ഇംഗ്ലണ്ടിൽ കാഴ്ച വെച്ചത്. ബൾഗേറിയയെ തോല്പിച്ചുവെങ്കിലും ഹംഗറിയോടും പോർച്ചുഗലിനോടും തോറ്റു ചാമ്പ്യന്മാരായ ബ്രസീൽ മടക്കയാത്രയായി. 62 ലെ ലോകകപ്പ് പോലെ ക്രൂരമായ ഫൗളിന് വിധേയനായി പെലെയെ ഗ്രൗണ്ടിൽ നിന്ന് സ്ട്രെച്ചറിലാണ് പുറത്തേക്കു കൊണ്ടുപോയത്. ബൾഗേറിയൻ കളിക്കാർ ഫുട്ബോൾ രാജാവിനെ ചവിട്ടി ഒതുക്കുകയായിരുന്നു. ഹംഗറിക്കെതിരെ കളിക്കാൻ പറ്റിയില്ല. പോർച്ചുഗലിനെതിരായ മത്സരത്തിലും ക്രൂരമായ ഫൗളിന് വിധേയനായി "ഇനിയൊരിക്കലും ലോകകപ്പിനില്ലെന്നു" പറഞ്ഞാണ് പെലെ ഇംഗ്ലണ്ട് വിട്ടത്.

ഉത്തരകൊറിയ ഇറ്റലിയെ തോല്പിച്ച് ടൂർണ്ണമെന്റിലെ ഏറ്റവും വലിയ അട്ടിമറിയായി മാറി. പോർച്ചുഗല്ലുമായുള്ള ക്വാർട്ടർ ഫൈനലിലും ഉത്തരകൊറിയ വിജയം ആവർത്തിക്കുമെന്നു കരുതിയതാണ്. ഏകപക്ഷീയമായ 3 ഗോൾലീഡിൽ അവർ മുന്നിൽ നില്ക്കുമ്പോൾ ഫുട്ബോളിലെ ഏറ്റവും വലിയ അത്ഭുതംപോലെ പോർച്ചുഗൽ വിജയം ബലാല്ക്കാരമായി കൈയിലാക്കി. യൂസേബിയോ എന്ന ഗോളടിയന്ത്രം 4 ഗോളുകളാണ് കൊറിയൻ പോസ്റ്റിലെത്തിച്ചത്. 5–4 ന് പോർച്ചുഗൽ ജയിച്ചു. സെമിയിൽ ഇംഗ്ലണ്ടിനോട് തോല്വി വഴങ്ങി.

ഇംഗ്ലണ്ടും ജർമനിയുമാണ് കലാശക്കളിയിൽ പോരാടിയത്. ലണ്ടനിലെ സുപ്രസിദ്ധമായ വെംബ്ലിസ്റ്റേഡിയത്തിൽ ഇംഗ്ലണ്ടുകാരുടെ ജനകീയ പിന്തുണയോടെ ആതിഥേയർ കളിക്കുമ്പോൾ അതേ വാശിയോടെയാണ് ജർമനി പൊരുതിയത്. കളിയുടെ 12 ാം മിനിട്ടിൽ ഹെൽമറ്റ് ഹാള്ളർ സ്കോർ ചെയ്തു. 4 മിനിട്ടിനകം ജഫ്ഹസ്റ്റ് സമനിലവരുത്തി. 18 ാം മിനിട്ടിൽ മാർട്ടിൻ പീറ്റേഴ്സ് ആതിഥേയരെ മുന്നിലെത്തിച്ചു. ഇംഗ്ലണ്ടുകാർ ആഹ്ലാദത്തിലിറങ്ങാൻ ശ്രമിക്കവേയാണ് ഇംഗ്ലണ്ടിനെതിരായ ഒരു ഫ്രീകിക്ക്. ഫ്രീകിക്കിൽ നിന്നുയർന്ന പന്ത് ഞൊടിയിടയ്ക്കുള്ളിൽ വോൾഫ് വെബെർ നെറ്റിലെത്തിച്ചു. 2–2 സമനില. അത് കൈകൊണ്ടുള്ള കളിയാണെന്ന് ഇംഗ്ലണ്ടുകാർ വാദിച്ചെങ്കിലും റഫറി ഗോൾ വിധിച്ചു. അതോടെ മത്സരം എക്സ്ട്രാ ടൈമിലേക്കു നീണ്ടു. 100 ാം മിനിട്ടിൽ ഹേഴ്സ്റ്റിന്റെ വിവാദഗോൾ ഇംഗ്ലണ്ടിന് തുണയായി. ഹേഴ്സ്റ്റിന്റെ ശക്തമായ കിക് ക്രോസ് ബാറിന്റെ അടിയിൽതട്ടി പന്തു നിലത്തുതട്ടിത്തെറിച്ചു. പന്തു നിലത്തു വീണത് ഗോൾവരയ്ക്ക് അകത്താണെന്ന ലൈൻസ്മാന്റെ വിധി റഫറി ശരിവെച്ചു. ഇംഗ്ലണ്ടിന് ലീഡ്. ഈ ഗോൾ ഇന്നും വിവാദത്തിൽത്തന്നെ.

അവസാന സെക്കന്റുകളിൽ ക്യാപ്റ്റന്റെ സുന്ദരമായ പാസിൽനിന്ന് ഹേഴ്സ്റ്റ് വീണ്ടും ഗോളടിച്ചപ്പോൾ ഇംഗ്ലണ്ടിന്റെ ലീഡ് 4–2 ആദ്യമായി ഇംഗ്ലണ്ടിന്റെ കൈയിൽ കപ്പ്. ഫൈനലിൽ ആദ്യമായി 3 ഗോളടിച്ച കളി

ക്കാരൻ എന്ന ബഹുമതി ഹേഴ്സ്റ്റിന്. ഏറ്റവും മികച്ച കളിക്കാരൻ ഇംഗ്ലണ്ട് ക്യാപ്റ്റൻ ബോബ്ബിമൂറും ടോപ്പ്സ്കോറർ യൂസേബിയോയും ആണ്.

മൂന്നാം സ്ഥാനത്തിനുവേണ്ടി നടന്ന മത്സരത്തിൽ പോർച്ചുഗൽ സോവിയറ്റ് യൂണിയനെ 2–1 ന് തോല്പിച്ചു.

ചാമ്പ്യന്മാർ	ഇംഗ്ലണ്ട്	
റണ്ണർ അപ്	ജർമനി	സ്കോർ 4–1
മൂന്നാം സ്ഥാനം	പോർച്ചുഗൽ	
നാലാം സ്ഥാനം	സോവിയറ്റ് യൂണിയൻ	സ്കോർ 2–1
ടോപ്പ് സ്കോറർ	യൂസേബിയോ (പോർച്ചുഗൽ)	9 ഗോൾ

മെക്സിക്കോ 1970

ഒമ്പതാമത് മെക്സിക്കോ ലോകകപ്പ് പലകാരണങ്ങൾകൊണ്ട് ഉന്നതനിലവാരം പുലർത്തുന്നതായി. മികച്ച ടീമുകൾ നല്ല മത്സരം കാഴ്ച വെച്ചു. 2 തവണ വീതം "യൂൾറിമെ" കപ്പ് നേടിയ ബ്രസീൽ ഇറ്റലി ടീമുകൾ തമ്മിൽ കലാശക്കളി. എട്ടുമത്സരപരമ്പരകളിലെ ഫൈനലിലും കാണാത്ത വാശി രണ്ടു ടീമുകൾക്കും ഉണ്ടായിരുന്നു. ജയിക്കുന്നവർക്ക് "യൂൾറിമെ കപ്പ്" സ്വന്തം.

മറ്റൊന്ന് നിയമങ്ങളിൽ വന്ന ഭേദഗതിയാണ്. കളി നിയന്ത്രിക്കുന്നതിൽ മഞ്ഞ, ചുവപ്പുകാർഡുകളുടെ രംഗപ്രവേശം ഇവിടെയായിരുന്നു. മാത്രമല്ല കളിക്കാർക്ക് സബ്സ്റ്റിറ്റ്യൂഷൻ നിയമവും നിലവിൽ വന്നു. 20 ാം നൂറ്റാണ്ടിലെ ഏറ്റവും മികച്ച ഫുട്ബോൾ മത്സരവും ഏറ്റവും മികച്ച ഗോൾ രക്ഷപ്പെടുത്തലും മെക്സിക്കോയിലായിരുന്നു.

75 രാജ്യങ്ങളാണ് യോഗ്യതാ റൗണ്ടിൽ പങ്കെടുത്തത്. ഫ്രാൻസ്, ഹംഗറി, പോർച്ചുഗൽ, സ്പെയിൻ, അർജന്റീന തുടങ്ങിയ വമ്പന്മാർക്ക് ഫൈനൽ റൗണ്ട് കാണാൻ കഴിഞ്ഞില്ല. ഇസ്രയേലും മൊറോക്കോയും ഫൈനൽ റൗണ്ടിൽ പുതുമുഖങ്ങളായിരുന്നു.

ഇംഗ്ലണ്ടും പശ്ചിമജർമനിയും തമ്മിൽ നടന്ന ക്വാർട്ടർ ഫൈനലിൽ 49 ാം മിനിട്ട് വരെ ഇംഗ്ലണ്ട് 4 ഗോളിനു മുന്നിലായിരുന്നു. ജയം ഉറപ്പിച്ച കോച്ച് ടീമിലെ മിഡ്ഫീൽഡറും കരുത്തനുമായ ബോബി ചാൾട്ടനെ തിരിച്ചുവിളിച്ചു. സെമിഫൈനലിനുവേണ്ടി ചാൾട്ടനെ കരുതിവെക്കുവാനായിരുന്നു അങ്ങനെ ചെയ്തത്. പക്ഷേ, ജർമനി ഇതു ശരിക്കും മുതലാക്കി. 3 ഗോളുകൾ തിരിച്ചടിച്ചു. വിജയം പോക്കറ്റിലാക്കി. കോച്ച് ആൾഫ രംസെ വിതുമ്പിക്കരഞ്ഞു.

പശ്ചിമജർമനിയും ഇറ്റലിയും തമ്മിൽ സെമിഫൈനൽ ഇഞ്ചോടിഞ്ചു

പോരാട്ടമായിരുന്നു. ഓരോ നിമിഷവും ആവേശത്തിരയിളക്കം സൃഷ്ടിച്ചു. 8 ാം മിനിട്ടിൽ റോബർട്ടോ ബോനിൽ സെഗ്നിയിലൂടെ ഇറ്റലിക്ക് ലീഡ് അതോടെ ജർമനി കൊടുങ്കാറ്റുപോലെ ആഞ്ഞുകയറി. ലീഡ് നില നിർത്തുവാൻ ഇറ്റലിയും തിരിച്ചടിക്കാൻ ജർമനിയും കിണഞ്ഞു ശ്രമിച്ചു. അവിസ്മരണീയമായ ഒട്ടേറെ സംഭവങ്ങൾ നിറഞ്ഞ മത്സരത്തിന്റെ ഇഞ്ചുറി ടൈമിൽ കാൾ ഹെയ്ൻസ് - ഷ്നെല്ലിംഗറിലൂടെ ഇറ്റലിയുടെ നെറ്റ് ചലിപ്പിച്ചുവെങ്കിലും ടാർസിസോ ബാഗാനിച്ച് സമനിലയിലാക്കി. 104 ാം മിനിട്ടിൽ ലൂയ്ഗിറിവ ഇറ്റലിയെ മുന്നിലെത്തിച്ചു. 6 മിനിട്ടിനകം ജെൻസ്മുള്ളർ സമനില കണ്ടെത്തി. എന്നാൽ സെക്കന്റുകൾക്കുള്ളിൽ ഗ്യാനിറിവേ ജർമനിക്കെതിരെ വിജയഗോൾ നേടി. കാണികളെ മുൾമുനയിൽ നിർത്തിക്കൊണ്ട് ജർമനി പൊരുതി മുന്നേറിക്കൊണ്ടിരിക്കെ ഇറ്റലിയുടെ വിജയം ഉറപ്പാക്കുന്ന ലോങ്‌വിസിൽ മുഴങ്ങി. ഈ "നൂറ്റാണ്ടിന്റെ കളി" എന്നാണ് ഇത് അറിയപ്പെട്ടത്. എക്സ്ട്രാടൈമിൽ ഇത്രയധികം ഗോൾ സ്കോർ ചെയ്ത മത്സരം ചരിത്രത്തിൽ വേറെയില്ല. എക്സ്ട്രാ ടൈമിൽ മൊത്തം അഞ്ചുഗോളുകൾ ഇരുഭാഗത്തും സ്കോർ ചെയ്തു.

രണ്ടാം സെമിയിൽ ഉറുഗ്വേയെ 3-1 ന് തോല്പിച്ചാണ് ബ്രസീൽ ഫൈനലിലെത്തിയത്. ഇറ്റലിയും ബ്രസീലും തുല്യതയോടെ 3 ാം ഫൈനൽ ജയത്തിന് കച്ചമുറുക്കി. 1934 ലും 1938 ലുമാണ് ഇറ്റലി ചാമ്പ്യന്മാരായത്. ബ്രസീൽ 1958 ലും 1962 ലും ചാമ്പ്യൻഷിപ്പ് നേടി. ഫൈനൽ രണ്ടു ടീമുകളുടെയും ജീവന്മരണ സമരമായി മാറി.

മെക്സിക്കോസിറ്റിയിലെ അസ്ലെക്ക് സ്റ്റേഡിയത്തിൽ നടന്ന ഫൈനലിൽ ബ്രസീൽ ഇറ്റലിയെ 4-1 ന് തോല്പിച്ചു. പെലെയുടെ ഉജ്ജ്വല പ്രകടനമാണ് ബ്രസീലിന് വിജയം എളുപ്പമാക്കിയത്. 1966 ലെ ലോകകപ്പിൽ ക്രൂരമായ ഫൗളിങ്ങിനിരയായി പുറത്തുപോയി ഇനിയില്ലെന്ന് പ്രഖ്യാപിച്ച പെലെയുടെ തിരിച്ചുവരവ് ബ്രസീലിന് ഉത്സവമായി. യൂൾറിമെ കപ്പ് ബ്രസീലിന് സ്വന്തം.

മെക്സിക്കോ ലോകകപ്പ് ജയത്തോടെ കളിക്കാരൻ എന്ന നിലയിലും കോച്ച് എന്ന നിലയിലും ലോകകപ്പ് നേടുന്ന ആദ്യത്തെ വ്യക്തി എന്ന ബഹുമതി ബ്രസീലിന്റെ മരിയോ സഗാലോ നേടി. ബ്രസീലിന്റെ ജെർസിഞ്ഞോ ലോകകപ്പിന്റെ ഫൈനൽ റൗണ്ടിൽ സ്വന്തം ടീമിന്റെ എല്ലാ മത്സരങ്ങളിലും ഗോളടിച്ചു എന്ന ബഹുമതി നേടി. 6 മത്സരങ്ങളിൽ 7 ഗോളുകൾ.

പെലെയുടെ ലോകകപ്പിൽനിന്നുള്ള വിടവാങ്ങൽ മത്സരമായിരുന്നു ഇറ്റലിക്കെതിരായ ഫൈനൽ. 4 ലോകകപ്പിൽ പങ്കെടുക്കുകയും മൂന്നിൽ കിരീടം ചൂടുകയും ചെയ്തത് പെലെക്ക് മാത്രം അവകാശപ്പെട്ട ബഹുമതി.

മൂന്നാം സ്ഥാനത്തേക്കു നടന്ന മത്സരത്തിൽ ജർമനി ഒരു ഗോളിന് ഉറുഗ്വേയെ തോല്പിച്ചു.

ചാമ്പ്യന്മാർ	ബ്രസീൽ	
റണ്ണർ അപ്	ഇറ്റലി	സ്കോർ 4–1
മൂന്നാം സ്ഥാനം	ജർമനി	
നാലാം സ്ഥാനം	ഉറുഗ്വേ	സ്കോർ 1–0
ടോപ്പ് സ്കോറർ	ജർഡ്മുള്ളർ	10 ഗോൾ

പശ്ചിമജർമനി 1974

1974 ലെ ലോകകപ്പിൽ 99 രാജ്യങ്ങളാണ് യോഗ്യതാ റൗണ്ടിൽ പങ്കെടുത്തത്. ലോകകപ്പ് ഫുട്ബോൾ ചാമ്പ്യൻഷിപ്പ് 2 ാം ഭാഗത്തിന്റെ തുടക്കമായി 10 ാം മത്സരങ്ങളെ കാണാം. കാരണം, 1930 മുതൽ 1970 വരെയുള്ള കാലത്ത് യൂൾറിമെ കപ്പിന്റെ നിറപ്പകിട്ടിലായിരുന്നു. ബ്രസീൽ കപ്പ് സ്വന്തമാക്കിയതോടെ ഫിഫയ്ക്ക് ഒരുപുതിയ കപ്പ് കണ്ടെത്തേണ്ടതായി വന്നു. ഫിഫയുടെ പുതിയകപ്പ് എത്രതവണ ജയിച്ചാലും ആർക്കും സ്വന്തമാക്കാൻ പറ്റില്ല.

16 ടീമുകൾ ഫൈനൽ റൗണ്ടിൽ മത്സരിക്കുവാൻ ജർമനിയിലെത്തി. ഹോളണ്ട്, ബ്രസീൽ, പൂർവ്വജർമനി, അർജന്റീന എന്നീ ടീമുകൾ ഗ്രൂപ്പ് 1 ലും പശ്ചിമജർമനി, ഹോളണ്ട്, സ്വീഡൻ, യൂഗോസ്ലാവിയ എന്നിവ 2 ാം ഗ്രൂപ്പിലുമായി മത്സരിച്ചു. ഒന്നാം ഗ്രൂപ്പിൽനിന്ന് ഹോളണ്ടും രണ്ടാം ഗ്രൂപ്പിൽനിന്ന് പശ്ചിമജർമനിയും ഗ്രൂപ്പ് ജേതാക്കളായി ഫൈനലിലെത്തി. ബ്രസീലും ഹോളണ്ടും മൂന്നും നാലും സ്ഥാനക്കാരായി.

1970 ലെ ലോകകപ്പിൽ മഞ്ഞ, ചുവപ്പ് കാർഡുകൾ നിലവിൽ വന്നെങ്കിലും ആദ്യമായി ചുവന്ന കാർഡു കണ്ടു പുറത്തെത്തുന്നത് 10 ാം ലോകകപ്പിലാണ്. ചിലിയുടെ കാർലോസ് ക്ലാസ്ലിയാണ് അങ്ങനെ പുറത്തു പോകുന്ന ആദ്യത്തെ വ്യക്തി.

പൂർവ്വ ജർമനി, ഹെയ്തി, ആസ്ട്രേലിയ, സെയ്റെ എന്നീ രാജ്യങ്ങൾ ആദ്യമായി ഫൈനൽ റൗണ്ടിൽ എത്തിയപ്പോൾ ഇംഗ്ലണ്ടും ഹോളണ്ടും സ്പെയിനും ഫൈനൽ റൗണ്ട് കാണാതെ മടങ്ങി. തുടക്കക്കാരായ പൂർവ്വജർമനി തങ്ങളുടെ രാഷ്ട്രീയ എതിരാളികളായ പശ്ചിമജർമനിയെ അട്ടിമറിച്ചതും അത്ഭുതമായി.

പശ്ചിമജർമനിയും ഹോളണ്ടുമായുള്ള ഫൈനൽ മത്സരത്തിൽ യോഹാൻ ക്രൈഫിന്റെ ഹോളണ്ടിനായിരുന്നു മുൻതൂക്കം. പ്രവാചകന്മാരും ഹോളണ്ടിന്റെ കൂടെയായിരുന്നു. വളരെ നാടകീയമായിട്ടായിരുന്നു ഫൈനലിന്റെ തുടക്കം. പശ്ചിമജർമനിയുടെ പെനാൽറ്റി ബോക്സിൽ വെച്ച് യോഹാൻ ക്രൈഫിനെ ഫൗൾ ചെയ്തിന് ലഭിച്ച പെനാൽറ്റിയിലൂടെ നീസ്കെൻസ് ഹോളണ്ടിനെ മുന്നിലെത്തിച്ചു. കളി തുടങ്ങി ഒരു മിനിട്ടിനുള്ളിലാണ് ഗോൾ വീണത്. പക്ഷേ, കലാശ ജയം ജർമനിക്കായിരുന്നു. യോഹാൻ ക്രൈഫിന്റെ മാന്ത്രികക്കാലുകൾ അവർ പൂട്ടിയിട്ടു. ജർമനി തുടർന്ന് നേടിയ 2 ഗോളുകൾ അവരെ ഒരു ഗോളിന്റെ വിജയത്തിലെത്തിച്ചു.

പശ്ചിമജർമനിക്ക് 2 ാം ലോകകപ്പ് ജയം. 1954 ൽ സ്വിറ്റ്സർലൻഡിലായിരുന്നു ആദ്യം ജയം. അതും ഇതുപോലെ ഹംഗറിതന്നെയായിരുന്നു എതിരാളികൾ.

മൂന്നാം സ്ഥാനത്തേക്ക് നടന്ന മത്സരത്തിൽ ഹോളണ്ട് ബ്രസീലിനെ ഒരു ഗോളിന് തോല്പിച്ചു.

ചാമ്പ്യന്മാർ	പൂർവ്വ ജർമനി	
റണ്ണർ അപ്	ഹംഗറി	സ്കോർ 2–1
മൂന്നാം സ്ഥാനം	ഹോളണ്ട്	
നാലാം സ്ഥാനം	ബ്രസീൽ	സ്കോർ 1–0
ടോപ്പ് സ്കോറർ	ഗ്ലഗോർഡ്ലാറ്റോ (ഹോളണ്ട്) 7 ഗോൾ	

അർജന്റീന 1978

68 വർഷത്തെ കാത്തിരിപ്പിനുശേഷമാണ് അർജന്റീനയുടെ ലോകകപ്പ് മോഹങ്ങൾക്ക് ചിറകു വെച്ചത്. അതും സ്വന്തം നാട്ടിൽ മത്സരങ്ങൾ നടന്നപ്പോൾ. 1930 ലെ ഒന്നാം ലോകകപ്പ് ഫൈനലിൽ ഉറുഗ്വേയോട് തോറ്റു പുറത്തുപോയി. തുടർന്നു നടന്ന 9 മത്സരങ്ങളിലും സെമിയിലെത്തുവാൻ കഴിഞ്ഞില്ല.

പ്രാഥമിക പൂളിൽ ഫ്രാൻസിനെ തോല്പിച്ചത് പെനാൽറ്റി ഗോളിൽ നിന്നാണ്. പെറുവിനോടുള്ള ആറുഗോൾ വിജയം അത്ഭുതകരമാണ്. പൊതുവിൽ അർജന്റീനയുടെ ഫൈനൽ റൗണ്ട് പ്രവേശനം വിവാദം സൃഷ്ടിച്ചിരുന്നു. ഫ്രഞ്ച് ഡിഫൻഡർ മറിയോ ട്രൈറോസിന്റെ വീഴ്ചയിൽ കൈ പന്തുകൊണ്ടു തൊട്ടതിന് പെനാൽറ്റി നല്കിയ സ്വിറ്റ്സർലൻഡുകാരൻ റഫറിയുടെ തീരുമാനം വിവാദമായിരുന്നു. പെറു 4 ഗോളിന് പുറത്തായെങ്കിൽ മാത്രമേ ഗോൾ ശരാശരിയിലൂടെ അർജന്റീനയ്ക്ക് ഫൈനൽ റൗണ്ടിലെത്തുവാൻ കഴിയുമായിരുന്നുള്ളൂ. അല്ലെങ്കിൽ ബ്രസീലിനാണ് ചാൻസ്. എന്നാൽ, പെറു ആറുഗോളുകൾക്ക് പരാജയം ഏറ്റുവാങ്ങി. ഈ കളി തോല്പിച്ചതോ തോറ്റുകൊടുത്തതോ എന്ന തർക്കം നിലനില്ക്കുന്നു.

76 ൽ അർജന്റീനയിൽ നടന്ന പട്ടാള വിപ്ലവത്തെത്തുടർന്ന് ഇവിടെ നടക്കുന്ന മത്സരത്തിൽ ടീമുകൾ പങ്കെടുക്കരുതെന്ന് "ആംനസ്റ്റി ഇന്റർനാഷണൽ" ആഹ്വാനം ചെയ്തിരുന്നുവെങ്കിലും എല്ലാ ടീമുകളും പങ്കെടുത്തു. ഹോളണ്ട് പങ്കെടുത്തുവെങ്കിലും യോഹാൻ ക്രൈഫ് വന്നില്ല. ഇറാൻ, ടുണീഷ്യ എന്നീ രാജ്യങ്ങൾക്ക് കന്നിപ്രവേശനമായിരുന്നു. ഇംഗ്ലണ്ടിനെ നിർഭാഗ്യം വേട്ടയാടി. ഇത്തവണയും ഫൈനൽ റൗണ്ട് കാണാതെ പുറത്തായി. 12 വർഷത്തിനുശേഷം ഫൈനൽ റൗണ്ടിലെത്തിയ ഫ്രാൻസ് മിഷേൽ പ്ലാറ്റിനിയെപ്പോലുള്ള താരനിരയുണ്ടായിട്ടും ഇറ്റലിയോടും അർജന്റീനയോടും തോറ്റു പുറത്തായി. യോഹാൻ ക്രൈഫിന്റെ

അഭാവത്തിലെത്തിയ ഹോളണ്ട് മികച്ച പ്രകടനത്തിലൂടെ ആസ്ട്രിയേയും 5–1, ഇറ്റലിയേയും 2–1 തോല്പിച്ചും ചാമ്പ്യന്മാരായ പശ്ചിമജർമനിയോട് സമനില പിടിച്ചും ഫൈനലിലെത്തി.

അർജന്റീനയുടെ വിജയത്തിന് സഹായകമായ മത്സരത്തിൽ പെറുവിന്റെ ഗോൾകീപ്പർ റമോൺ ക്വിറോഗയായിരുന്നു; അദ്ദേഹത്തിന്റെ ജന്മദേശം അർജന്റീനയായിരുന്നു. നല്ലൊരു ഗോൾകീപ്പറായ ക്വിറോഗ മുൻധാരണ പ്രകാരം ഗോൾ വഴങ്ങിക്കൊടുക്കുകയായിരുന്നുവത്രേ!

ഫൈനലിൽ സ്റ്റേഡിയത്തിൽ നിറഞ്ഞു നില്ക്കുന്ന അർജന്റീനക്കാരുടെ ആഹ്ലാദാരവങ്ങൾക്കിടയിൽ ആദ്യത്തെ ലോകകപ്പ് ചാമ്പ്യൻ പദവി അർജന്റീനയ്ക്ക് ലഭിച്ചു.

11 ാം ലോകകപ്പിന് മറ്റൊരു പ്രത്യേകത കൂടിയുണ്ട്. നൂറിൽ കൂടുതൽ രാജ്യങ്ങൾ ആദ്യമായി മത്സരിക്കാനെത്തിയത് അർജന്റീനയിലാണ്. 106 രാജ്യങ്ങൾ പങ്കെടുത്തു.

ചാമ്പ്യന്മാർ	അർജന്റീന	
റണ്ണർഅപ്	ഹോളണ്ട്	സ്കോർ 3–1
മൂന്നാം സ്ഥാനം	ബ്രസീൽ	
നാലാം സ്ഥാനം	ഇറ്റലി	സ്കോർ 2–1
ടോപ്പ് സ്കോറർ	മരിയോ കെംപസ്സ് (അർജന്റീന)	6 ഗോൾ

സ്പെയിൻ 1982

12 ാമത് ലോകകപ്പിൽ 109 രാജ്യങ്ങളാണ് യോഗ്യതാ മത്സരത്തിൽ പങ്കെടുത്തത്. അൾജീരിയ, കാമറൂൺ, ഹോണ്ടുറാസ് കുവൈറ്റ്, ന്യൂസിലാൻഡ് തുടങ്ങിയ രാജ്യങ്ങൾ ആദ്യമായി ലോകകപ്പിൽ പങ്കെടുക്കുകയായിരുന്നു.

യൂഗോസ്ലാവിയയുമായുള്ള മത്സരത്തിൽ വടക്കൻ അയർലൻഡിന് വേണ്ടി കളിച്ച നോർമൻ വൈറ്റ് സൈഡ് ലോകകപ്പിലെ ഏറ്റവും പ്രായം കുറഞ്ഞ കളിക്കാരനായി. 17 വയസ്സും 42 ദിവസവുമാണ് പ്രായം. എൽസാൽവദോറിനെ 10–1 ന് തകർത്തുകൊണ്ട് ഹംഗറി സ്വന്തം റെക്കാർഡ് തിരുത്തി. മുൻപ് ഹംഗറി കൊറിയയെ 9 ഗോളിന് തോല്പിച്ചിരുന്നു.

സെമിഫൈനലിൽ ഇറ്റലി–പശ്ചിമജർമനിയെ 3–1 ന് തോല്പിച്ചുകൊണ്ട് ഫൈനലിലെത്തി. പശ്ചിമജർമനിക്ക് ഫ്രാൻസിനെ തോല്പിക്കുവാൻ ഷൂട്ട്ഔട്ട് വേണ്ടിവന്നിരുന്നു. ഫൈനലിൽ പശ്ചിമജർമനിയെ തോല്പിച്ചുകൊണ്ട് ഇറ്റലി ലോകകപ്പ് മൂന്ന് തവണ നേടുന്ന രണ്ടാമത്തെ രാജ്യമായി ബ്രസീലിന് മാത്രമാണ് ഇങ്ങനെയൊരു നേട്ടം കൈവരിക്കാനായത്.

ചാമ്പ്യൻഷിപ്പിലെ ടോപ്പ് സ്കോറർ ആയി ഇറ്റലിയുടെ പോളോ റോസിയാണ് തെരഞ്ഞെടുക്കപ്പെട്ടത്. മികച്ച കളിക്കാരനായും റോസ്സിയെ തന്നെ തെരഞ്ഞെടുത്തു. ആറു ഗോളുകളാണ് അദ്ദേഹം നേടിയത്.

കന്നിക്കാരായ അൾജീരിയ, ഗ്രൂപ്പ് ബിയിലെ പ്രാഥമിക റൗണ്ട് മത്സരത്തിൽ യൂറോപ്യൻ ചാമ്പ്യന്മാരായ പശ്ചിമജർമനിയെ അട്ടിമറിച്ചത് സ്പെയിൻ ലോകകപ്പിലെ അത്ഭുതമായി മാറി. ആസ്ട്രിയ-ജർമനി മത്സരത്തിൽ രണ്ടു ഗോളിന് പശ്ചിമജർമനി ജയിച്ചാൽ രണ്ടുപേർക്കും ഫൈനൽ റൗണ്ടിൽ കയറാമായിരുന്നു. കൂടുതൽ ഗോളുകൾക്ക് പൂർവ്വ ജർമനി ജയിച്ചാൽ ആസ്ട്രിയയെ പിന്തള്ളി അൾജീരിയ ഫൈനൽ റൗണ്ടിലെത്തും. എന്നാൽ ആസ്ട്രിയയും ജർമനിയും ഒത്തുകളിച്ചു. ഒരു ഗോൾ നേട്ടം വരെ ആക്രമിച്ചു കളിച്ച ജർമൻകാർ അതിനുശേഷം പന്തു വെറുതെ തട്ടിക്കളിക്കുകയായിരുന്നു. ഇതിൽ ജനങ്ങൾ കുപിതരായി. ഇതിനെത്തുടർന്ന് 13-ാം ലോകകപ്പ് മുതൽ മത്സരങ്ങളുടെ സമയം ഏകീകരിച്ചു. അവസാന ഗ്രൂപ്പിലെ എല്ലാ മത്സരങ്ങളും ഒരേ സമയത്ത് നടത്തുവാൻ നിശ്ചയിച്ചു.

ടൂർണ്ണമെന്റിൽ നന്നായി കളിച്ച ബ്രസീലും ഫ്രാൻസും ഫൈനലിൽ കടന്നില്ല. ഒരു സമനില മാത്രം ആവശ്യമായിരിക്കുമ്പോൾ ആക്രമണ ശൈലിയിൽ കളിച്ചു മത്സരം കൈവിട്ട ബ്രസീലും രണ്ടുപ്രാവശ്യം വിജയം കൈയിൽ വന്നിട്ടും നഷ്ടപ്പെട്ടുപോയ, നിർഭാഗ്യവാന്മാരായ ഫ്രാൻസും തുല്യ ദുഃഖിതരായി. 3 ാം സ്ഥാനത്തിനുവേണ്ടി ഹോളണ്ടും ഫ്രാൻസും കളിച്ചപ്പോൾ ഫ്രാൻസ് 3-2 ന് തോറ്റു.

ചാമ്പ്യന്മാർ	ഇറ്റലി	
റണ്ണർ അപ്	പൂർവ്വജർമനി	സ്കോർ 3-1
മൂന്നാം സ്ഥാനം	ഹോളണ്ട്	
നാലാം സ്ഥാനം	ഫ്രാൻസ്	സ്കോർ 3-2
ടോപ്പ് സ്കോറർ	പോളോ റോസ്സി (ഇറ്റലി)	6 ഗോൾ

മെക്സിക്കോ 1986

13 ാമത് ലോകകപ്പിന് മെക്സിക്കോയിലാണ് വേദി ഒരുങ്ങിയത്. മെക്സിക്കോയിലെ 2 ാമത് ലോകകപ്പാണിത്. 121 ടീമുകളാണ് പ്രാഥമിക റൗണ്ടിൽ കളിച്ചത്. 24 ടീമുകൾ ഫൈനൽ റൗണ്ടിലെത്തി. ഹോണ്ടുറാസും ഇറാഖുമായിരുന്നു പുതുമുഖടീമുകൾ. 82ൽ നിന്ന് വ്യത്യസ്തമായി രണ്ടാം റൗണ്ടു മുതൽ മത്സരം നോക്കൗട്ടായി നടത്തി.

ലോകകപ്പിന് ഏതാനും മാസങ്ങൾക്കു മുമ്പ് മെക്സിക്കോയിൽ കടുത്ത ഭൂകമ്പമുണ്ടായി. ഇരുപതിനായിരത്തിലേറെപ്പേർ കൊല്ലപ്പെട്ടു. എന്നാൽ ഫുട്ബോൾ സ്റ്റേഡിയങ്ങൾക്ക് നാശമൊന്നും സംഭവിച്ചില്ല. അതുകൊണ്ട് ലോകകപ്പ് കൃത്യസമയത്ത് തന്നെ നടത്തുവാൻ തീരുമാനിച്ചു.

ഡീഗോ മറഡോണയെന്ന ലോകതാരത്തിന്റെ ഉദയവും ഇവിടെയായിരുന്നു. പെലെക്ക് ശേഷം ലോകം കണ്ട അത്ഭുത പ്രതിഭയാണ് മറഡോണ. ബ്രസീലിന്റെ വിജയഗാഥകൾക്കു പിന്നിൽ പെലെയും ഒരുകൂട്ടം നല്ല കളിക്കാരും ചേർന്ന കൂട്ടായ്മയുണ്ടായിരുന്നു. എന്നാൽ അർജന്റീനയ്ക്ക് ലോകകിരീടം നേടിക്കൊടുത്തത് മറഡോണ എന്ന ഫുട്ബോൾ മാന്ത്രികന്റെ ഒറ്റയാൻ പോരാട്ടമായിരുന്നു. അർജന്റീനയും ഇംഗ്ലണ്ടുമായുള്ള ക്വാർട്ടർ ഫൈനലിൽ മറഡോണ നേടിയ ഏകഗോൾ അർജന്റീനയുടെ വിജയഗോളായി മാറി.

രണ്ടാംപകുതിയുടെ ആറാമത്തെ മിനിട്ടിൽ മറഡോണയും കൂട്ടുകാരനായ ജോർഗോവർഗ്ഗാനോയും നടത്തിയ ശക്തമായ നീക്കത്തിനൊടുവിൽ ഇംഗ്ലണ്ടിന്റെ ഡിഫൻസിൽ തട്ടിത്തെറിച്ചു വന്ന പന്ത് അവരുടെ ഗോൾകീപ്പർ പീറ്റർ ഷിൽട്ടർ മാത്രം മുന്നിൽ നില്ക്കെ, മറഡോണ വലയിലെത്തിച്ചു. മത്സരത്തിലെ ആദ്യഗോളിന്റെ ആവേശത്തിൽ പതിനായിരങ്ങൾ സ്റ്റേഡിയത്തിൽ പൊട്ടിത്തെറിക്കുമ്പോൾ മറഡോണ തലകൊണ്ടല്ല കൈകൊണ്ടാണ് പന്ത് വലയിലെത്തിച്ചതെന്ന് ഇംഗ്ലണ്ട് കളിക്കാർ റഫറിയോട് പരാതിപ്പെട്ടു. റഫറി ഗോളെന്ന് വിധിയെഴുതി. മത്സരത്തിനുശേഷം മറഡോണ പറഞ്ഞ് "ഒരല്പം ദൈവത്തിന്റെ കൈയും ഒരല്പം മറഡോണയുടെ തലയും" എന്നായിരുന്നു. ഫോട്ടോകളും വീഡിയോക്ലിപ്പുകളും കൈകൊണ്ട് തട്ടിയതായി കാണിക്കുന്നു. അതേ മത്സരത്തിൽത്തന്നെ നൂറ്റാണ്ടിലെ മികച്ച ഗോളും മറഡോണയുടെ പേരിൽ കുറിക്കപ്പെട്ടു. മൈതാനമദ്ധ്യത്തിൽനിന്നും കിട്ടിയ പന്തുമായി ചാട്ടുളിപോലെ മുന്നേറിയ മറഡോണ 5 ഇംഗ്ലീഷ് ഡിഫന്റർമാരെ കബളിപ്പിച്ചാണ് മനോഹരമായ ഗോൾ നേടിയത്. കളി സാമർത്ഥ്യവും അതിസാമാർത്ഥ്യവുംകൊണ്ട് മറഡോണ അർജന്റീനയെ ചാമ്പ്യന്മാരാക്കി. "ദൈവത്തിന്റേതെന്ന് മറഡോണയും ചെകുത്താന്റേതെന്ന് ഇംഗ്ലീഷുകാരും" പറയുന്ന കൈ മറഡോണയുടെ ജീവിതത്തിലുടനീളം കറുത്തപാടായിരുന്നു."

സെമിഫൈനലിൽ ഫ്രാൻസിനെ തോല്പിച്ച് പശ്ചിമജർമനിയും ബെൽജിയത്തെ തോല്പിച്ച് അർജന്റീനയും ഫൈനലിലെത്തി. അർജന്റീന പശ്ചിമജർമനിയെ തോല്പിച്ച് കിരീടം ചൂടി 3–2 82 ലും 86 ലും പശ്ചിമജർമനിക്ക് രണ്ടാം സ്ഥാനം മാത്രം ഒരു ടീമെന്ന നിലയിൽ മെച്ചമല്ലാതിരുന്ന അർജന്റീനയ്ക്ക് ഡീഗോ മറഡോണയെന്ന അത്ഭുത പ്രതിഭയാണ് കപ്പ് നേടിക്കൊടുത്തത്.

മൊറോക്കോ ലോകകപ്പിന്റെ രണ്ടാം റൗണ്ടിൽ പ്രവേശിക്കുന്ന ആദ്യ ആഫ്രിക്കൻ രാജ്യമായി.

ലോകകപ്പ് ചാമ്പ്യൻഷിപ്പിലെ വേഗതയേറിയ പുറത്താക്കൽ 12 ാം ലോകകപ്പിലായിരുന്നു. ഉറുഗ്വേയുടെ ജോസ് ബാസ്റ്റിസ് കളി തുടങ്ങി ഒരു മിനിട്ടിനുള്ളിൽ ചുവപ്പ് കാർഡു കണ്ടു പുറത്തായി.

ലൂസേഴ്സ് സെമിഫൈനലിൽ ഫ്രാൻസ് ബെൽജിയത്തെ 4–2 തോല്പിച്ചു.

ചാമ്പ്യന്മാർ	അർജന്റീന	
റണ്ണർ അപ്	പൂർവ്വജർമനി	സ്കോർ 3-2
മൂന്നാം സ്ഥാനം	ഫ്രാൻസ്	
നാലാം സ്ഥാനം	ബെൽജിയം	സ്കോർ 4-2
ടോപ്പ് സ്കോറർ	ഗാരിലിറോക്കർ (ഇംഗ്ലണ്ട്)	6 ഗോൾ

ഇറ്റലി 1990

14 ാമത് ലോകകപ്പ് മത്സരങ്ങളുടെ ഉദ്ഘാടനം തന്നെ അട്ടിമറിയോടെയായിരുന്നു. ആഫ്രിക്കൻ രാജ്യമായ കാമറൂൺ അവിശ്വസനീയമായ അട്ടിമറിക്കാണ് തിരികൊളുത്തിയത്. ചാമ്പ്യന്മാരായ അർജന്റീനയെ എതിരില്ലാത്ത ഒരു ഗോളിന് കീഴടക്കിക്കൊണ്ട് ഞെട്ടലുണ്ടാക്കി. കാമറൂൺ കരുതിയാണ് കളിച്ചത്. രാജ്യത്തിനുവേണ്ടി എല്ലാം മറന്ന കളി. 38 കാരനായ റോജർമില്ലയുടെ പരിചയസമ്പന്നതയും പുതുരക്തങ്ങളുടെ ആവേശത്തിരയിളക്കവും കാമറൂണിനെ കന്നി ലോകകപ്പിൽ ക്വാർട്ടറിലെത്തിച്ചു. ഫുട്ബോളിൽനിന്ന് വിരമിച്ചു വിശ്രമജീവിതം നയിക്കുകയായിരുന്ന റോജർമില്ലയെന്ന പ്രഗത്ഭൻ കാമറൂൺ പ്രസിഡന്റിന്റെ അഭ്യർത്ഥന മാനിച്ചാണ് ഇറ്റാലിയൻ കളിക്കളത്തിലിറങ്ങിയത്. റോജർമില്ലറുടെ പ്രായം 38 വയസ്സാണ്. മൊറോക്കോയാണ് ആദ്യം രണ്ടാം റൗണ്ടിലെത്തിയ ആഫ്രിക്കൻ രാജ്യമെങ്കിൽ കാമറൂൺ ക്വാർട്ടറിൽ കയറിയ ആദ്യ ആഫ്രിക്കൻ രാജ്യമായി. ഇംഗ്ലണ്ടിനെതിരായാണ് ക്വാർട്ടർ ഫൈനൽ നടന്നത്. കളി അവസാനിക്കുവാൻ 10 മിനിട്ട് മുൻപ് വരെ കടുത്ത പോരാട്ടമായിരുന്നു. ലോകകപ്പിലെ പരിചയസമ്പന്നതയ്ക്കു മുമ്പിൽ ആഫ്രിക്കൻ പടയാളികൾക്ക് ജയിക്കുവാനായില്ല. സ്കോർ 3-2 വീരോചിതമായ തോല്വി.

106 രാജ്യങ്ങളാണ് പ്രാഥമിക റൗണ്ടിൽ മാറ്റുരച്ചത്. 24 ടീമുകൾ ഫൈനൽ റൗണ്ടിലെത്തി. കോസ്റ്ററിക്ക, അയർലൻഡ്, യു എ ഇ എന്നിവയാണ് പുതുമുഖടീമുകൾ. നാലുപതിറ്റാണ്ടിലെ കാത്തിരിപ്പിനുശേഷം യു എസ് എ ഇത്തവണ ഫൈനൽ റൗണ്ടിലെത്തി.

രണ്ടു സെമിഫൈനലുകളും പെനാൽട്ടി ഷൂട്ടൗട്ടിലാണ് വിജയിയെ നിശ്ചയിച്ചത്. അർജന്റീന-ഇറ്റലിയെയും പൂർവ്വജർമനി-ഇംഗ്ലണ്ടിനെയും തോല്പിച്ചത് ഒരേ മാർജിനിലാണ്. സ്കോർ 4-3. അർജന്റീനയുടെ കളിക്കാർ ഗോൾകീപ്പറോട് നന്ദിപറയണം. പകരക്കാരനായി വന്ന ഗോൾകീപ്പർ സെർജിയോ ഗോയ്ക്കോവ്യ രണ്ടുപെനാൽട്ടി കിക്കുകളാണ് രക്ഷപ്പെടുത്തിയത്.

ഫൈനൽ മത്സരത്തിൽ 1986 ലെ എതിരാളികൾ വീണ്ടും പൊരുതി. വിജയിയെ നിശ്ചയിച്ചത് പെനാൽട്ടിഗോളിൽ കൂടിയായിരുന്നു. റൂഡിവോളറെ ഫൗൾ ചെയ്തതിന് കിട്ടിയ പെനാൽട്ടി കിക്ക് ലക്ഷ്യത്തിലെത്തിച്ചു. കളി അവസാനിക്കുവാൻ കേവലം അഞ്ചു മിനിട്ട് മാത്രം ബാക്കി. ജർമനിക്ക് മൂന്നാമതും ട്രോഫി. ഹാട്രിക് ചാമ്പ്യൻഷിപ്പ് നേടുന്ന മൂന്നാ

മത്തെ രാജ്യമായി പശ്ചിമജർമനിയും ഉൾപ്പെട്ടു. നേരത്തെ ബ്രസീലും ഇറ്റലിയും ഈ നേട്ടം കൈവരിച്ചിരുന്നു.

മൂന്നാം സ്ഥാനത്തുള്ള മത്സരത്തിൽ ഇറ്റലി – ഇംഗ്ലണ്ടിനെ തോല്പിച്ചു. സ്കോർ 2–1.

ചാമ്പ്യന്മാർ	പശ്ചിമജർമനി	
റണ്ണർ അപ്	അർജന്റീന	സ്കോർ 1–0
മൂന്നാം സ്ഥാനം	ഇറ്റലി	
നാലാം സ്ഥാനം	ഇംഗ്ലണ്ട്	സ്കോർ 2–1
ടോപ്പ് സ്കോറർ	സാൽവദോർ ഇറ്റാച്ചി	6 ഗോൾ

അമേരിക്ക 1994

അമേരിക്ക ആദ്യമായി ഒരു ലോകകപ്പിന് അരങ്ങൊരുക്കിയത് 1994 ലാണ്. ശക്തരായ ലോകരാജ്യങ്ങളെല്ലാം ഫുട്ബോൾ ലോകകപ്പ് ആഘോഷമാക്കി മാറ്റിയപ്പോൾ അമേരിക്കയ്ക്ക് ഒഴിഞ്ഞുനില്ക്കാൻ പറ്റാത്ത നിലയായി. മാത്രമല്ല, രാജ്യത്തിന്റെ അന്തസ്സിന്റെ പ്രശ്നവുമായി. ഏറ്റവും കൂടുതൽ ടീമുകൾ ഫൈനൽ റൗണ്ടിലേക്ക് കയറിപ്പറ്റുന്നതിന് മത്സരിച്ചതും 15 ാമത് ലോകകപ്പിലാണ്. 151 രാജ്യങ്ങളാണ് മത്സരിച്ചത്. ഫിഫ ലോകകപ്പ് അമേരിക്കയിലെന്ന് തീരുമാനിക്കുമ്പോൾ ഒരു സംശയമേ ഉണ്ടായിരുന്നുള്ളൂ. "കളി കാണുവാൻ ജനങ്ങൾ കാണുമോ" എന്ന്.

എന്നാൽ ടൂർണ്ണമെന്റ് വമ്പിച്ച വിജയമായി. ശരാശരി 69000 കാണികളാണ് ഗ്രൗണ്ടിലെത്തിയത്. മൊത്തം 36 ലക്ഷം ജനങ്ങൾ കളി കണ്ടു. യോഗ്യതാ മത്സരങ്ങൾക്ക് നല്ല വാശിയായിരുന്നു. ഫൈനൽ റൗണ്ടിനുള്ള ടിക്കറ്റിനുവേണ്ടി 490 കളികൾ നടന്നു. 8 മാസക്കാലം നടന്ന മത്സരപരമ്പരയിൽ 1402 ഗോളുകൾ പിറന്നു. അവസാനത്തെ ഗോൾ ആസ്ട്രേലിയക്കെതിരെ രണ്ടാം പ്ലേ ഓഫ് മത്സരത്തിൽ അർജന്റീനയുടെ ഗബ്രിയേൽ ബാസ്റ്റിറ്റ്യൂട്ടയുടെ ബൂട്ടിൽ നിന്നായിരുന്നു. ഗോളുകളുടെ പെരുമഴപോലെ തന്നെയായിരുന്നു. കാണികളുടെ തള്ളിക്കയറ്റവും ലിസ്ബണിൽ പോർച്ചുഗലും എസ്ത്രോണിയയും മത്സരിച്ചപ്പോൾ കളി കാണാനെത്തിയത് ഒരുലക്ഷത്തി അയ്യായിരം പേരായിരുന്നു.

യു എസ് എ, ബ്രസീൽ, ജർമനി, അർജന്റീന, ഇറ്റലി, ബെൽജിയം എന്നീ ആറു ടീമുകൾ സീഡ് ചെയ്യപ്പെട്ടു. ആറു ഗ്രൂപ്പുകളിലായി 24 ടീമുകളാണ് ഫൈനൽ റൗണ്ടിൽ മാറ്റുരച്ചത്. നീണ്ട ഇളവേളയ്ക്കു ശേഷം തിരിച്ചുവന്ന ദക്ഷിണാഫ്രിക്കയും ഫൈനൽ റൗണ്ടിൽ കയറിപ്പറ്റുന്നതിന് പൊരുതി. പക്ഷേ, അവരെ ഭാഗ്യം തുണച്ചില്ല. ഗ്രീസ്, നൈജീരിയ, സൗദി അറേബ്യ എന്നിവർ ഫൈനൽ റൗണ്ടിൽ പ്രവേശനം നേടി. സോവിയറ്റ് യൂണിയന്റെ ഭാഗമായ റഷ്യ മത്സരിച്ച ആദ്യ ലോകകപ്പും ഇതുതന്നെ.

മുൻവർഷങ്ങളിൽ ഓരോ വിജയത്തിനും 2 പോയിന്റും സമനിലയ്ക്ക്

ഒരു പോയിന്റുമായിരുന്നു. 15 ാം ലോകകപ്പിൽ അതിന് മാറ്റം വരുത്തി. വിജയികൾക്ക് ഒരു പോയിന്റ് വർദ്ധിച്ചു. മൂന്നു പോയിന്റാക്കി.

അമേരിക്കയിലെ ലോകകപ്പിൽ ഒരുപാട് പ്രത്യേകതകൾ ഓർമ്മിക്കാനുണ്ട്. കാമറൂണിനെതിരെ റഷ്യ 6–1 ന്റെ ജയം ഉറപ്പിക്കുന്നതായിരുന്നു. അതിൽ അഞ്ചു ഗോളുകളും ലൈവ് സാലങ്കോയുടെ വകയാണ്. അതൊരു റെക്കാർഡായിരുന്നു. ജൂൺ 18 ന് അമേരിക്കയും സ്വിറ്റ്സർലൻഡുമായുള്ള മത്സരം ഇൻഡോറിൽ നടന്ന ആദ്യ ലോകകപ്പ് മത്സരം എന്നു രേഖപ്പെടുത്തി. ഉത്തേജകമരുന്നു കഴിച്ചതിന്റെ പേരിൽ ഡീഗോ മറഡോണയെ ടൂർണ്ണമെന്റിൽനിന്ന് പുറത്താക്കിയത് 15 ാം ലോകകപ്പിലാണ്. അമേരിക്കക്കെതിരായ മത്സരത്തിൽ സെൽഫ് ഗോളിന് കാരണക്കാരനായ കൊളംബിയയുടെ കളിക്കാരൻ എസ്കോബാറിനെ വെടിവെച്ചു കൊന്നത് ലോകകപ്പിന്റെ കറുത്ത പാടായി മാറി.

എതിരില്ലാത്ത ഒരു ഗോളിന് സ്വീഡനെ തോല്പിച്ചു ബ്രസീലും ഒന്നിനെതിരെ രണ്ടു ഗോളിന്റെ വിജയവുമായി ഇറ്റലിയും ഫൈനലിലെത്തി. ഹാട്രിക് ലോകകപ്പ് വിജയം നേടിയവരാണ് രണ്ടുടീമുകളും. നിശ്ചിത സമയത്തും 30 മിനിട്ട് എക്സ്ട്രാ സമയത്തും ഗോൾ മാത്രം പിറക്കാതെ സമനിലയിൽ വന്നപ്പോൾ ലോകകപ്പിന്റെ ചരിത്രത്തിലാദ്യമായി ഫൈനൽ മത്സരം പെനാൽട്ടി ഷൂട്ടൗട്ടിലേക്കു നീങ്ങി. അവസാനത്തേതും നിർണ്ണായകവുമാക്കിയത് ഇറ്റലിയുടെ പ്രസിദ്ധനായ റോബർട്ടോ ബാജിയാണ്. ലോകം മുഴുവൻ ആകാംക്ഷയുടെ മുൾമുനയിൽ നില്ക്കെ ബാജിയുടെ കിക്ക് ക്രോസ് ബാറിന് മുകളിലൂടെ ആകാശത്തേക്ക്. ബ്രസീലിന്റെ കൈയിൽ 4 ാമതും ലോകകപ്പ്.

1990 നും 1994 നും ഇടയ്ക്ക് ലോകത്തിൽ ഒരുപാട് മാറ്റങ്ങൾ വന്നു. പശ്ചിമജർമനിയും പൂർവ്വജർമനിയും ഒന്നായി. ചെക്കോസ്ലോവാക്യ വിഭജിക്കപ്പെട്ടു. ചെക്ക് റിപ്പബ്ലിക്ക്, സ്ലോവേനിയ എന്നീ രണ്ടുരാജ്യങ്ങളായി. യൂഗോസ്ലാവിയ കീറി മുറിച്ചു. ക്രൊയേഷ്യ ബോസ്നിയ ആന്റ് ഹെർഗസോവിന, മാസഡോണിയ, സെർബിയ ആന്റ് മൊണ്ടെനഗ്രോ എന്നിങ്ങനെ 5 രാജ്യങ്ങളായി ഭൂപടത്തിൽനിന്ന് സോവിയറ്റ് യൂണിയൻ മാഞ്ഞു. പകരം റഷ്യ ഉൾപ്പെടെ 15 രാജ്യങ്ങളായി.

മൂന്നാം സ്ഥാനത്തിനുവേണ്ടി സ്വീഡനും ബെൽജിയവും ഏറ്റുമുട്ടി. ഏകപക്ഷീയമായ 4 ഗോളിന് സ്വീഡൻ ജയിച്ചു.

ചാമ്പ്യന്മാർ	ബ്രസീൽ	
റണ്ണർ അപ്	ഇറ്റലി	സ്കോർ 3–2
മൂന്നാം സ്ഥാനം	സ്വീഡൻ	
നാലാം സ്ഥാനം	ബെൽജിയം	സ്കോർ 4–0
ടോപ്പ് സ്കോറർ	1. ഒലെവ് സാലങ്കോ (റഷ്യ) 2. ഹിസ്റ്റോ സ്റ്റോയ്കോവ് (ബൾഗേറിയ) 6 ഗോൾ	

ഫ്രാൻസ് 1998

ക്രൊയേഷ്യയുടെ അത്ഭുതകരമായ പ്രകടനത്തിന്റെ മങ്ങാത്ത ഓർമ്മകളാണ് ഫ്രാൻസ് ലോകകപ്പിലെ പ്രത്യേകത. ആദ്യമായി സെമിയിലെത്തിയ ക്രൊയേഷ്യ ആരെയും വെല്ലുന്ന കളിയാണ് ഫ്രാൻസിൽ പുറത്തെടുത്തത്. കരുത്തരായ ജർമനിയെ എതിരില്ലാത്ത 3 ഗോളിന് തകർത്തുകൊണ്ടാണ് സെമിയിലെത്തിയത്. ഫ്രാൻസിനെതിരായി സെമിയിലും ക്രൊയേഷ്യ വീരോചിതം പോരാടി. ജയിക്കുന്ന ടീമിന്റെ കരുത്തായിരുന്നു കളിക്കാരുടെ മുഖത്ത് നിഴലിച്ചത്. ക്രൊയേഷ്യയാണ് ആദ്യം ഫ്രാൻസിന്റെ നെറ്റ് ചലിപ്പിച്ചത്. ഡേവർസുകേറിയാണ് സ്കോറർ. ഫ്രാൻസ് അക്ഷരാർത്ഥത്തിൽ ഞെട്ടി. കുറച്ചുനേരത്തെ അനിശ്ചിതത്വത്തിന് വിരാമമിട്ടുകൊണ്ട് ലിലിയൻ തുറാം നേടിയ 2 ഗോളുകൾ ക്രൊയേഷ്യക്കെതിരെ വിധി എഴുതി. ലിലിയൻ തുറാം ആദ്യത്തെ വ്യക്തിപരമായ അന്താരാഷ്ട്ര ഗോളാണ് നേടിയത്.

ചിലി, ഡെന്മാർക്ക് ടീമുകളെ പരാജയപ്പെടുത്തിയാണ് ബ്രസീൽ ഫൈനലിലെത്തിയത്. നിലവിലുള്ള ചാമ്പ്യന്മാരായ ബ്രസീൽ കളി മറന്ന പോലെയായിരുന്നു ഗ്രൗണ്ടിൽ പെരുമാറിയത്. ഫ്രാൻസ് ആഞ്ഞുകയറി. സിനദിൻ സിദാൻ എന്ന പ്രതിഭയായിരുന്നു ഫ്രാൻസിന്റെ കരുത്ത്. എതിരില്ലാത്ത 3 ഗോളിന് ബ്രസീൽ പുറത്തായി. ഫ്രാൻസിന് കപ്പ്.

ഫ്രാൻസും പരാഗ്വേയും തമ്മിലുള്ള മത്സരത്തിലാണ് ആദ്യത്തെ ഗോൾഡൻ ഗോൾ പിറന്നത്. കളിയുടെ 113 ാംമിനിട്ടിൽ ഫ്രാൻസിന്റെ ലോറന്റ് ബ്ലാങ്കാണ് നേട്ടം കൈവരിച്ചത്. ഒരു ഫുട്ബോൾ മത്സരത്തിന്റെ ഫുൾടൈം 90 മിനിട്ടാണ്. 45 മിനിട്ട് വീതം 2 പകുതി 90 മിനിട്ടിലും സമനില വന്നാൽ 30 മിനിട്ട് എസ്ക്ട്രാ ടൈമും കളിക്കും. ഈ 30 മിനിട്ടിൽ കൂടുതൽ ഗോൾ നേടുന്നവർ ജയിക്കും അതാണ് നിയമം. ഇടക്കാലത്ത് ഒരു പരിഷ്കാരം വന്നു. അധികസമയത്തേക്ക് നീണ്ടാൽ, ഏതെങ്കിലും ടീം ഗോളടിച്ചാൽ കളി അവസാനിക്കും. ഗോളടിച്ചവർ ജയിക്കും. ഈ ഗോളിന് ഗോൾഡൻ ഗോൾ എന്നാണ് പറയുന്നത്. എന്നാൽ ഇപ്പോൾ ഗോൾഡൻ ഗോൾ നിയമമില്ല. സമനിലയായാലും 30 മിനിട്ട് കളിക്കണം.

സ്വന്തം മണ്ണിൽവെച്ച് ആദ്യമായി ഫ്രാൻസിന് ലോകകപ്പ് വിജയം അഭിമാനത്തിന്റെ സുന്ദരമായ മുഹൂർത്തമായി.

ചാമ്പ്യന്മാർ	ഫ്രാൻസ്	
റണ്ണർ അപ്	ബ്രസീൽ	സ്കോർ 3–0
മൂന്നാം സ്ഥാനം	ക്രൊയേഷ്യ	
നാലാം സ്ഥാനം	നെതർലാൻഡ്	സ്കോർ 2–1
ടോപ്പ് സ്കോറർ	ഡേവർസുകാർ (ക്രൊയേഷ്യ)	6 ഗോൾ

കൊറിയ-ജപ്പാൻ 2002

21 ാം നൂറ്റാണ്ടിലെ പ്രഥമലോകകപ്പ് ഏഷ്യയിലെത്തി. കൊറിയയും-ജപ്പാനും ആതിഥ്യമരുളി. രണ്ടു രാജ്യങ്ങൾ ചേർന്ന് സംയുക്തമായി നടത്തിയ ലോകകപ്പും ഇതുതന്നെ. 198 രാജ്യങ്ങളാണ് പ്രാഥമിക റൗണ്ടിൽ മത്സരിച്ചത്. കൊറിയയിലും ജപ്പാനിലുമായി നടന്ന ഫൈനൽ റൗണ്ടിൽ മത്സരിക്കുവാൻ 32 ടീമുകൾ അർഹരായി. ഇക്വഡോർ, സെനഗൽ, സ്ലോവേന്യ എന്നീ രാജ്യങ്ങൾ ഫൈനൽ റൗണ്ടിൽ നവാഗതരായി.

തുടക്കം അട്ടിമറിയിലൂടെയായിരുന്നു. കന്നിക്കാരായ സെനഗൽ ചാമ്പ്യന്മാരായ ഫ്രാൻസിനെ മുട്ടുകുത്തിച്ചു. 1–0. ആദ്യഷോക്കിൽനിന്ന് മോചിതരാവാതെ ചാമ്പ്യന്മാർ നിന്നു കിതച്ചു. തുടർന്നു നടന്ന രണ്ടു മത്സരങ്ങളിലും ഒറ്റ ഗോൾ പോലും നേടാതെ ഫൈനൽ റൗണ്ടിൽനിന്ന് പുറത്തായി. ചാമ്പ്യമാരെ തകർത്ത സെനഗൽ ക്വാർട്ടർ വരെ വിജയപതാകയുമായി മുന്നേറി. ക്വാർട്ടറിൽ തുർക്കിയോട് മൂന്ന് ഗോളിന് പുറത്തുപോയി.

ഏഷ്യൻ ഫുട്ബോളിന്റെ കരുത്തു കാണിച്ച കൊറിയയും നന്നായി മുന്നേറി. ശക്തരായ പോർച്ചുഗലിനെ അട്ടിമറിച്ചു. പ്രീ ക്വാർട്ടറിൽ ഇറ്റലിയെയും ക്വാർട്ടറിൽ സ്പെയിനിനെയും തോല്പിച്ചുകൊണ്ടാണ് സെമിയിലെത്തിയത്. സെമിയിൽ ജർമനിയോട് ഒരു ഗോളിനാണ് പരാജയപ്പെട്ടത്. ആദ്യമായി സെമിയിലെത്തിയ ഏഷ്യൻ രാജ്യമെന്ന ബഹുമതി കൊറിയയ്ക്ക് സ്വന്തം. മൂന്നാം സ്ഥാനത്തിനുള്ള മത്സരത്തിൽ കൊറിയ തുർക്കി ടീമുകൾ ഏറ്റുമുട്ടി. മത്സരം തുടങ്ങി 11 ാം സെക്കന്റിൽ ഗോൾ നേടിയ തുർക്കിയുടെ ഹകൻസുകുർ ലോകത്തിലെ ഏറ്റവും വേഗതയേറിയ ഗോളിന്റെ ഉടമയായി.

ബ്രസീലും ജർമനിയും തമ്മിലായിരുന്നു ഫൈനൽ. ജർമനിയെ തോല്പിച്ചുകൊണ്ട് ബ്രസീൽ അഞ്ചാമതും ലോകകപ്പ് ചാമ്പ്യന്മാരായി. ബ്രസീലിന്റെ കഫു മൂന്നുതവണ ഫൈനൽ കളിക്കുന്ന താരമെന്ന ബഹുമതി കരസ്ഥമാക്കി.

ചാമ്പ്യൻഷിപ്പിലെ ഏറ്റവും മികച്ച കളിക്കാരനുള്ള അവാർഡും ഏറ്റവും മികച്ച കീപ്പർക്കുള്ള ലൈവ് ഷായിൻ അവാർഡും ജർമനിയുടെ ക്യാപ്റ്റനായ ഒലിവർ ഖാൻ നേടി. ഏറ്റവും കൂടുതൽ ഗോൾ നേടിയതിലുള്ള ഗോൾഡൻ ഷൂ റൊണാൾഡോക്കും മാന്യമായ കളിക്കുള്ള ഫിഫ ഫെയർപ്ലെ അവാർഡ് ബെൽജിയവും ജനപ്രിയ ടീമിനുള്ള അവാർഡ് കൊറിയക്കും ലഭിച്ചു.

ചാമ്പ്യന്മാർ	ബ്രസീൽ	
റണ്ണർ അപ്	ജർമനി	സ്കോർ 2–0
മൂന്നാം സ്ഥാനം	തുർക്കി	
നാലാം സ്ഥാനം	കൊറിയ	സ്കോർ 3–2
ടോപ്പ് സ്കോറർ	റൊണൊാൾഡോ (ബ്രസീൽ)	8 ഗോൾ

ജർമനി 2006

18 ാമത് വേൾഡ് കപ്പ് ജർമനിയിലാണ് നടന്നത്. 197 രാജ്യങ്ങളിൽ നിന്നുള്ള ടീമുകൾ യോഗ്യതാ മത്സരത്തിൽ മാറ്റുരച്ചു. നേരത്തെതന്നെ യോഗ്യതാമത്സരങ്ങൾ നടന്നു. 31 ടീമുകൾ ഫൈനൽ റൗണ്ടിൽ എത്തി. ആതിഥേയർക്ക് നേരിട്ട് ഫൈനൽ റൗണ്ടിൽ പ്രവേശിക്കാമെന്നതുകൊണ്ട് ജർമനി നേരിട്ട് ഫൈനൽ റൗണ്ടിലെത്തി.

അംഗോള, ഐവറികോസ്റ്റ്, ഘാന, ടോംഗോ, ചെക്ക് റിപ്പബ്ലിക്, ഉക്രെയിൻ, ട്രിനിഡാഡ് ആന്റ് ടൊപാഗോ ടീമുകളാണ് പുതുക്കക്കാരായി ഫൈനൽ റൗണ്ടിലെത്തിയത്.

2002 ലെ ലോകകപ്പിൽ 3 ാം സ്ഥാനക്കാരായ തുർക്കി, 2004 ൽ യൂറോപ്യൻ ചാമ്പ്യന്മാരായ ഗ്രീസ്, കഴിഞ്ഞ ലോകകപ്പിൽ ചാമ്പ്യന്മാരായ ഫ്രാൻസിനെയും അട്ടിമറിച്ചു, ക്വാർട്ടറിലെത്തിയ സെനഗൽ, പാരമ്പര്യശക്തികളായ റഷ്യ, ദക്ഷിണാഫ്രിക്ക, കാമറൂൺ, നൈജീരിയ, ഡെന്മാർക്ക് എന്നീ രാജ്യങ്ങൾ ഇത്തവണ ഫൈനൽ റൗണ്ട് കണ്ടില്ല.

ജർമനി, ഇറ്റലി, ഇംഗ്ലണ്ട്, അർജന്റീന, ബ്രസീൽ, ഉക്രെയിൻ, പോർച്ചുഗൽ, ഫ്രാൻസ് എന്നീ രാജ്യങ്ങളാണ് അവസാനത്തെ എട്ടിൽ എത്തിയത്.

ജർമനി–അർജന്റീന മത്സരം തുല്യത നിലനിർത്തുന്നതായിരുന്നു. ഫുൾ ടൈം 1–1 എസ്ക്ട്രാ ടൈം സമനില.

ഒടുവിൽ പെനാൽട്ടി ഷൂട്ട്ഔട്ടിൽ ജർമനി വിജയം നേടി.

ഇറ്റലി–ഉക്രെയിനിലെ 3 ഗോളിനു തോല്പിച്ചു.

ഇംഗ്ലണ്ട് – പോർച്ചുഗലിനെയും ബ്രസീൽ ഫ്രാൻസിനെയും തോല്പിച്ചാണ് സെമിയിലെത്തിയത്.

സെമിയിൽ ഇറ്റലി ജർമനിയെയും ഫ്രാൻസ് പോർച്ചുഗലിനെയും പരാജയപ്പെടുത്തി.

മൂന്നാം സ്ഥാനത്തിനുവേണ്ടി നടന്ന കളിയിൽ ജർമനി പോർച്ചുഗലിനെ തോല്പിച്ചു.

ജർമനിയിലെ മുൻപരമ്പരയ്ക്ക് കളങ്കം ചാർത്തിയ ഒരു സംഭവം ഇന്നും തെളിഞ്ഞു കാണുന്നു. സിദാനായിരുന്നു വില്ലൻ. സിദാനും മാർക്കോ മെറ്ററാസിയും തമ്മിൽ ഏറ്റുമുട്ടി. തലകൊണ്ടടിച്ചു. ലോകത്താകമാനമുള്ള ജനകോടികൾ ഈ ദൃശ്യം ലൈവായി കണ്ടതാണ്. സിദാൻ ചുവപ്പ് കാർഡ് കണ്ടു പുറത്തുവന്നു.

ഫൈനലിൽ ഫുൾടൈമും എക്ട്രാ ടൈമും സമനിലയിലായപ്പോൾ പെനാൽട്ടി ഷൂട്ട്ഔട്ട് വിധിയെഴുതി. ഇറ്റലി ചാമ്പ്യന്മാരായി. സ്കോർ നില ഫുൾടൈം 1–1. എക്സ്ട്രാ ടൈം 0–0. പെനാൽട്ടി ഷൂട്ട്ഔട്ട് 5–3 ന് ഇറ്റലി ചാമ്പ്യന്മാരായി.

ചാമ്പ്യന്മാർ	ഇറ്റലി	
റണ്ണർ അപ്	ഫ്രാൻസ്	സ്കോർ 5–3
മൂന്നാം സ്ഥാനം	ജർമനി	
നാലാം സ്ഥാനം	പോർച്ചുഗൽ	സ്കോർ 3–1
ടോപ്സ്കോറർ	സിനദിൻ സിദാൻ (ഫ്രാൻസ്)	

ദക്ഷിണാഫ്രിക്ക 2010

ജൂൺ 11 നാണ് കളിയുടെ തിരശ്ശീലയുയർന്നത്. വൻവിജയം നേടിയ ടൂർണ്ണമെന്റുകളുടെ പട്ടികയിൽ ദക്ഷിണാഫ്രിക്കക്ക് മൂന്നാം സ്ഥാനമാണ്. പ്രതീക്ഷയുയർത്തിയ ബ്രസീലും അർജന്റീനയും തകർന്നു. നടാടെ സ്പെയിൻ കപ്പുമായി വിജയം ആഘോഷിച്ചു.

ദക്ഷിണാഫ്രിക്ക, മെക്സിക്കോ, ഉറുഗ്വേ, ഫ്രാൻസ്, എന്നീ ടീമുകൾ എ ഗ്രൂപ്പിലും അർജന്റീന ദക്ഷിണകൊറിയ, നൈജീരിയ, ഗ്രീസ് എന്നിവർ ബി ഗ്രൂപ്പിലും ഇംഗ്ലണ്ട്, യു എസ് എ, അൾജീരിയ, സ്ലോവേന്യ, സി ഗ്രൂപ്പിലും ജർമനി ഓസ്ട്രിയ, സെർബിയ, ഘാന, ഡി ഗ്രൂപ്പിലും ഹോളണ്ട് ജപ്പാൻ, കാമറൂൺ, ഡെന്മാർക്ക്, ഇ ഗ്രൂപ്പിലും ഇറ്റലി, പരാഗ്വായ്, ന്യൂസിലാൻഡ്, സ്ലോവാക്യ എഫ് ഗ്രൂപ്പിലും ബ്രസീൽ, ഉത്തര കൊറിയ, ഐവറികോസ്റ്റ്, പോർച്ചുഗൽ, സ്പെയിൻ, ചിലി, ഹോണ്ടുറാസ്, സ്വിറ്റ്സർലൻഡ്, ജി ഗ്രൂപ്പിലും എച്ച് ഗ്രൂപ്പിലുമായി ഗ്രൂപ്പ് മത്സരങ്ങൾ മാറ്റുരച്ചു.

1930 ൽ കേവലം 7 ടീമുകളുമായി തുടങ്ങിയ വേൾഡ് കപ്പിൽ മാറ്റുരയ്ക്കാനെത്തിയ 204 ടീമുകൾ. ഇത് ലോകഫുട്ബോളിന്റെ വളർച്ചയെ സൂചിപ്പിക്കുന്നു.

യോഗ്യതാ മത്സരത്തിൽ വിജയിച്ച 32 ടീമുകളാണ് ഫൈനൽ റൗണ്ടിൽ പോരാടുന്നത്. ലോകത്തിലാകമാനം 30 കോടി ഫുട്ബോൾ താരങ്ങളുടെ ഫിഫയുടെ അംഗീകൃത ക്ലബ്ബുകളിൽ പേര് രജിസ്റ്റർ ചെയ്തിട്ടുണ്ട്. 208 രാജ്യങ്ങൾ ഫിഫയിൽ അംഗത്വമെടുത്തിട്ടുണ്ട്.

ഫിഫയുടെ ആസ്ഥാനത്ത് 208 രാജ്യങ്ങളുടെ പതാകകൾ പാറിപ്പറക്കുന്നു. ഫുട്ബോളിന്റെ മാസ്മരികതയെ വെല്ലുവിളിക്കാൻ പ്രപഞ്ചത്തിൽ മറ്റൊരു ഗെയിമിലും കഴിഞ്ഞിട്ടില്ല. കാറ്റ് നിറച്ച പന്തും വരയിട്ട ഗ്രൗണ്ടും ഇരുഭാഗത്തും പോസ്റ്റും നെറ്റും ചേർന്നാൽ കളിക്കളവും കളിയുടെ ഉപകരണവും ആയി. 22 കളിക്കാരുടെ കായികകല കാറ്റ് നിറച്ച തുകൽപ്പന്ത് കൊണ്ട് വരച്ചുകാണിക്കുന്നത് കൗതുകകരമാണ്. കാൽപ്പന്തുകളിയുടെ സൗന്ദര്യം ജനകോടികളുടെ ഹൃദയത്തെ കവർന്നെടുക്കും. "ഫിഫ" എന്ന സംഘടന ഫുട്ബോളിന്റെ ഐക്യരാഷ്ട്രസംഘടന തന്നെയാണ്.

19

ഏറ്റവും വലിയ മാർജിനിൽ വിജയിച്ച വേൾഡ് കപ്പ് ഫൈനലുകൾ

ഇംഗ്ലണ്ടിന്റെ ലിസ്റ്റിലെ മുമ്പൻ ലിനേക്കർ

ഗ്യാരി ലിനേക്കർ ആണ് ഇംഗ്ലണ്ടിൽ ഫിഫ വേൾഡ് കപ്പിലെ ടോപ്പ് സ്കോറർ, ഫിഫ വേൾഡ് കപ്പ് ജേതാവായ ബോബി ചാർട്ടണിന്റെ റെക്കോർഡാണ് ഇതിനുമുന്നിലുള്ളത്. 80 കളികളിൽ നിന്നായി 46 ഗോളുകൾ നേടി ലിനേക്കർ. അദ്ദേഹത്തിന്റെ ഫിഫ വേൾഡ് കപ്പിലെ നിർണ്ണായക നിമിഷം 1990 ൽ പശ്ചിമ ജർമനിക്കെതിരായി നേടിയ സമനില ഗോളാണ്. അദ്ദേഹം റിട്ടയർ ചെയ്തത് 1992 യൂറോപ്യൻ ചാമ്പ്യൻഷിപ്പ് ഫൈനലിനു ശേഷമാണ്.

പെലെ എന്ന നിർഭാഗ്യവാൻ

പരിക്കുകൾ കാരണമാണ് ടോപ്പ് സ്കോറർ പദവി പെലെക്ക് നഷ്ടമാവുന്നത്. 1962 ലെ ഫൈനലിൽ തഴയപ്പെട്ട പെലെക്ക് അടുത്ത 4 വർഷത്തിൽ (1966) നടന്ന ലോകകപ്പിലും പരിക്കുമൂലം ഒന്നും ചെയ്യാൻ കഴിഞ്ഞില്ല. 1958 ലെ ബ്രസീലിന്റെ വിജയത്തിൽ 6 ഗോളുകൾ അദ്ദേഹത്തിന്റെ സംഭാവനയായിരുന്നു. ഇതിൽ സ്വീഡന് എതിരായുള്ള 5–2 എന്ന വിജയത്തിന് കാരണമായ 2 ഗോളുകളും ഉണ്ട്. ബ്രസീലിന്റെ ലോകകപ്പിലെ 100 ാമത്തെ ഗോൾ അടിച്ചതും അദ്ദേഹമാണ്. ഇറ്റലിക്കെതിരെ 1970 ലെ ഫൈനലിലായിരുന്നു അത്.

മഹാനായ ഗോൺസാലെ

അർജന്റീനിയൻ സ്ട്രൈക്കർ ഗോൺസാലെ ഇഗ്വയ്ൻ 8 വർഷത്തിലെ കാത്തിരിപ്പിന് ഒടുവിലാണ് 2010 ൽ സൗത്ത് കൊറിയയ്ക്ക് എതിരെ ആദ്യ റൗണ്ടിൽ ഹാട്രിക് നേടുന്നത്. 2006 ലെ ഫിഫ ലോകക

പ്പിൽ ഒരു ഹാട്രിക് പോലും ഉണ്ടായിരുന്നില്ല. അതുകൊണ്ടുതന്നെ 8 വർഷങ്ങൾക്കുശേഷം സംഭവിക്കുന്നതാണ് ഈ ഹാട്രിക്. 2002 ൽ പൗലേറ്റ പോളണ്ടിനെതിരായി നേടിയ ഹാട്രിക്കിനു ശേഷമുള്ളതാണ്.

10 ൽ 2

രണ്ട് കളിക്കാർ മാത്രമേ "നമ്പർ 10" ജേഴ്സി അണിഞ്ഞുകൊണ്ട് ഫിഫ ലോകകപ്പിലെ ഗോൾഡൻ ബൂട്ട് പുരസ്കാരം നേടിയിട്ടുള്ളൂ: അർജന്റീനയുടെ മരിയോ കെംപസ് (1978), ഇംഗ്ലണ്ടിന്റെ ഗ്യാരി ലിനേക്കർ (1986) എന്നിവരും ഡച്ച് താരം വെസ്ലി സൈമർ 10 ാം നമ്പർ ജേഴ്സി ആയിരുന്നു. 2010 ലെ ടോപ്പ് സ്കോറർ ആയിരുന്നു എങ്കിലും ഗോൾഡൻ ബൂട്ട് പുരസ്കാരം നേടാൻ കഴിഞ്ഞില്ല.

ജറാൾഡ് മുള്ളറിന്റെ ഗോളടി ശീലം

പശ്ചിമജർമനിയുടെ ജറാഡ് മുള്ളറിന് ഒരു ശീലമുണ്ട് – നിർണ്ണായക മത്സരങ്ങളിൽ ഗോൾ നേടുക. 1970 ലെ ക്വാർട്ടർ ഫൈനലിൽ ഇംഗ്ലണ്ടിനെതിരെ വിജയഗോളും, എക്സ്ട്രാ ടൈമിൽ ഇറ്റലിക്കെതിരെ രണ്ട് ഗോളുകളും പിന്നീട് പോളണ്ടിനെതിരെ തന്റെ ടീമിനെ ഫൈനലിലെത്തിച്ച ഗോളും മുള്ളറിന്റെ ഐതിഹാസിക നേട്ടങ്ങളാണ്. ഫൈനലിൽ ഹോളണ്ടിനെതിരെ വിജയ ഗോൾ നേടിയതും അദ്ദേഹമായിരുന്നു. ഒരു ഗോൾ ഓഫ്–സൈഡു കാരണം അനുവദിക്കപ്പെട്ടില്ല.

റോണാൾഡോയുടെ സ്ഥിര പ്രകടനം

റൊണാൾഡോ കളിച്ച ഫിഫ വേൾഡ് കപ്പ് ഫൈനൽസിൽ എല്ലാം നല്ല പ്രകടനം കാഴ്ചവയ്ക്കാനായി. 1998 ൽ നാല് തവണയും 2002 ൽ 8 തവണയും 2006 ൽ മൂന്നു തവണയും റൊണാൾഡോ ഗോളുകൾ നേടി. 1994 ലെ യു എസ് എ വേൾഡ് കപ്പിൽ തുടങ്ങി ഇങ്ങോട്ട് 2006 വരെ അദ്ദേഹം ബ്രസീലിനുവേണ്ടി വേൾഡ് കപ്പിൽ കളിച്ചു. 2006 ൽ ബ്രസീലിനുവേണ്ടി ഏറ്റവും കൂടുതൽ ഗോൾ നേടിയ വ്യക്തിയായി മാറി റൊണാൾഡോ.

ആദ്യ ഹാട്രിക് നേടിയത് ആര്?

ഗുല്ലർമോ സ്റ്റാബിലാണ് വേൾഡ് കപ്പിലെ ആദ്യ ഹാട്രിക് സ്കോർ ചെയ്തത്. അർജന്റീന 1930 ൽ മെക്സിക്കോയ്ക്കെതിരെ നേടിയ 6–3 വിജയത്തിൽ മൂന്ന് ഗോളുകൾ സ്റ്റാബിലാണ് നേടിയത്. പക്ഷേ, ഫിഫ ഇത് നവംബർ 2006 ൽ തിരുത്തുകയുണ്ടായി. യു എസ് എയുടെ ബെർട്ട് പെറ്റനോവ്ഡന്റെ 1930 ജൂലൈ 17 നു നേടിയ മൂന്നു ഗോളുകളാണ് ഇതിനു മുമ്പേ സംഭവിച്ചത് എന്ന് പറഞ്ഞു. അങ്ങനെ ഹാട്രിക്കിന്റെ ചരിത്രം തിരുത്തപ്പെടുകയായിരുന്നു.

ക്ലിൻസ് മാൻന്റെ സംഭാവനകൾ

ഒരു കോച്ചായും കളിക്കാരനായും വലിയ സംഭാവനകൾ നല്കിയ കളിക്കാരനാണ് "ജർമ്മൻ ക്ലിൻസ്മാൻ" 1990 ലെ വേൾഡ് കപ്പിൽ 3 ഗോളുകൾ നേടുകയും 1994 ൽ ജർമനിക്കുവേണ്ടി 5 ഗോളുകൾ നേടുകയും 98 ൽ 3 ഗോളുകൾ നേടുകയും ചെയ്തു. ഒരു കോച്ച് എന്ന നിലയിൽ 2006 ൽ അദ്ദേഹത്തിന് ജർമനിയെ സെമി ഫൈനലിൽ എത്തിക്കാനുമായി.

ബൂട്ട് സ്വർണ്ണവും വെള്ളിയും ഓടും

സാമ്പ്രദായികമായി ഫിഫ വേൾഡ് കപ്പിൽ ഏറ്റവും കൂടുതൽ ഗോൾ നേടുന്ന വ്യക്തിക്ക് അഡിഡാസ് ഗോൾഡൻ ബൂട്ട് ആണ് നല്കി വരുന്നത്. എന്നാൽ 2006 ലെ ഫൈനൽസിൽ ഫിഫ 2 ാം സ്ഥാനക്കാരനും മൂന്നാം സ്ഥാനക്കാരനും അവാർഡുകൾ പ്രഖ്യാപിച്ചു. അഡിഡാസ് സിൽവർ ബൂട്ടും അഡിഡാസ് ബ്രാസ് ബൂട്ടും. 2006 ൽ അർജന്റീനയുടെ "ഹെർണ്ണർ ക്രസ്പോ"യ്ക്കാണ് സിൽവർ ബൂട്ട് ലഭിച്ചത്. റൊണാൾഡോയ്ക്കാണ് ബ്രോൺസ് ബൂട്ട് ലഭിച്ചത്.

ഇരട്ട ചാമ്പ്യന്മാർ

ഫ്രാൻസ് സെക്കൻ ബോർഗും മറിയോ സാഗല്ലോയും പ്രത്യേകതയുള്ള രണ്ടു പേരാണ്. ഇവർ രണ്ടുപേരും ഫിഫ വേൾഡ് കപ്പ് കോച്ചായും കളിക്കാരനായും വിജയം നേടിയവരാണ്. 1974 ൽ സ്വന്തം മണ്ണിൽ പശ്ചിമ ജർമനിയെ ക്യാപ്റ്റൻ എന്ന നിലയ്ക്ക് വിജയത്തിൽ എത്തിക്കാൻ ബെക്കൻ ബോവറിനായി. ഒരു കോച്ചെന്ന നിലയ്ക്ക് 1986 ൽ മെക്സിക്കോയിൽ നടന്ന ഫൈനലിൽ എത്തിക്കാനാവുകയും 4 വർഷങ്ങൾക്ക് ശേഷം ഇറ്റലിയിൽ അർജന്റീനയ്ക്ക് എതിരെ ലോകകപ്പ് നേടുകയും ചെയ്തു. അദ്ദേഹത്തിന്റെ ശൈലിയും നേട്ടങ്ങളും മാനിച്ച് അദ്ദേഹത്തിനെ "ദർ കൈസർ" എന്ന് ഒരു വിളിപ്പേരുണ്ട്. ഡാഗല്ലോ രണ്ടു തവണ ലോകകപ്പിൽ കളിക്കാരനായി തിളങ്ങിയിട്ടുണ്ട്. 1958 ലെ ബ്രസീലിന്റെ ലെഫ്റ്റ് വിങ്ങറായിരുന്നു. 1962 ൽ വിജയത്തിന് കാര്യമായ സംഭാവന നല്കിയ അദ്ദേഹം 1970 ലെ ഫൈനൽസിന് മൂന്ന് മാസം മുൻപ് മാത്രം പ്രശ്നക്കാരനായ കോച്ച് ജൗവോ സാൻഡാനയിൽനിന്നും സാഗല്ലോ കോച്ച് പദം ഏറ്റെടുക്കുകയും അതേ ലോകകപ്പിൽ തുടരെ 6 മത്സരങ്ങൾ ജയിപ്പിക്കുകയും ഫൈനലിൽ ഇറ്റലിയെ 4–1 പരാജയപ്പെടുത്തുകയും ചെയ്തു. 1994 ലെ ലോകകപ്പിൽ ബ്രസീൽ വിജയിക്കുമ്പോൾ ഡാഗല്ലോ ടീമിന്റെ ടെക്നിക്കൽ ഡയറക്ടർ ആയിരുന്നു.

4 ലോകകപ്പിൽ കളിച്ച ആഫ്രിക്കക്കാരൻ

കാമറൂണിന്റെ അനുഭവസമ്പന്നനായ ഡിഫെൻറ്റർ റിഗോ സേർജ് സോഗ് 2010 ലോകകപ്പിൽ 17 മിനിറ്റ് മാത്രമാണ് കളിച്ചത് എന്നിരുന്നാലും

4 ലോകകപ്പിൽ കളിച്ച ആദ്യ ആഫ്രിക്കക്കാരനായി മാറി അദ്ദേഹം. 9 മത്സരങ്ങൾ 16 വർഷവും 9 ദിവസവും അദ്ദേഹം കളിച്ചു. 1994, 1998, 2002, 2010 എന്നീ വർഷങ്ങളിൽ. 2006 ൽ അദ്ദേഹത്തിന് കളിക്കാൻ കഴിയാത്തത് കാമറൂൺ യോഗ്യത നേടാത്തതുകൊണ്ടാണ്. മെക്സിക്കോയുടെ അന്റോണിയോ കാർബജാൻ (16 വർഷവും 25 ദിവസവും) മെക്സിക്കോയുടെ തന്നെ ഹ്യൂഗോ സാഞ്ചസ്സ് (16 വർഷവും 17 ദിവസവും) ജർമനിയുടെ ലോത്തർ മാർത്യൂസ്സ് (16 വർഷവും 16 ദിവസവും). 2010 ലെ ടൂർണ്ണമെന്റിൽ തന്റെ 4 ാമത്തെ ലോകകപ്പ് കളിയിലെ മറ്റ് കളിക്കാർ ഇറ്റലിയുടെ ഫാബിയോ കെനഡാരെ (18 ാം തവണ), ഫ്രാൻസിന്റെ തിയറി ഹെൻട്രി(14 തവണ), പരാഗ്വേയുടെ ഡെന്നിസ് കനീസ (10 തവണ) എന്നിവരാണ്.

ഇരട്ട തോൽവി

2007, 2010 സീസണിൽ ഇരട്ട തോൽവി വഴങ്ങിയ രണ്ട് കളിക്കാരാണ് ആര്യൻ റോബനും മാർക്ക് വാൻ സൊമായും. ഇരുവരും യുവേഫ ചാമ്പ്യൻസ് ലീഗ് ഫൈനലിലും ഫിഫ ലോകകപ്പ് ഫൈനലിലും തോൽവി വഴങ്ങി. ചാമ്പ്യൻസ് ലീഗിൽ ഇന്റർനാഷണലെയ്ക്ക് എതിരെ ബയറൺ മ്യൂണിക് വഴങ്ങിയ തോൽവിയും ലോകകപ്പിൽ സ്പെയിനിനെതിരെ ഹോളണ്ട് വഴങ്ങിയ തോൽവിയും ഇരട്ട തോൽവിയായിരുന്നു. ഇതേ നിർഭാഗ്യം ഉണ്ടായ മറ്റ് കളിക്കാരാണ് ഒളിവർ ന്യൂവെലെ, ബർണാഡ് റൈഡർ പിന്നെ കാർസ്റ്റെൺ റാമെലോഡ് (ബയർ ലവർ ക്യൂബനു വേണ്ടി റയർ മാൻഡ്രിഡിനെതിരെയും ജർമനിക്കുവേണ്ടി ബ്രസീലിനെതിരെയും 2002) തിയറി ഹെൻട്രി (ആഴ്സണലിനുവേണ്ടി ബാഴ്സലോണയ്ക്ക് എതിരെയും ഫ്രാൻസിനു വേണ്ടി ഇറ്റലിക്കെതിരെയും 2006 ൽ തോൽവി വഴങ്ങി)

വേഗതയേറിയ റെഡ് കാർഡുകൾ

സമയം	കളിക്കാരന്റെ പേര്	രാജ്യം/എതിരാളി/വർഷം
1 മിനിറ്റ്	ഷൂസേ ബാറ്റിസ്റ്റാ	(ഉറുഗ്വേ)Vs സ്കോട്ട്ലാൻഡ് 1986
3 മിനിറ്റ്	മാർക്കോ എച്ച്വേറി	(ബൊളീവിയ) Vs ജർമനി, 1994
	ലോൺ വലാസോയു	(റൊമേനിയ) Vsസ്വിറ്റ്സർലൻഡ് 1994
	മോർട്ടൺ വീഗഹോർസ്റ്റ്	(ഡെൻമാർക്ക്)Vs ദക്ഷിണ ആഫ്രിക്ക, 1998

6 മിനിറ്റ് 8 മിനിറ്റ്	ലോറൻ 'ജിയോജിയോ ഫെറിനി മിക്ലോസ് മൊൾനർ ദക്ഷിണ ആഫ്രിക്ക, 1998	(കാമറൂൺ)Vs ചിലി, 1998 (ഇറ്റലി)Vs ചിലി, 1962 (ഡെൻമാർക്ക്) Vs

വേഗതയേറിയ മഞ്ഞക്കാർഡുകൾ

1 മിനിറ്റ് 2 മിനിറ്റ്	സെർജിയോ ഗോർലുകോവിച്ച് ഗിയാമ പിയറോ മറിനി ഷൂഡസ് അറലേയാനോ ഹെൻറി കമേറാ മൈക്കിൾ എമേനെല്ലോ	(റഷ്യ) Vs സ്വീഡൻ, 1994 (ഇറ്റലി) Vs പോളണ്ട്, 1982 (മെക്സിക്കോ)Vs ഇറ്റലി, 2002 (സെനഗൽ) Vs ഉറുഗ്വേ 2002 (നൈജീരിയ) Vs ഇറ്റലി, 1994

ബല്ലാക്കിന്റെ എരിവും പുളിയും നിറഞ്ഞ സെമിഫൈനൽ

ജർമനിയുടെ താരം മൈക്കിൾ ബല്ലാക്ക്. 2002- ലെ ഫിഫാ വേൾഡ്കപ്പ് ഒരിക്കലും മറക്കാൻ ഇടയില്ല. സെമി ഫൈനലിൽ സഹ ആതിഥേയരായ ദക്ഷിണ കൊറിയക്കെതിരെ സിയോണിൽ നടന്ന കളിയിൽ 71 ാം മിനിറ്റിൽ ദക്ഷിണ കൊറിയയുടെ ലീ യുൺ സൂവിനെ ഫൗൾ ചെയ്തതിന് ബല്ലാക്കിന് മഞ്ഞ കാർഡ് കിട്ടി. 4 മിനിറ്റുകൾക്ക് ശേഷം ജർമനിക്ക് വേണ്ടി ഗോൾ നേടി എങ്കിലും ഫൈനലിൽ ഈ മഞ്ഞകാർഡ് കാരണം ബല്ലാക്കിന് കളിക്കാൻ കഴിഞ്ഞില്ല.

വഴികാട്ടി നയിക്കുന്ന ക്യാപ്റ്റന്മാർ

തുടർച്ചയായ രണ്ട് വേൾഡ് കപ്പുകളിൽ മൂന്ന് കളിക്കാർ മാത്രമാണ്. തങ്ങളുടെ ടീമുകളെ നയിച്ചിട്ടുള്ളത്. അർജന്റീനയുടെ ഡീഗോ മറഡോണയും ബ്രസീലിന്റെ ഡുങ്കയും പശ്ചിമജർമനിയുടെ കാൾ ഹൈൻസ് റൂമനിയും. 1986 ൽ മറഡോണ കപ്പ് ഉയർത്തിയപ്പോൾ 4 വർഷങ്ങൾക്ക് ശേഷം പരാജയമായിരുന്നു ഫലം. 1994 ൽ ഡുങ്ക വിജയിയായിരുന്നപ്പോൾ 1998 ൽ പരാജയപ്പെടുകയായിരുന്നു എന്നാൽ കാൾ ഹൈൻസ് റൂമനിന് രണ്ട് അവസരങ്ങളിലും പരാജയമായിരുന്നു. ഏറ്റവും കൂടുതൽ തവണ ഫൈനൽ ക്യാപ്റ്റനായി ടീമിനെ നയിച്ചത് മറഡോണയായിരുന്നു. 16 കളികളിൽ (1986 മുതൽ 1994 വരെ).

പറയാൻ എളുപ്പമാണ്

ഏറ്റവും നീളമേറിയ പേരുള്ളതും വേൾഡ്കപ്പിൽ കളിച്ചതുമായ താരം ടർക്കിയുടെ ഫോർവേഡായിരുന്ന ലെഫ്റ്റർ കുക്കുകാൻ ഡൊണിയാഡിസ് (Kucukan donyadis) 1954 സ്വിറ്റ്സർലാൻഡിനെതിരെയാണ്

അദ്ദേഹം കളിച്ചത്. ഡച്ച് കളിക്കാരനായ ഡാൻ വെനെഗൂർ ഓഫ് ഹെസെലിങ്ക് 2006 ൽ സബ്സ്റ്റിറ്റ്യൂട്ടായി ജർമനിയിൽ നടന്ന ലോകകപ്പിലാണ് കളിച്ചത്.

കൂടുതൽ തവണ ഫൈനൽ റൗണ്ടിൽ ഇറങ്ങിയ പകരക്കാരൻ

ബ്രസീലിന്റെ വിങ്ങർഡെനിൻ സൺ ആണ് ഏറ്റവും കൂടുതൽ തവണ വേൾഡ്കപ്പ് ഫൈനലിൽ പകരക്കാരനായി ഇറങ്ങിയത്. 11 തവണ. 1998 മുതൽ 2002 വരെ ബ്രസീലിനുവേണ്ടി 12 കളികൾ കളിച്ചതിൽ ഒന്നിൽ മാത്രമാണ് ആദ്യം മുതൽ കളിച്ചത്. അത് നോർവേക്കെതിരെ 1998 ൽ ആയിരുന്നു. 1998 ലെ ഫൈനലിൽ ഹാഫ്ടൈമിൽ ലിയാനാഡോയ്ക്ക് പകരക്കാരനായി ഇറങ്ങുകയും 2002 ലെ ഫൈനലിൽ റൊണാൾഡോക്ക് പകരം ഇറങ്ങുകയും ചെയ്തു.

"4 പേർ പുറത്ത്"

ഒരു ഫിഫ വേൾഡ്കപ്പ് ഫൈനൽസിൽ ഏറ്റവും കൂടുതൽ കളിക്കാർ പുറത്താവുന്നത് 2006 ൽ ജർമനിയിൽ നടന്ന വേൾഡ് കപ്പിലാണ്. 4 പേർ. പോർച്ചുഗലിന്റെ കോസ്റ്റീനയെയും, ഡെക്കോയെയും ഹോളണ്ടിന്റെ ഖാലിദ് ബോൾ ഹറോസിനെയും റഷ്യൻ റഫറിയായ വാലൻന്റീൻ ഇവാനോവ് പുറത്താക്കിയത്.

കനിജിയ – കളിക്കും മുൻപ് പുറത്തായി

2002 ലെ ലോകകപ്പിൽ സ്വീഡന് എതിരായ മത്സരത്തിൽ സബ്സ്റ്റിറ്റ്യൂട്ട് ബഞ്ചിൽനിന്നും പുറത്താക്കപ്പെടുന്ന ആദ്യ കളിക്കാരനാണ് അർജന്റീനക്കാരനായ 'ക്ലോഡിയൊ കനിജിയ' ആദ്യ പകുതിയുടെ അവസാന സമയത്ത് യു എ ഇ റഫറിയായിരുന്ന അലി ബുജ് ഡായിമുമായി ഉണ്ടായ അസ്വാരസ്യത്തെ തുടർന്നാണ് കനിജിയയെ ചുവപ്പ് കാർഡ് കാണിച്ച് പുറത്താക്കിയത്.

ഏറ്റവും കൂടുതൽ ഷൂട്ട് ഔട്ട് രക്ഷപ്പെടുത്തലുകൾ

പശ്ചിമ ജർമനിയുടെ ഹറോൾഡ് 'ടോണി' ഷൂമാക്കറും അർജന്റീനയുടെ സെൽജിയോയും ആണ് ഏറ്റവും കൂടുതൽ പെനാൽറ്റി ഷൂട്ടൗട്ട് സേവുകൾ നടത്തിയിട്ടുള്ളത്. 4 വീതം. ഷൂമാക്കറിന്റെ സേവ് രണ്ട് ടൂർണ്ണമെന്റിലായാണ് നടത്തിയിട്ടുള്ളത്. 1982 ലും 1986 ലും. 1982 ലെ സെമിഫൈനലിൽ ആണ് നിർണ്ണായകമായ സേവ് നടത്തിയത്. 1990 ൽ ആണ് നിർണ്ണായകമായ സേവുകൾ സെൽജിയോ നടത്തിയത്. ആദ്യം സംഭവിക്കുന്നത് അർജന്റീനയുടെ ക്വാർട്ടർ ഫൈനലിൽ യൂഗോസ്ലോവിയയോടാണ്. പിന്നെ ഇറ്റലിക്കെതിരെയുള്ള സേവ് കാരണമാണ് ഫൈനലിൽ എത്തുന്നത്. ഒരു ടൂർണ്ണമെന്റിൽ 4 ഗോളുകൾ എന്നത് റെക്കോഡാണ്. എന്നാൽ ഒരു ഗെയിമിൽ മൂന്ന് സേവുകൾ ചെയ്ത പോർച്ചുഗൽ ഗോൾ

കീപ്പറാണ് ഒരു കളിയിൽ ഏറ്റവും കൂടുതൽ സേവുകൾ ചെയ്തത്. ഇംഗ്ലണ്ടിനെതിരെയുള്ള ക്വാർട്ടർ ഫൈനലിൽ 2006 ൽ ആണ്.

മാൽഡിനിയുടെ മിനിറ്റ് റെക്കോർഡ്

ഫിഫ വേൾഡ് കപ്പ് ഫൈനലിൽ ഏറ്റവും കൂടുതൽ കളികളിൽ തുടക്കത്തിലുണ്ടായിരുന്നത് പശ്ചിമജർമനി/ ജർമനിയുടെ ലോത്തർ മാത്തിയാസാണ് – 25. എന്നാൽ ഇറ്റലിയുടെ ഡിഫൻന്റർ പാവ്‌ലോവ് മാൽഡിനിയാണ് ഏറ്റവും കൂടുതൽ സമയം ഫീൽഡിൽ ചിലവഴിച്ചത്. രണ്ടു കളികളിൽ മാത്രമാണ് ആദ്യം മുതൽ കളിച്ചത്. മാൽഡിനി 2200 മിനിട്ടുകൾ ഫീൽഡിൽ ചിലവഴിച്ചപ്പോൾ മാത്തിയാസ് 2,052 മിനിറ്റുകളും. സ്റ്റോപ്‌വാച്ചിലെ സമയം വെച്ച് നോക്കുമ്പോൾ പശ്ചിമ ജർമനിയുടെ ഉവേസീലറും (1,980 മിനിറ്റ്) അർജന്റീനയുടെ ഡീഗോ മാറഡോണയും (19,38 മിനിറ്റും) മൂന്നും നാലും സ്ഥാനങ്ങളിൽ എത്തി.

ഏറ്റവും ദൈർഘ്യമേറിയ സസ്പെൻഷൻ

ഏറ്റവും നീളമേറിയ സസ്പെൻഷൻ ഫിഫ വേൾഡ് കപ്പ് ഫൈനൽസിലുള്ളത് ഡീഗോ മാറഡോണയുടെ പതിനഞ്ച് മാസ സസ്പെൻഷനാണ്. അദ്ദേഹം അർജന്റീനയുടെ നൈജീരിയായ്ക്കെതിരെയുള്ള 2–1 വിജയത്തിനുശേഷം (1994)ൽ എഫൈഡ്രൈൻ എന്ന മരുന്നടിച്ചിരുന്നു എന്ന് കണ്ടെത്തിയതിനെ തുടർന്നാണ് സസ്പെൻഷൻ. ഫീൽഡിലുള്ള അച്ചടക്ക ലംഘനത്തിനെതിരെ ഇറ്റലിയുടെ മൗറോ മുസോട്ടിക്കു കിട്ടിയ എട്ട് മത്സരത്തിൽനിന്നുള്ള സസ്പെൻഷനാണ് (1994) രണ്ടാമത്തേത്.

കീഴടങ്ങാത്ത ഗോൾകീപ്പർമാർ (ഫിഫാ വേൾഡ് കപ്പുകളിൽ)

വാൾട്ടർ സെൻഗാ (ഇറ്റലി)	517 മിനിറ്റ് (ഒരുഗോൾ പോലും വഴങ്ങാതെ 1970)
പീറ്റർ ഗിൽട്ടൺ (ഇംഗ്ലണ്ട്)	502 മിനിറ്റ്, 1986 – 90
സെപ്പ് മെയെർ (പശ്ചിമജർമനി)	475 മിനിറ്റ്, 1974 – 78
ഗിയാൻലൂയിജി ബഫൺ (ഇറ്റലി)	460 മിനിറ്റ്, 2006
എമേർസൺ ലിയേവോ (ബ്രസീൽ)	458 മിനിറ്റ്, 1978
ഗോർഡൺ ബങ്കസ് (ഇംഗ്ലണ്ട്)	442 മിനിറ്റ്, 1966

പാസ്കൽ സബേർ ബഹുലർ (സ്വിറ്റ്സർലൻഡ്) കളിച്ച 390 മിനിറ്റ് ഒരു ഗോൾപോലും വഴങ്ങിയില്ല (2006 ഫിഫാ വേൾഡ് കപ്പിൽ) ഐക്കർ കാസിയസ് (സ്പെയിൻ) 4433 മിനിറ്റ് ഒരു ഗോളും വഴങ്ങിയില്ല (2010 ഫിഫാ വേൾഡ് കപ്പിൽ)

5 തവണ കളിച്ച അന്റോണിയോ

മെക്സിക്കോയുടെ അന്റോണിയോ കാർബജാൻ ഫിഫ വേൾഡ് കപ്പിൽ അഞ്ച് തവണ കളിച്ച രണ്ട് കളിക്കാരിൽ ഒരാൾ ആണ്. രണ്ടാമൻ ജർമനിയുടെ ലോത്തർ മാർത്യൂസ് ആണ്. 1950, 1954, 1958, 1962, 1966. വഴങ്ങിയ ഗോളുകളുടെ എണ്ണം 25 ആണ്. ഇത് 11 കളികളിൽ നിന്നാണ്. സൗദി അറേബ്യയുടെ മുഹമ്മദ്-അൽ-ഭായിയ ഇത്രതന്നെ ഗോൾ വഴങ്ങി എങ്കിലും കളിച്ചത് 1994, 1998, 2002 ലു മാത്രമാണ്.

റെക്കോഡോയുടെ ശരിയായ വഴി

സ്പെയ്നിന്റെ റെക്കോഡോ സമോറയാണ് ഒരു വേൾഡ് കപ്പ് ഫൈനൽസിലെ മാച്ചിൽ ആദ്യമായി പെനാലിറ്റി സേവ്ചെയ്തത്.

ബ്രസീലിനു വേണ്ടി വാൾഡിമിർ ഡി ബ്രിട്ടോ എടുത്ത സേപോട്ട് കിക്കാണ് സേവ് ചെയ്തത്. 1934 ന് നടന്ന ഈ കളിയിൽ സ്പെയിൻ 3-1 ന് ജയിച്ചു.

മധുരപ്പതിനാറല്ല

1954 ൽ സ്വിറ്റ്സർലാൻഡിൽ നടന്ന ലോകകപ്പിലാണ് ഒരു ഗോൾകീപ്പർ ഏറ്റവും കൂടുതൽ ഗോൾ വഴങ്ങിയത്. സൗത്ത് കൊറിയയുടെ ഹോങ് ടൂക്ക് യുങ് ആണ് ഈ റെക്കാഡിന് ഉടമ. ഈ റെക്കോർഡ് പിറന്നത് രണ്ട് കളികളിൽ നിന്നാണ്. ഹംഗറിക്കെതിരെ 9 ഗോളുകളും തുർക്കിക്കെതിരെ 7 ഗോളുകളുമാണ് വഴങ്ങിയത്.

സ്ഥാനമാറ്റം

റുമേനിയയുടെ സ്റ്റെറേ അടമേച്ചയ്ക്ക് പകരം റിക്കാ റെഡുകാസും ആണ് ആദ്യമായി സബ്സ്റ്റിറ്റ്യൂട്ട് ചെയ്യപ്പെട്ട ഗോൾകീപ്പർ. കളി തുടങ്ങി 27-ാം മിനിറ്റിലാണ് സ്റ്റെറേയ്ക്ക് പകരം റിക്കാ വരുന്നത്. ഈ മത്സരത്തിൽ റുമേനിയ ബ്രസീലിനോട് 3-2 ന് പരാജയപ്പെടുകയാണ് ഉണ്ടായത്.

ഇറ്റലിയുടെ മുതിർന്ന ക്യാപ്റ്റൻ

ഡീനോ സോഫ് ഇറ്റലിയുടെ ഏറ്റവും പ്രായം ചെന്ന ക്യാപ്റ്റനും ഗോൾകീപ്പറും ആയിരുന്നു 1982 ൽ സ്പെയിനിൽ നടന്ന ലോകകപ്പ് ഡീനോ സോഫിന്റെ നേതൃത്വത്തിലുള്ള ഇറ്റാലിയൻ ടീം നേടുകയുണ്ടായി. അപ്പോൾ സോഫിന് 40 വയസ്സും 133 ദിവസവും ആയിരുന്നു പ്രായം. വേൾഡ് കപ്പ് ഉയർത്തുന്ന കളിക്കാരനും ക്യാപ്റ്റനുമാണ് ഡിനോ സോഫ്. ഇതേ ടീമിൽ തന്നെ കളിച്ച ഗിസപ്പെ വെർഗോമിക് 18 വയസ്സും 201 ദിവസവും ആയിരുന്നു പ്രായം. അതായത് 21 വർഷവും 297 ദിവസവും വ്യത്യാസം.

റെനെ ഹിഗ്വിറ്റ - അപ്രവചനീയതയുടെ തമ്പുരാൻ

ഫുട്ബോളിന്റെ ചരിത്രത്തിലെ ആർക്കും മറക്കാനാകാത്ത ഗോൾകീപ്പറാണ് 'ഗോളടിക്കുന്ന ഗോളി' എന്നറിയപ്പെടുന്ന റെനെ ഹിഗ്വിറ്റ. മുന്നോട്ടു ചാടി മറിഞ്ഞ്, വായുവിൽ നിന്ന് കാൽമുട്ടുകൾ വളച്ച് ഗോൾവലയ്ക്കരികിൽ നിന്ന് പന്ത് അടിച്ചകറ്റിയ ആ 'കിക്കാ'ണ് ഫുട്ബോൾ ലോകം കണ്ട ആദ്യത്തെ സ്കോർപിയോൺ കിക്ക്. 1995 ൽ ഇംഗ്ലണ്ടിനെതിരായ മത്സരത്തിലായിരുന്നു കൊളംബിയക്കാരനായ ഹിഗ്വിറ്റയുടെ അത്ഭുത സേവ്. ലോകത്തിനു മുഴുവൻ ഹിഗ്വിറ്റയുടെ കളി കാണാൻ അവസരം നല്കിയ 1990 ലോകകപ്പ് ഹിഗ്വിറ്റക്ക് 'കിറുക്കൻ' എന്ന പേരും നേടിക്കൊടുത്തു.

ഗോൾകീപ്പറുടെ നിർഭാഗ്യം

ചെക്കോസ്ലോവക്യയുടെ ഗോൾകീപ്പറായ ഫ്രാന്റിസെക് പ്ലാനിസ്കായ ബ്രസീലിനെതിരായ രണ്ടാം റൗണ്ട് മത്സരത്തിൽ പരിക്കേൽക്കുകയും എന്നാൽ തുടർന്ന് കളിക്കുകയും ചെയ്തു. എക്സ്ട്രാ ടൈമിലേക്ക് നീണ്ട കളി സമനിലയിലാണ് അവസാനിച്ചത്. രണ്ട് ദിവസത്തിന് ശേഷം നടന്ന റീ-പ്ലേയിൽ അദ്ദേഹത്തിന് കളിക്കാൻ കഴിഞ്ഞില്ല. ഈ മത്സരം 2-1 ന് അവർ തോറ്റു. 1938 ലെ ഈ മത്സരത്തിന് ശേഷം വേറെ ഒരു കളി പോലും അദ്ദേഹം കളിച്ചില്ല. (73 കളികൾ കരിയറിൽ ഉടനീളം).

ഒന്നാമതായ ഒന്നാമന്മാർ

ഫിഫാ വേൾഡ് കപ്പിലെ മികച്ച ഗോൾ കീപ്പറിന് നല്കുന്ന അവാർഡാണ് 1994 ൽ തുടങ്ങിയ ലെവ് യാഷിൻ അവാർഡ്. സാധാരണ ഗതിയിൽ ഒരു "ഓൾ സ്റ്റാർ" ടീമിൽ നിന്നുമാണ് മികച്ച ഗോൾകീപ്പറിനെ 1930 വരെ തിരഞ്ഞെടുത്തു കൊണ്ടിരുന്നത്. 1998 ൽ 11 പേരിൽ നിന്നും 23 ആയി ഇതുയർന്നിരുന്നു. അതിനാൽ രണ്ട് ഗോൾകീപ്പറുകൾ ഉണ്ടാവുമായിരുന്നു, എന്നാൽ 2010 ൽ ഇത് വീണ്ടും 11 ആയി നിജപ്പെടുത്തി. "ഓൾ സ്റ്റാർ ടീമിൽ ഇടം നേടിയിട്ടും ലവ് യാഷിൻ അവാർഡ് നേടാനാവാതെ പോയത് പരാഗ്വേയയുടെ ജോസ് ലൂയിസ് ഷിലാപേർട്ട് (1998), തുർക്കിയുടെ റുസ്തു കൈബാർ (2002), ജർമനിയുടെ ഷാൻസ് ലഹ്മാൻ, പോർച്ചുഗലിന്റെ റിക്കാർഡോ (2006) എന്നിവർക്കാണ് ആദ്യത്തെ ലവ് യാഷിൻ അവാർഡ് ബൽജിയത്തിന്റെ മിക്കേൽ പ്രയൂഡ് ഹോമോയ്ക്കാണ് ലഭിച്ചത്. നാല് കളികൾ മാത്രമാണ് കളിച്ചതെങ്കിലും, നാല് ഗോളുകൾ വഴങ്ങിയ അദ്ദേഹത്തിന്റെ ടീം ജർമനിയോട് തോറ്റ് മടങ്ങിയെങ്കിലും (3-2) അവാർഡ് അദ്ദേഹത്തിന് ലഭിച്ചു. ഫുട്ബോളിലെ അതികായനായ സോവിയറ്റ് ഗോൾകീപ്പറായിരുന്ന ലവ് യാഷിന്റെ പേരിലാണ് അവാർഡ്. 1958 ലും 1962 ലും 1964 വേൾഡ് കപ്പുകളിൽ കളിക്കു

കയും 1970 ലെ ടീം അംഗവുമായിരുന്ന ലവ് യാഷിൻ ടീമിന്റെ 1970 ലെ അസിസ്റ്റന്റ് കോച്ചു കൂടിയായിരുന്നു. അദ്ദേഹം ഫിഫ വേൾഡ് കപ്പ് ഫൈനൽസിലെ കോർണർ കിക്കിൽനിന്നുള്ള ആദ്യഗോൾ വഴങ്ങിയത് കോളംബിയയുടെ മാർക്കോസ് കോളാണ് 4–4 സമനില നേടിയ കളിയിൽ ഈ ഗോൾ നേടിയത്. ചിലന്തി എന്ന പേരാണ് ലോകം അദ്ദേഹത്തിന് നല്കിയത്.

സഹോദരങ്ങളായ വിക്തോറും വ്യാചസ്ല്ലൗവും

1982 സോവിയറ്റ് യൂണിയന്റെ ടീമിൽ ഉള്ള മൂന്ന് ഗോൾകീപ്പർമാരിൽ രണ്ടുപേർ സഹോദരങ്ങളായ വിക്തോറും വ്യാച്സ്ലൗവും ആണ്. റിനാത്ത് ദാസേവ് എന്ന ഗോൾ കീപ്പറെയാണ് കളികളിൽ ഉടനീളം പരിഗണിച്ചത്. വിക്തോർ 1986 ലെ ലോകകപ്പിൽ 1 കളി കളിച്ചു 4 വർഷത്തിനു ശേഷം കരിയർ അവസാനിപ്പിക്കുമ്പോൾ 21 മത്സരങ്ങൾ മാത്രമാണ് കളിച്ചത്. വ്യാചസ്ലൗ ആകട്ടെ ഒരു കളി മാത്രമാണ് കളിച്ചത്.

വേൾഡ് കപ്പിൽ മികച്ച ഗോൾകീപ്പറായ കളിക്കാർ

വർഷം	ഗോൾകീപ്പർ (രാജ്യം)
1930	എൻറിക്കോ ബാൽസ്റ്റഗേറോ (ഉറുഗ്വേ)
1934	റിക്കാർഡോ സമോറ (സ്പെയിൻ)
1938	ഫ്രാൻറ്റസിക് പ്ലനിക്കോ (ചെക്കോസ്ലോവാക്യ)
1950	റോക്കുവാ മാസ്പോളി (ഉറുഗ്വേ)
1954	ഗ്യുവോള ഗ്രോസിയസ് (ഹംഗറി)
1958	ഹാരി ഗ്രഗ് (നോർത്തേൺ അയർലൻഡ്)
1962	വില്യം സുവോജിഫ് (ചെക്കോസ്ലോവാക്യ)
1966	ഗോർഡൺ ബാങ്കസ് (ഇംഗ്ലണ്ട്)
1970	ലാഡ്ഡിസ്ലാവോ (ഉറുഗ്വേ)
1974	ഷാൻ റ്റോമാസ്വസ്കി (പോളണ്ട്)
1978	ഉബൈല്ലഡോ ഫിലോൾ (അർജന്റീന)
1982	ഡീനോ സോഫ് (ഇറ്റലി)
1986	ഹരോൾഡ് ഷൂമാക്കർ (പശ്ചിമ ജർമനി)
1990	സെർജിയോ ഗോകോചിയാ (അർജന്റീന)
1994	മൈക്കിൾ പ്രോത് ഹോമേ (ബെൽജിയം)
1998	ഫാബിയൻ ബാർത്തേസ് (ഫ്രാൻസ്)
2002	ഒലിവർ ഖാൻ (ജർമനി)
2006	ഗിയാൻ ലൂജി ബഫൺ (ഇറ്റലി)
2010	ഇക്കർ കാസിയസ് (സ്പെയിൻ)

കൂടുതൽ ഗോൾ 'മോറ'

ഒരു ഫിഫ വേൾഡ് കപ്പ് കളിയിൽ കൂടുതൽ ഗോൾ വഴങ്ങിയ ഗോൾകീപ്പർ ലൂയിസ് റിക്കാർഡോ ഗുവേരാ മോറയാണ്. എൻസാൽവ ദോറിന്റെ ഗോൾകീപ്പറായിരുന്ന മോറ ഹംഗറിക്കെതിരായി 1982 ലെ മത്സ രത്തിൽ പത്തു തവണ ഗോൾ വഴങ്ങി. ഇരുപതുകാരനായ മോറയാണ് ഫിഫ വേൾഡ് കപ്പിലെ പ്രായം കുറഞ്ഞ ഗോൾകീപ്പറായ കളിക്കാരനും.

കൂനേയുടെ കലി (Khune loses his cool)

2010 ൽ ആതിഥേയ രാജ്യമായ ദക്ഷിണ ആഫ്രിക്കയുടെ ഗോൾകീ പ്പറായ ഇതുമെലങ് കൂനേയാണ് വേൾഡ് കപ്പിലെ ഒരു കളിയിൽ പുറ ത്താക്കപ്പെടുന്ന രണ്ടാമത്തെ ഗോൾകീപ്പർ. അദ്ദേഹം ഉറുഗ്വേയുമായി നടന്ന ഗ്രൂപ്പ് മത്സരത്തിൽ ലൂയിസ് സുവരസിനെ ഫൗൾ ചെയ്തതിനാണ് പുറത്താക്കിയത്. മെക്സിക്കോയ്ക്കെതിരായ മത്സരത്തിൽ ഇരുപത്തിര ണ്ടുകാരനായ കൂനേയുടെ പ്രകടനമാണ് 1–1 എന്ന സമനില നേടാൻ സഹായിച്ചത്.

ഒളിവറിന്റെ കരങ്ങൾ

ജർമനിയുടെ ഒളിവർ ഖാൻ മാത്രമാണ് പ്ലേയർ ഓഫ് ദി ടൂർണ്ണ മെന്റ് അവാർഡിനർഹനായ ഒരേയൊരു ഗോൾകീപ്പർ. 2002 ൽ ബ്രസീ ലിനെതിരായി ഗോൾ വഴങ്ങുകയും വേൾഡ് കപ്പ് നഷ്ടമാവുകയും ചെയ്തെങ്കിലും ഒളിവറിന്റെ പ്രകടനത്തിന് തക്ക പാരിതോഷികം ലഭി ക്കുക തന്നെ ചെയ്തു.

വിതുമ്പലടക്കാനാവാതെ ജൂലിയോ സിസാർ

ലോകത്തിലെ തന്നെ മികച്ച ഗോൾ കീപ്പർമാരിൽ ഒരാളാണ് ബ്രസീ ലിന്റെ ജൂലിയോ സിസാർ. 2010 ലെ ലോകകപ്പിനു റെട്ട്ഫബ്. യുവേഫ ചാമ്പ്യൻസ് ലീഗിൽ ഇറ്റലിയുടെ ഇന്റർനാഷണലെയ്ക്കു വേണ്ടി കപ്പ് നേടാനായ സിസാർക്ക് പക്ഷേ മറക്കാനാഗ്രഹിക്കുന്ന ഒരു വേൾഡ് കപ്പ് ക്വാർട്ടർ ഫൈനലായിരുന്നു ഹോളണ്ടുമായി നടന്നത്. ഹോളണ്ടിന്റെ വെസ്‌ലി സ്നൈഡർ തൊടുത്തു വിട്ട 'ഫ്രീകിക്കി'ന്റെ ദിശ ശരിയായി തിരിച്ചറിയാൻ കഴിയാതെ പോയതാണ് ബ്രസീലിനു സമനില ഗോൾ വഴങ്ങാനിടയായത്. പന്ത് ബ്രസീലിന്റെ തന്നെ ഫിലിപേ മെല്ലോയുടെ ദേഹത്തുരസിയാണ് ഗോളായതെന്ന് റീപ്ലേയിൽ തോന്നാമെങ്കിലും ബ്രസീൽ മത്സരം 2–1 ന് പരാജയപ്പെടുകയായിരുന്നു. ബ്രസീലിൽ തിരി ച്ചെത്തിയ സിസാർ അമ്മയുടെ കൈകളിൽ കിടന്നു വിതുമ്പിക്കരയുന്ന തായുള്ള ദൃശ്യങ്ങൾ മാധ്യമങ്ങൾ പുറത്തുവിട്ടിരുന്നു.

വേദന കടിച്ചമർത്തിയുള്ള പോരാട്ട വീര്യം

ഫിഫ വേൾഡ് കപ്പുകളിലെ ആദ്യത്തെ ഗോൾ വഴങ്ങാത്ത ഗോൾകീപ്പർ 1930 ൽ യു എസ് ടീമിന്റെ ജിമ്മി ഡഗ്ലസാണ്. ബെൽജിയത്തിനെതിരെ 3–0 ത്തിന്റെ വിജയം കരസ്ഥമാക്കിയ യു എസിന്റെ വല കീഴടക്കാൻ ആർക്കും കഴിഞ്ഞില്ല. പരാഗ്വേയുമായുള്ള മത്സരത്തിലും ഈ നേട്ടം ആവർത്തിക്കാൻ ഡഗ്ലസിനും യു എസിനും കഴിഞ്ഞു. എന്നാൽ അർജന്റീനയുടെ പ്രഹരത്തിനു മുന്നിൽ ഡഗ്ലസിനും അമേരിക്കൻ ഐക്യനാടുകൾക്കും അടിപതറി. ഡഗ്ലസ് ഈ മത്സരത്തിന്റെ 4 ാം മിനിറ്റിൽ കാൽമുട്ടിനേറ്റ പരിക്കിനെ അതിജീവിച്ചും കളിക്കേണ്ടതായി വന്നു. ആ കാലങ്ങളിൽ സബ്സ്റ്റിറ്റ്യൂട്ട് എന്ന ഒരു പോംവഴിയില്ലായിരുന്നു. ഈ സെമി ഫൈനൽ മത്സരം അർജന്റീന 6–1 ൽ വിജയിക്കുകയും ചെയ്തു.

സംശയത്തിന്റെ കരിനിഴൽ

1978 ലെ ലോകകപ്പിൽ അർജന്റീനയുടെ പെറുവിനെതിരെയായ 6–0 വിജയം സംശയത്തിനും വിവാദത്തിനുമിടയാക്കിയിരുന്നു. നാല് ഗോളുകളുടെ മാർജിനിൽ അർജന്റീനയ്ക്കു ജയിക്കണമായിരുന്നു. എന്നാൽ അവർ 6–0 വിജയംവരിച്ചു. പെറുവിന്റെ ഗോൾകീപ്പറായിരുന്ന റമോൺ കൊവ്യിറോഗ അർജന്റീനയിലാണ് ജനിച്ചത്. ജന്മനാടുകൂടിയ അർജന്റീനയുടെ വിജയത്തിനായി മനഃപൂർവ്വം ശ്രമിക്കുകയും ഗോൾ വഴങ്ങുകയുമായിരുന്ന സേവുകൾ എന്ന് ഒരു ആരോപണമുയർന്നു. തന്റെ ഗോളുകൾ കാരണമാണ് മാർജിൻ കുറഞ്ഞത് അല്ലെങ്കിൽ തോൽവി ഇതിലും വലുതായേനേ എന്നായിരുന്നു അദ്ദേഹത്തിന്റെ ഭാഷ്യം. മറ്റൊരു മത്സരത്തിൽ പോളിഷ് കളിക്കാരനായ ഗ്രിഗോറസ് ലാറ്റോയെ അവരുടെ പകുതിയിൽവെച്ച് ഫൗൾ ചെയ്തതിന് മഞ്ഞകാർഡ് കിട്ടിയിരുന്നു.

പുകവലിയുടെ ഊർജ്ജം

1978 ലെ ഫിഫ വേൾഡ് കപ്പിന്റെ ഫൈനലിൽ അർജന്റീനയുടെ മാനേജറായ സീസാർ ലൂയിസ് മെനോട്ടിയും പോളണ്ടിന്റെ മാനേജറായ ഏർണസ്റ്റ് ഹെർപ്പലും നിരന്തര പുകവലിക്കാരായിരുന്നു. ഇരുവർക്കുമായി ടച്ച് ലൈനിൽ ഭീമാകാരമായ ഒരു ആഷ്ട്രേ ഉണ്ടായിരുന്നു.

ചെറുപ്പക്കാരനായ ജുവാൻ

ജുവാൻ ജോസ് ട്രമൂൺടോളയാണ് ലോകകപ്പിലെ ഏറ്റവും പ്രായം കുറഞ്ഞ കോച്ച്. 1930 ൽ അർജന്റീനയുടെ കോച്ചാവുമ്പോൾ 27വർഷവും 267 ദിവസവും മാത്രമായിരുന്നു പ്രായം. ഇറ്റാലിയൻ സിസേർ മാൻഡിനിയാണ് 2002 വരെ ലോകകപ്പിൽ ഏറ്റവും പ്രായം കൂടിയ കോച്ച്. (70 വയസ്സും 171 ദിവസവും) 71 കാരനായ ഗ്രീക്ക് കോച്ച് "ഓട്ടോ ഹൊഗൽ" അതിനെ അട്ടിമറിക്കുകയായിരുന്നു.

പിരിയുന്ന അനുഭാവങ്ങൾ

ഒരു വിദേശ രാജ്യത്തിൽ ജനിച്ച കോച്ച് ഒരിക്കലും ഫിഫ വേൾഡ് കപ്പ് സ്വന്തമാക്കിയിട്ടില്ല. എന്നാൽ തങ്ങളുടെ സ്വദേശവുമായി മത്സരിക്കേണ്ടി വന്നിട്ടുണ്ട്. 1958 ൽ ബ്രസീലിയൻ മിഡ് ഫീൽഡറും വേൾഡ് കപ്പ് ജേതാവുമായ ദിദയുടെ കോച്ചിങ്ങിൽ കളിച്ച് പെറു (4–2) ന് ബ്രസീലിനോട് തോറ്റു. സെവൻ ഗോറൻ എറിക്സൺ ഇംഗ്ലണ്ടിന്റെ കോച്ചായി തന്റെ രാജ്യമായ സ്വീഡനോട് സമനില പാലിച്ചു (1–1). 2002 ൽ ഫ്രഞ്ചുകാരനായ ബ്രൂണോ മെറ്റസോ കോച്ച് ചെയ്ത സെനിഗൽ ടീം തന്റെ രാജ്യമായ ഫ്രാൻസിനെ ഓപ്പണിങ് മാച്ചിൽ തോല്പിക്കുകയുണ്ടായി. 1974 ൽ സയറിനെ കോച്ച് ചെയ്ത മുൻ യൂഗോസ്ലോവിയൻ ഗോൾകീപ്പർ ബാൽഗേജെ പിഡാനിക് തന്റെ ടീമിന്റെ ഒരേയൊരു വിജയത്തിന് കാരണമായി. പക്ഷേ പിന്നീട് സ്വന്തം രാജ്യത്തോട് 9–0 ന് തോല്ക്കുകയും ചെയ്തു.

റഫറിമാർ – വർഷങ്ങളുടെ അനുഭവം

സ്പെയിനിന്റെ ജുവാൻ ഗാർഡേസാബൽ ഗരേ ആണ് ഏറ്റവും പ്രായം കുറഞ്ഞ റഫറി. 1958 ൽ സ്വീഡനിൽ നടന്ന വേൾഡ് കപ്പിൽ പങ്കെടുക്കുമ്പോൾ 24 വയസ്സും 193 ദിവസവും പ്രായമുണ്ടായിരുന്നു. 1962 ലും 66 ലും അദ്ദേഹം റഫറിയായിട്ടുണ്ട്. ഇംഗ്ലീഷുകാരനായ ജോർജ് റീഡർ ആണ് ഏറ്റവും പ്രായം ചെന്ന റഫറി. 56 വർഷവും 236 ദിവസവും പ്രായമുണ്ടായിരുന്നു. 1950 ലെ ബ്രസീലും ഉറുഗ്വേയും തമ്മിൽ നടന്ന ഫൈനലിൽ അദ്ദേഹമാണ് റഫറിയായിരുന്നത്.

ഫ്രഞ്ച് ബന്ധം

ഫ്രഞ്ചുകാരനായ ജോർജസ് കാപ്ഡേവില്ലേയാണ് ഇറ്റലിയും ഹംഗറിയും തമ്മിലുള്ള 1938 ലെ ഫൈനലിൽ റഫറിയായിരുന്നത്. സ്വന്തം നാട്ടിൽ തന്നെ നടന്ന ഫൈനൽ മത്സരത്തിൽ റഫറിയായിരിക്കുക എന്ന നേട്ടം അദ്ദേഹത്തിന് മാത്രം സ്വന്തം.

ഇരട്ട ഡ്യൂട്ടി

ഒരു യൂറോപ്യൻ ചാമ്പ്യൻഷിപ്പ് ഫൈനലും, ഫിഫ വേൾഡ് കപ്പ് ഫൈനലും നിയന്ത്രിച്ചിട്ടുള്ള രണ്ടുപേർ മാത്രമേ ഉള്ളൂ. ഇറ്റാലിയനായ സെർജിയോ ഗേനേല്ല. 1978 വേൾഡ് കപ്പ് ഫൈനലിൽ– അർജന്റീനയും ഹോളണ്ടും തമ്മിലുള്ള മത്സരം നിയന്ത്രിക്കുകയും രണ്ടു വർഷത്തിനു ശേഷം യൂറോപ്യൻ ചാമ്പ്യൻസ് ട്രോഫിയുടെ ഫൈനൽ–പശ്ചിമ ജർമനിയും ചെക്കോസ്ലോവാക്യയും തമ്മിലുള്ള മത്സരം നിയന്ത്രിക്കുകയും ചെയ്തു. സ്വിറ്റ്സർലൻഡുകാരനായ ഗോട്ട്ഫ്രീഡ് ഡിയാൻൻഡാണ് 1966 ലെ ഫിഫ വേൾഡ് കപ്പിലെ ഫൈനലിൽ പശ്ചിമ ജർമനിയും ഇംഗ്ലണ്ടും

തമ്മിലുള്ള മത്സരം നിയന്ത്രിച്ചത്. 1968 ലെ യൂഗോസ്ലോവിയ– ഇറ്റലി സമനില മത്സരം – യൂറോപ്യൻ ചാമ്പ്യൻഷിപ്പ് ഫൈനലും നിയന്ത്രിച്ചു.

അമ്മയുടെ അഭിമാനം

നാല് ദിവസം മുൻപ് രോഗശയ്യയിലായിരുന്ന അമ്മയുടെ മരണത്തിനുശേഷം നാലാം ദിവസം 2010 ഫിഫ വേൾഡ് കപ്പിലെ ആദ്യ റൗണ്ട് മത്സരം അൾജീരിയയും സ്ലോവേനിയയും തമ്മിലുള്ളത് നിയന്ത്രിക്കേണ്ടിവന്നു ഗ്വോട്ടിമാലയുടെ കാർലോസ് സേറ്ററസിന്. അമ്മ മരണത്തിനു മുൻപ് കാർലോസിനോട് സൗത്ത് ആഫ്രിക്കയിൽ തന്നെ തുടരണമെന്ന് പറഞ്ഞു. അദ്ദേഹം രണ്ട് മത്സരങ്ങൾ കൂടി നിയന്ത്രിക്കുകയുണ്ടായി. ഇറ്റലിയും ന്യൂസിലാൻഡും പിന്നീട് സ്പെയിനിന്റെ ക്വാർട്ടർഫൈനലിലെ പരാഗ്വേയ്ക്ക് മേൽ നേടിയ വിജയത്തിലും അദ്ദേഹം നിയന്ത്രിച്ചു.

വിവാദ ഗോൾ

1966 ഫിഫ വേൾഡ് കപ്പിലെ വിവാദമായ ഗോൾ അടിച്ച ജിയോ ഫേയ്സ്റ്റ് തന്റെ ഗോൾ അനുവദിച്ച റഫറി ഒരു റഷ്യൻ ലൈൻമാൻ എന്നായിരുന്നു ധാരണ. എന്നാൽ തേഫിക് ബക്കർമോഫ് ഒരു അസർസേയ് ജാൻകാരനായിരുന്നു. അദ്ദേഹം സോവിയറ്റ് യൂണിയന്റെ ലൈൻസ് മാൻ ആയിരുന്നു. ബക്കാവുയിലുള്ള അസാരി നാഷണൽ ഫുട്ബോൾ സ്റ്റേഡിയം അദ്ദേഹത്തിന്റെ പേരിലാണ് അറിയപ്പെടുന്നത്.

നെറ്റോവിന്റെ നെറ്റ്

സോവിയറ്റ് ക്യാപ്റ്റനായിരുന്ന ഇഗോർ നെന്റോ ഇറ്റാലിയൻ റഫറിയായിരുന്ന സിസേർ ജോണിയോട് തന്റെ ടീമിന്റെ തന്നെ കളിക്കാരൻ അടിച്ച ഗോൾ അനുവദിക്കരുത് എന്ന് പറഞ്ഞു. കാരണം ഇഗോൾ ചെസ് ലെങ്കോ എന്ന കളിക്കാരൻ അടിച്ച ഗോൾ ഗോൾവലയിലെ ഒരു വിടവിൽ കൂടെയാണ് അകത്ത് കടന്നത് എന്നതു കൊണ്ടാണ്. ഉറുഗ്വേക്ക് എതിരായ ഈ മത്സരം 2–1 സോവിയറ്റ് യൂണിയൻ വിജയിച്ചു.

പാസ്പോർട്ട് നിർബ്ബന്ധം

ഹംഗേറിയൻ റഫറിയായിരുന്ന ഇബ്നവൻ സോൾട് 1966 ഫിഫ വേൾഡ്കപ്പിൽ ഇംഗ്ലണ്ടിന്റെ ഉറുഗ്വേയുമായുള്ള മത്സരം നടത്തില്ല എന്ന് വാശിപിടിച്ചു. കാരണം ഇംഗ്ലണ്ടിന്റെ 7 കളിക്കാരുടെ പാസ്പോർട്ട് അവർ ഹോട്ടലിൽ വച്ച് മറന്നു. ഒരു പൊലീസുകാരനെ ഹോട്ടലിൽ പറഞ്ഞ് വിട്ട് അത് എടുപ്പിച്ചതിനുശേഷമാണ് കളി പുനരാരംഭിച്ചത്.

സമയത്തിൽ 'ജെന്റിൽമാൻ'

1978 ലെ ലോകകപ്പിൽ ബ്രസീലും സ്വീഡനും തമ്മിലുള്ള മത്സര

ത്തിൽ ബ്രസീൽ അടിച്ച വിജയ ഗോൾ അനുവദിക്കാതിരുന്ന വെയിൽസിന്റെ റഫറിയായിരുന്നു ക്ലൈവ് തോമസ്. കാരണം, സീക്കോ ഗോൾ അടിക്കുന്നതിന് സെക്കന്റുകൾക്ക് മുൻപ് തോമസ് ഫൈനൽ വിസിൽ മുഴക്കിയതിനാലാണ് ഗോൾ അനുവദിക്കാതിരുന്നത്. ഈ മത്സരം 1–1 ന് സമനിലയിൽ അവസാനിച്ചു. ഇതിന് വിപരീതമായി ഇസ്രയേലിന്റെ റഫറിയായിരുന്ന എബ്രഹാം ക്ലൈയിൻ 1970 ലെ ഫിഫാ വേൾഡ്കപ്പിൽ പലതവണ അവസാനവട്ട വിസിൽ മുഴക്കിയിട്ടും കളിക്കാർ കേട്ടതായി ഭാവിച്ചില്ല. ഇത് ഇംഗ്ലണ്ടും ബ്രസീലും തമ്മിലുള്ള കളിയിലായിരുന്നു.

അച്ചടക്കം

1990 ലെ വേൾഡ് കപ്പിൽ രണ്ടുതവണ സസ്പെന്റ് ചെയ്യപ്പെട്ട താരമാണ് കാമറൂണിന്റെ അന്ദ്രേ കാന ബിയേക്ക്. ആദ്യത്തെ പുറത്താക്കൽ അർജന്റീനയുമായുള്ള ആദ്യ മത്സരത്തിൽ ആണ്. രണ്ടാമത്തെ പുറത്താക്കൽ റഷ്യക്ക് എതിരെയായിരുന്നു (ഗ്രൂപ്പ് കളിയിൽ) അതിനു ശേഷം കൊളംബിയയുമായുള്ള കളിയിൽ ചുവപ്പുകാർഡിൽ പുറത്താവുകയായിരുന്നു

അനുകരണീയമല്ലാത്തത്

വേൾഡ് കപ്പിൽ ആദ്യമായി പുറത്താക്കപ്പെടുന്ന കളിക്കാരൻ പെറുവിന്റെ പ്ലാസിഡോ ഗ്യാലിന്റെന്റോ ആണ്. 1930 ലെ റൊമേനിയക്കെതിരെയുള്ള പെറുവിന്റെ കളിയിൽ പെറു പരാജയപ്പെട്ടു. ചിലിയൻ റഫറിയായിരുന്ന ആൽബർട്ടോ വാൻകൊൻ ആണ് പെറുവിന്റെ ക്യാപ്റ്റൻ കൂടിയായിരുന്ന ഗ്യാലിന്റെന്റോയെ തല്ലുകൂടിയതിന് പുറത്താക്കിയത്.

അവസാന വിസിലിനു ശേഷം മഞ്ഞകാർഡ്

അർജന്റീനയുടെ ഗോൾകീപ്പറായിരുന്ന കാർലോസ് റോവ അവസാന വിസിലിനു ശേഷമാണ് മഞ്ഞകാർഡ് കാണുന്നത്. ഇംഗ്ലണ്ടിന് എതിരെ രണ്ടാം റൗണ്ട് പെനാലിറ്റി ഷൂട്ട്–ഔട്ടിൽ സമയം പാഴാക്കിയതിനായിരുന്നു കാർഡ്. 1986 ലെ ക്വാർട്ടർ ഫൈനലിൽ ബ്രസീലിയൻ ഡിഫെൻഡർ എഡിൻഹോ മഞ്ഞകാർഡ് കാണുന്നത് ഫ്രാൻസിനെതിരായ മത്സരത്തിലെ ഷൂട്ടൗട്ടിലാണ്. ചെക്ക് റഫറിയായിരുന്ന കാർലോ ഗാൽസയെ തുപ്പിയതിനായിരുന്നു ഫ്രഞ്ചു മിഡ് ഫീൽഡറായിരുന്ന ജാക്വസ് സിമോണിനെ ഉറുഗ്വേയ്– ഫ്രാൻസ് മത്സരത്തിനൊടുവിൽ പുറത്താക്കിയത്. 2006 ഫിഫ വേൾഡ് കപ്പിലെ ക്വാർട്ടർ ഫൈനൽ മത്സരത്തിൽ ജർമനിയോട് പരാജയപ്പെട്ട അർജന്റീനയുടെ കളിക്കാത്ത കളിക്കാരനായ ലിയാനാർഡോ കുഫ്റേയ്ക്ക് റെഡ് കാർഡ് കിട്ടിയത് എതിർടീമുമായി മല്ലയുദ്ധത്തിനു പോയതുകൊണ്ടാണ്.

ഫ്രാൻസിന്റെ സിദാനും ബ്രസീലിന്റെ കഫുവും ഒരേ സമയം ഫിഫാ ലോകകപ്പ് ജേതാക്കളും ഏറ്റവും കൂടുതൽതവണ കാർഡുകളും കണ്ട വരാണ്. "6" കാർഡുകൾ ആണ് ഇവർക്ക് കിട്ടിയത്. കഫുവിന് റെഡ് കാർഡ് ഒന്നും കിട്ടിയില്ല. സിദാനെ രണ്ട് തവണ പുറത്താക്കി. 2006 ൽ ബർലിനിൽ നടന്ന ഫൈനൽ മത്സരത്തിൽ ഇറ്റലിയുടെ മാക്കോ മാറ്ററേ സിയെ തലകൊണ്ട് ഇടിച്ചു വീഴ്ത്തിയതിനാണ് പുറത്താക്കിയത്. 1998 ൽ സൗദിക്ക് എതിരായ മത്സരത്തിലും സിദാനെ പുറത്താക്കി. എന്നാൽ 1998 ലെ ലോകകപ്പ് വിജയത്തിന് കാരണക്കാരനായത് സിദാനാണ്. ഫൈനലിൽ രണ്ട് ഗോൾ സിദാൻ നേടി. കാമറൂണിന്റെ റിഗോബർട്ട് സോഗ് ആണ് സിദാനെപ്പോലെ രണ്ട് വേൾഡ് കപ്പിൽ രണ്ട് തവണ പുറത്താക്കപ്പെടുന്ന മറ്റൊരു താരം. 1994 ൽ ബ്രസീലിനെതിരെയുള്ള മത്സരത്തിൽ പുറത്താക്കപ്പെടുമ്പോൾ 17 വർഷവും 358 ദിവസവും മാത്രമേ അദ്ദേഹത്തിന് പ്രായമുണ്ടായിരുന്നുള്ളൂ.

ലോകകപ്പിൽ ഒരു ഗ്രൂപ്പ് മാത്രമാണ് ഒരു കാർഡ് പോലും കാണാതെ കളിച്ചത്. 1970 ൽ ഗ്രൂപ്പ് നാലിലെ രാജ്യങ്ങൾ ആണ് പശ്ചിമ ജർമനി, പെറു, ബൾഗേറിയ, മൊറോക്കോ. 2006 ൽ ജർമനിയിൽ നടന്ന വേൾഡ് കപ്പിലാണ് ഏറ്റവും കൂടുതൽ റെഡ് കാർഡും മഞ്ഞകാർഡും 64 മത്സര ങ്ങളിൽ 345 മഞ്ഞകാർഡുകളും 28 ചുവന്ന കാർഡുകളും ഉണ്ടായിരുന്നു.

1962 വരെ ഒരു കളിയിൽ പുറത്താക്കപ്പെടുന്ന കളിക്കാരന് അടുത്ത കളിയിൽ കളിക്കാൻ കഴിയുമായിരുന്നില്ല. എന്നാൽ 1962 ലെ ലോകക പ്പിൽ "പെലെ"യ്ക്ക് പകരം കളിച്ച ഗാരിഞ്ചയായിരുന്നു ബ്രസീലിന്റെ കുതിപ്പിന് കാരണം. എന്നാൽ ചിലിയുമായുള്ള കളിയിൽ പുറത്താക്ക പ്പെടുകയായിരുന്നു ഗാരിഞ്ച. ഫൈനലിൽ ചെക്കോസ്ലോവിയയ്ക്ക് എതിരെ ഗാരിഞ്ചയ്ക്ക് കളിക്കാനായത് ഈ നിയമം മാറ്റിയതുകൊ ണ്ടാണ്.

തട്ടിമാറ്റപ്പെട്ടത്

ഇറ്റാലിയൻ ഡിഫെന്റർ ആയ മൗറോ തസോട്ടിയെ എട്ട് കളിക ളിൽനിന്ന് മാറ്റിനിർത്തി. കാരണം റഫറി കാണാതെ സ്പെയിനിന്റെ ലൂയിസ് എട്രിക്യൂവിനെ മുട്ടുകൊണ്ട് മുഖത്തടിച്ചതിനാലാണ് വില ക്കിയത്.

പുറത്താവുന്ന ബ്രസീലുകാർ

ഫിഫ വേൾഡ് കപ്പുകളിൽ ഏറ്റവും കൂടുതൽ ചുവന്ന കാർഡ് കണ്ട് പുറത്താവുന്നത് ബ്രസീലിന്റെ കളിക്കാരാണ്. 2010 ൽ ക്വാർട്ടർ ഫൈന ലിൽ ഫിലിപ്പ് മെല്ലോ ആര്യൻ റോസനെ ഫൗൾ ചെയ്തതിനു പുറത്താ വുമ്പോൾ അർജന്റീനയെക്കാൾ ഒരാൾ കൂടുതൽ പുറത്തായത് ബ്രസീ ലിന്റെ കളിക്കാരാണ്. മെല്ലോ ബ്രസീലിന്റെ 11 ാം പുറത്താവലായിരുന്നു.

കാക്കയായിരുന്നു ആദ്യ റൗണ്ട് കളിയിൽ ഐവറി മോസ്റ്റിനെതിരായി പുറത്തായത്.

ഇന്ത്യക്ക് പറ്റിയത്

1950 ലെ ഫിഫ വേൾഡ് കപ്പിൽ കളിക്കുന്നതിൽനിന്നും ഇന്ത്യ പിന്മാറി കാരണം. ആ രാജ്യത്തിന്റെ കളിക്കാർ ബൂട്ട്സ് അണിഞ്ഞു കളിക്കാൻ തയ്യാറായില്ല. ഫിഫ ഫുട്ബോൾ ബൂട്ട് അണിഞ്ഞുതന്നെ മത്സരിക്കണമെന്ന് നിർബ്ബന്ധം പിടിച്ചു.

ഫൈനൽ കാർഡ്

2010 ൽ 14 എല്ലോകാർഡുകൾ ഫൈനലിൽ ഉണ്ടായി. ഇതിനു മുൻപുള്ള 18 ഫൈനലുകളിലായി 40 കാർഡുകൾ ഉണ്ടായിരുന്നു. 2010 ൽ ഹൊവാർഡ് വെബ് 14 മഞ്ഞ കാർഡും ഒരു ചുവന്ന കാർഡും കാണിച്ചു. ഇതിന് മുൻപ് 1986 ലെ ഫൈനലിൽ അർജന്റീനയും പശ്ചിമ ജർമനിയും തമ്മിലുള്ള കളിയിൽ 6 മഞ്ഞ കാർഡുകൾ കണ്ടതായിരുന്നു റെക്കാർഡ്.

ഫാൻ ഫെസ്റ്റുകളുടെ വിജയം

2006 ലെ ഫിഫ വേൾഡ് കപ്പിൽ സിറ്റി സെന്ററുകളിൽ "ഫാൻ ഫെസ്റ്റുകൾ" ഉണ്ടായിരുന്നു. ഫാൻ ഫെസ്റ്റുകളിൽ, കളി കാണാൻ വലിയ സ്ക്രീനുകളും ഫുഡ്സ്റ്റാളുകളും ഉണ്ടായിരുന്നു 2010 ൽ ഇത് ആവർത്തിച്ചു. ബ്രസീലിലെ റൈയോ, ഇറ്റലിയിലെ റോം, ഫ്രാൻസിലെ പാരീസ്, ഓസ്ട്രേലിയയിലെ സിഡ്നി തുടങ്ങിയ നഗരങ്ങളിൽ കളി കാണാനുള്ള അവസരങ്ങൾ ഉണ്ടായിരുന്നു. ഏകദേശം 6,151,823 പേർ കളി കണ്ടു എന്നാണ് കണക്കുകൾ. ഇത്രതന്നെ പേർ 64 കളികൾ കണ്ടു. 2,634,018 ആളുകൾ സൗത്ത് ആഫ്രിക്കയിൽ. പുറത്ത് 3,517,805 പേർ കണ്ടു. ജർമൻ തലസ്ഥാനമായ ബർലിനിൽ ആണ് ഏറ്റവും കൂടുതൽ പേർ കളി കണ്ടത്. 3 ലക്ഷത്തി അൻപതിനായിരം.

കാണികൾ നഷ്ടപ്പെട്ട കളി

2,823 കാണികൾ മാത്രമാണ് റെസുഡ സ്റ്റേഡിയം സ്റ്റോക്ക് ഹോമിൽ വെയ്ൽസും ഹംഗറിയും തമ്മിലുള്ള മത്സരത്തിൽ (1958) വേൾഡ് കപ്പിൽ കാണുന്നുണ്ടായിരുന്നത്. ഇരുവശത്ത് നിന്നും 15000 പേർ ഇതിൽ പങ്കെടുത്തു. എന്നാൽ അത് തൊട്ട് അടുത്തു തന്നെ തിരിച്ചും സംഭവിച്ചു. ഹംഗറിയൻ വിപ്ലവത്തിന്റെ ഭാഗമായി ഇമാൻ നേഗിയെ തൂക്കിക്കൊന്നതിൽ പ്രതിഷേധിച്ചാണ് സഖ്യയിൽ കുറവ് വന്നത്.

1930 ലെ റൊമേനിയ പെറുവിനെ 3–1 ന് തോല്പിച്ച മത്സരത്തിൽ വെറും 300 പേർ മാത്രമാണ് കാണികളായുണ്ടായിരുന്നത്. എസ്റ്റേഡിയോ

പിക്കിറ്റോസ് എന്ന സ്റ്റേഡിയത്തിൽ ഓടിക്കളിക്കാനുള്ള സ്ഥലമുണ്ടായിരുന്നു ഒരുദിവസം മാത്രം മുൻപ് ഫ്രാൻസ്-മെക്സിക്കോ മത്സരത്തിൽ ഇതിന്റെ പത്തിരട്ടി ജനം ഉണ്ടായിരുന്നു.

റിയോ ബ്രാവോ

1977 റിയോ ഡി ജനീറായിലെ മരക്കാനാ സ്റ്റേഡിയത്തിൽ ബ്രസീലും അർജന്റീനയും തമ്മിലുള്ള യോഗ്യതാ മത്സരത്തിലാണ് വേൾഡ് കപ്പുകളിൽ വെച്ച് ഏറ്റവും കൂടുതൽ കാണികളുള്ള മത്സരം കണ്ടത്. 1,62,764 പേർ. എന്നാൽ മത്സരം 0–0 സമനിലയിൽ അവസാനിച്ചു.

മരക്കാനായിലെ നിരാശ

ഫിഫ വേൾഡ് കപ്പ് മത്സരത്തിൽ ഏറ്റവും കൂടുതൽ കാണികൾ പങ്കെടുത്തത് 1950 ലെ കലാശപ്പോരാട്ടത്തിലാണ്. റിയോ ഡി ജനീറോവിലെ മരക്കാന സ്റ്റേഡിയത്തിൽ ഏകദേശം 174,000 പേർ കളി കണ്ടു എന്നാണ് കണക്ക്. എന്നാൽ 2,10,000 പേർ ഉണ്ടായിരുന്നു എന്നാണ് അനൗദ്യോഗിക കണക്ക്. ഉറുഗ്വേയുടെ വിജയത്തിൽ നിശ്ശബ്ദമായ മരക്കാന സ്റ്റേഡിയത്തിലെ കനത്തുനിന്ന നിരാശ ആരേയും പേടിപ്പിക്കുന്നതായിരുന്നു. ഉറുഗ്വേയൽ ക്യാപ്റ്റനായ ഒബഡുലിയോ പരേലയ്ക്കു ട്രോഫി സാമ്പ്രദായകമായ രീതിയിൽ നല്കുകയുണ്ടായില്ല. ഫിഫയുടെ പ്രസിഡന്റായിരുന്ന ജൂൾസ് റിമെറ്റ ഇതിനെ "ശോകാത്മകമായ അന്തരീക്ഷം, അസഹനീയമായ നിശ്ശബ്ദത എന്നു വിശേഷിപ്പിച്ചു. ഉറുഗ്വേയുടെ ടീം വളരെ സമയമെടുത്തും നിരീക്ഷിച്ചതിനു ശേഷമാണ് ഡ്രസിംഗ് റൂമിന് പുറത്തു വന്നത്. ഈ നിരാശനിറഞ്ഞ ഫൈനലിനു ശേഷം ബ്രസീലിന്റെ ജെഴ്സി വെളുപ്പിൽനിന്നു മഞ്ഞയാവുകയായിരുന്നു.

സൗത്ത് ആഫ്രിക്കയുടെ വിജയം

2010 ലെ ഫിഫ വേൾഡ് കപ്പിൽ സൗത്ത് ആഫ്രിക്കയിൽ മൊത്തം 3,178,856 കാണികളുണ്ടായിരുന്നു. 64 മത്സരങ്ങളിലായി പത്ത് സ്റ്റേഡിയങ്ങളിൽ ടൂർണ്ണമെന്റിന്റെ ചരിത്രത്തിലെ മൂന്നാമത്തെ ഏറ്റവും വലിയ പ്രേക്ഷകസംഖ്യ ആണിത്. 1994 ൽ യു എസ് എയും 2006 ൽ ജർമനിയും. ശരാശരി കാണികളുടെ എണ്ണം 49,670 92.9% വും സ്റ്റേഡിയങ്ങൾ നിറഞ്ഞു.

ലിംഗസമത്വം

രണ്ട് സ്റ്റേഡിയങ്ങളിൽ മാത്രമാണ് ഫിഫ വേൾഡ് കപ്പ് പുരുഷന്മാരുടെയും സ്ത്രീകളുടെയും ഫൈനലുകൾ നടന്നത്. റോസ് ബോൾ, കാലിഫോർണിയയാണ് ആദ്യത്തേത്. 1994 ൽ പുരുഷന്മാരുടെ ഫൈനലിൽ ബ്രസീൽ ഇറ്റലിയെ തോല്പിച്ചു. അഞ്ചു വർഷങ്ങൾക്ക് ശേഷം സ്ത്രീക

ളുടെ ഫൈനലിൽ യു എസ് എ ചൈനയെ പരാജയപ്പെടുത്തുകയുണ്ടായി. സ്വീഡനിലെ റാസുഡ സ്റ്റേഡിയമാണ് മറ്റൊന്ന്. 1958 ലാണ് പുരുഷന്മാരുടെ ഫൈനൽ. എന്നാൽ സ്ത്രീകളുടെ 1995 ലും. രണ്ട് ഫൈനലുകളും കാണികളുടെ പൈസ വസൂലാവുന്ന കളികളായിരുന്നു. ഇരു ഫൈനലും എക്സ്ട്രാ ടൈമും കഴിഞ്ഞ് പെനാലിറ്റിയിലാണ് കലാശിച്ചത്.

സ്റ്റേഡിയങ്ങളും ആതിഥേയരും
'റയോ'യുടെ 'മറിയോ'

ബ്രസീലിലെ ഏറ്റവും വലിയ സ്റ്റേഡിയം മരക്കാന എന്നാണ് അറിയപ്പെടുന്നത്. റിയോ ഡി ജനീറോയിലെ ഒരു ചെറു നദിക്കരികിലായാണ് സ്റ്റേഡിയം സ്ഥിതിചെയ്യുന്നത്. എന്നാൽ 1960 കളുടെ മദ്ധ്യത്തോടെ ഇതിന്റെ പേര് എസ്റ്റേഡിയോ ജേർണലിസ്റ്റാ മരിയോ ഫിലോ എന്ന് പുനഃ നാമകരണം ചെയ്തു. ഈ സ്റ്റേഡിയം നിർമ്മിക്കുന്നതിനുവേണ്ടിയുള്ള കാംമ്പെയ്നിനു സഹായിച്ച മാധ്യമ പ്രവർത്തകന്റെ പേരിലാണ് ഈ സ്റ്റേഡിയം.

മെക്സിക്കൻ സേവ്

1986 ലെ ഫിഫ വേൾഡ് കപ്പ് നടത്താനുള്ള വേദി മെക്സിക്കോ അല്ലായിരുന്നു. കൊളംബിയ സാമ്പത്തിക പ്രതിസന്ധി മൂലം പിന്മാറുകയായിരുന്നു. 1985 ലെ ഭൂചലനം വിതച്ച നാശം മറന്നുകൊണ്ടാണ് മെക്സിക്കോ ലോകകപ്പ് നടത്താൻ തയ്യാറായത്. ഫിഫായുടെ നിർദ്ദേശം തെറ്റിക്കാതെ മെക്സിക്കോ ഫൈനൽ മത്സരം വരെ ഭംഗിയായി അവ്റ്റേക്ക സ്റ്റേഡിയത്തിൽ നടത്തുകയും ചെയ്തു. അങ്ങനെ അസ്റ്റേക്ക സ്റ്റേഡിയത്തിൽ നടത്തുകയും ചെയ്തു. അങ്ങനെ അസ്റ്റേക്ക രണ്ട് ഫുട്ബോൾ ഫൈനലുകൾ അരങ്ങേരിയ ഏക സ്റ്റേഡിയമായി. അസ്റ്റേക്ക സ്റ്റേഡിയം നിർമ്മിച്ചത് 1960 ലാണ് ഏകദേശം 100,000 മനുഷ്യരെ ഉൾക്കൊള്ളാൻ കഴിയും.

ബർലിന്റെ വിളി

പില്ക്കാലത്ത് ഏകീകൃത ജർമനിയുടെ തലസ്ഥാനമായി മാറിയ ബർലിൻ പക്ഷേ വിഘടിച്ചുനിന്നപ്പോൾ 1974 ഫിഫ വേൾഡ് കപ്പിൽ മൂന്ന് ഗ്രൂപ്പ് കളികൾ മാത്രമാണ് നടത്തിയത്. ഇതിലൊന്നിൽ ആതിഥേയരായ പശ്ചിമ ജർമനി, ഈസ്റ്റ് ജർമനിയോട് അട്ടിമറി ജയം വഴങ്ങിയത് ഏവർക്കും അത്ഭുതമായിരുന്നു. 2002 ൽ ബർലിനിലെ ഒളിമ്പ്യാഡ് സ്റ്റേഡിയത്തിൽ വൃത്തിയാക്കുന്നതിനിടയിൽ ഒരു ആറ്റം ബോംബ് കിട്ടുകയുണ്ടായി. 2006 ൽ ജർമനിയിലാണ് വേൾഡ് കപ്പ് നടന്നത്. 1942 ലെ ഫിഫ വേൾഡ് കപ്പ് ബ്രസീലിനൊപ്പം ജർമനിയും നടത്തിപ്പവകാശത്തിനു ശ്രമിച്ചിരുന്നു. പക്ഷേ, രണ്ടാം ലോകമഹായുദ്ധത്തിന്റെ ഭാഗമായി അത് ഉപേക്ഷിക്കുകയായിരുന്നു.

ഒളിമ്പിക് പേരുകൾ

1930 ലെ ഫിഫ വേൾഡ് കപ്പിന്റെ ആദ്യ മത്സരത്തിൽ പല സ്റ്റാമ്പുകളും ഉറുഗ്വേയുടെ ഫുട്ബോൾ വിജയങ്ങളുടെ പേരിലാണ് നാമകരണം ചെയ്യപ്പെട്ടത്. 1924 ലെ പാരീസ് ഒളിമ്പിക്സിന്റെ പേരിലും നാല് വർഷങ്ങൾക്കു ശേഷം ആംസ്റ്റർ ഡാമിൽ നടന്ന അടുത്ത ഒളിമ്പിക്സിന്റെ പേരും സ്റ്റാമ്പുകളിൽ കാണാമായിരുന്നു. മോൺഡേവിഡിയോ വിൽ രണ്ട് വർഷങ്ങൾക്ക് ശേഷം അവർ കിരീടം ഉയർത്തുമ്പോൾ ആദ്യ വേൾഡ് കപ്പ് സ്വന്തമാക്കുന്ന രാജ്യമായി ഉറുഗ്വേ.

നിയമങ്ങൾ പൊളിയുമ്പോൾ

2010 ഫിഫ വേൾഡ് കപ്പിൽ എല്ലാ സ്റ്റേഡിയങ്ങളും പുതിയവയായിരുന്നില്ല. പഴയ റഗ്ബി സ്റ്റേഡിയങ്ങളെ പുതിയ മാനദണ്ഡങ്ങൾ പാലിക്കുന്ന ഫുട്ബോൾ സ്റ്റേഡിയങ്ങൾ ആക്കി മാറ്റുകയായിരുന്നു. ജോഹനാസ് ബർഗിലെ എലീഡ് പാർക്കും, പ്രിട്ടോറിയയിലെ ലോഫ് ടെസ്സ്‌വേസ് ഫിൽഡ് സ്റ്റേഡിയവും ഈ ഗണത്തിൽപ്പെടുന്നു

ഇരട്ട നേട്ടങ്ങൾ

"5" സ്റ്റേഡിയങ്ങൾ ആണ് ഫിഫ വേൾഡ് കപ്പും ഒളിമ്പിക്സും നടന്നതായുള്ളത്. ബർലിനിലെ ഒളിംബിയാ സ്റ്റേഡിയം (1936 ഒളിംബിക്സ് 2006 ഫിഫ വേൾഡ് കപ്പ്), ലണ്ടനിലെ വെംബ്ലി സ്റ്റേഡിയം (1948 ലെ ഒളിമ്പിക്സും 1966 ലെ വേൾഡ് കപ്പും), മെക്സിക്കോ സിറ്റിയിലെ ആസ്ട്രെക്കാ (1968 ലെ ഒളിമ്പിക്സും 1970 ലേയും 1986 ലെയും ലോകകപ്പും), മ്യൂണിക്കിലെ ഒളിമ്പിയാ സ്റ്റേഡിയം (1972 ഒളിമ്പിക്സും 1974 വേൾഡ് കപ്പും), റോസ് ബോൾ സ്റ്റേഡിയം യു എസ് എ (1994 വേൾഡ് കപ്പും 1989 ലെ ഒളിമ്പിക്സ് ഫുട്ബോൾ ടൂർണ്ണമെന്റും).

കൂടുതൽ വേദികൾ

വേൾഡ് കപ്പിൽ ഒരു രാജ്യത്തിൽ ഏറ്റവും കൂടുതൽ വേദികൾ ഉണ്ടായിരുന്നത് 1982 ൽ സ്പെയിനിൽ നടന്ന വേൾഡ് കപ്പിലാണ്. 14 വേദികൾ ഉണ്ടായിരുന്നു. 2002 ൽ 20 വേദികളിലാണ് കളി നടന്നത്. ഇതിൽ പത്ത് എണ്ണം ജപ്പാനിലും 10 എണ്ണം സൗത്ത് കൊറിയയിലുമാണ്.

ശരിക്കുള്ള കാര്യം

ഫിഫാ വേൾഡ് കപ്പുകളിൽ നിയമം അനുസരിച്ച് സ്പോൺസർമാരുടെ പേരുകൾ സ്റ്റേഡിയത്തിൽ പ്രദർശിപ്പിക്കാൻ കഴിയില്ല. 2010 ൽ ഒരു സ്റ്റേഡിയത്തിന് മാത്രമേ ഇതിൽ പ്രശ്നം ഉണ്ടായിരുന്നുള്ളൂ. റഗ്ബിയും സാധാരണ ഫുട്ബോളും നടക്കുമ്പോൾ മറ്റൊരു പേരിലാണ് സ്റ്റേഡിയം അറിയപ്പെട്ടിരുന്നത്. ആഫ്രിക്കൻ നാഷണൽ കോൺഗ്രസിന്റെ

നേതാക്കളുടെ പേരിലാണ് 3 സ്റ്റേഡിയങ്ങൾ ഉണ്ടായിരുന്നത്. നെൽസൺ മണ്ടേല ബേ സ്റ്റേഡിയം (പോർട്ട് എലിസബത്ത്), പീറ്റർ മൊകാസ, സ്റ്റേഡിയം (പോളോക് വാനെ), മോസസ്സ് മഫീദ സ്റ്റേഡിയം (ഡർബൻ).

പെനാലിറ്റികൾ

ഫിഫാ വേൾഡ് കപ്പിലെ പെനാലിറ്റി ഷൂട്ട് ഔട്ടുകൾ

വർഷം	റൗണ്ട്	120 മിനിറ്റിലെ സ്കോർ നില	വിജയി	ഷൂട്ട് ഒട്ട് സ്കോർ
1982	സെമി ഫൈനൽ	പശ്ചിമ ജർമനി–3, ഫ്രാൻസ്–3	പശ്ചിമ ജർമനി	5–4
1986	ക്വാർട്ടർ ഫൈനൽ	പശ്ചിമ ജർമനി–0 മെക്സിക്കോ–0	പശ്ചിമ ജർമനി	4–1
1986	ക്വാർട്ടർ ഫൈനൽ	ഫ്രാൻസ് – 1 ബ്രസീൽ – 1	ഫ്രാൻസ്	4–3
1986	ക്വാർട്ടർ ഫൈനൽ	ബെൽജിയം – 1 സ്പെയിൻ –1	ബെൽജിയം	5–4
1990	രണ്ടാം റൗണ്ട്	റിപ്പബ്ലിക് ഓഫ് അയർലൻഡ് – 0 റൊമേനിയ – 0	റിപ്പബ്ലിക് ഓഫ് ഐർലാന്റ്	5–4
1990	ക്വാർട്ടർ ഫൈനൽ	അർജന്റീന – 0 യുഗോസ്ലോവിയ–0	അർജന്റീന	3–2
1990	സെമി ഫൈനൽ	അർജന്റീന – 1 ഇറ്റലി – 1	അർജന്റീന	4–3
1990	സെമി ഫൈനൽ	പശ്ചമ ജർമനി–1 ഇംഗ്ലണ്ട് – 1	പശ്ചിമ ജർമനി	4–3
1994	രണ്ടാം റൗണ്ട്	ബൾഗേറിയ – 1 മെക്സിക്കോ – 1	ബൾഗേറിയ	3–1
1994	ക്വാർട്ടർ ഫൈനൽ	സ്വീഡൻ – 2 റുമാനിയ 2	സ്വീഡൻ	5–4
1994	ഫൈനൽ	ബ്രസീൽ – 0 ഇറ്റലി–0	ബ്രസീൽ	3–2
1998	രണ്ടാം റൗണ്ട്	അർജന്റീന–2 ഇംഗ്ലണ്ട് – 2	അർജന്റീന	4–3
1998	ക്വാർട്ടർ ഫൈനൽ	ഫ്രാൻസ് – 0 ഇറ്റലി – 0	ഫ്രാൻസ്	4–3
1998	ക്വാർട്ടർ ഫൈനൽ	ബ്രസീൽ – 1 നെതർലാൻഡ്– 1	ബ്രസീൽ	4–2

2002	രണ്ടാം റൗണ്ട്	സ്പെയിൻ – 1 റിപ്പബ്ലിക് ഓഫ് അയർലാൻഡ് – 1	സ്പെയിൻ	3–2
2002	ക്വാർട്ടർ ഫൈനൽ	സൗത്ത് കൊറിയ സ്പെയിൻ – 0	സൗത്ത്കൊറിയ	5–3
2006	രണ്ടാം റൗണ്ട്	യുക്രെയൻ – 0 അയർലൻഡ് – 0	യുക്രെയിൻ	3–0
2006	ക്വാർട്ടർ ഫൈനൽ	ജർമനി – 1 അർജന്റീന – 1	ജർമനി	4–2
2006	ക്വാർട്ടർ ഫൈനൽ	പോർച്ചുഗൽ – 0 ഇംഗ്ലണ്ട് – 0	പോർച്ചുഗൽ	3–1
2006	ഫൈനൽ	ഇറ്റലി – 0 ഫ്രാൻസ് – 0	ഇറ്റലി	5–3
2010	രണ്ടാം റൗണ്ട്	പരാഗ്വേ – 0 ജപ്പാൻ – 0	പരാഗ്വേ	5–3
2010	ക്വാർട്ടർ ഫൈനൽ	ഉറുഗ്വേ – 1 ഘാന 1	ഉറുഗ്വേ	4–2

മൂന്ന് സിംഹങ്ങളെ തളയ്ക്കുക

ഇറ്റലിയും ഇംഗ്ലണ്ടുമാണ് വേൾഡ്കപ്പിൽ പെനാലിറ്റികളിൽ ഏറ്റവും കൂടുതൽ പരാജയം ഏറ്റുവാങ്ങിയ ടീമുകൾ. '3' വീതം. എന്നാൽ ഇറ്റലി 2006 ഫൈനലിൽ പെനാലിറ്റി ഷൂട്ടൗട്ടിലൂടെയാണ് വിജയംനേടിയത്. ഇംഗ്ലണ്ട് ഇതുവരെ ഒരു വിജയംപോലും അങ്ങനെ സ്വന്തമാക്കിയിട്ടില്ല. 1990 ലെ സെമി ഫൈനലിൽ പശ്ചിമ ജർമനിക്കെതിരെയും 1998 ൽ രണ്ടാം റൗണ്ടിൽ അർജന്റീനയ്ക്ക് എതിരേയും 2006 ൽ ക്വാർട്ടർ ഫൈനലിൽ പോർച്ചുഗലിന് എതിരെയും പെനാലിറ്റി ഷൂട്ടൗട്ടിൽ പരാജയം ഏറ്റുവാങ്ങി. ഇംഗ്ലണ്ടിനു വേണ്ടി പെനാലിറ്റി നഷ്ടപ്പെടുത്തിയത് സ്റ്റുവർട്ട് പിയേഴ്സ്, ക്രിസ്സ് വാർഡിൽ (1990 ൽ) പോൾ ഇൻഡേ, ഡേവിഡ് ബെറ്റി (1998), ഫ്രങ്ക് ലാംപാഡ്, സ്റ്റീഫൻ ജെർഡ് ജെമി കാരിഗർ (2006).

അവസരം നഷ്ടപ്പെടുത്തിയ റോബർട്ടോ ബാജിയോ

ഇറ്റലിയുടെ റോബർട്ടോ ബാജിയോ ഫിഫാ വേൾഡ് കപ്പിൽ 3 പെനാലിറ്റി ഷൂട്ടൗട്ടുകളിൽ പങ്കെടുക്കുകയും 3 ലും പരാജയം ഏറ്റുവാങ്ങുകയും ചെയ്ത നിർഭാഗ്യവാനാണ്. ബ്രസീലിനെതിരായ 1994 ലെ ഫൈനലിൽ ബാജിയോ എടുത്ത ഫ്രീ കിക്ക് ബാജിയോ നഷ്ടപ്പെടുത്തിയതോടെയാണ് ബ്രസീൽ കിരീടം ഉറപ്പിച്ചത്.

1990 ൽ അർജന്റീനയ്ക്ക് എതിരായ സെമിയിൽ 1998 ൽ ഫ്രാൻസിന് എതിരായ ക്വാർട്ടറിലും ഇത് ആവർത്തിച്ചു.

ജർമനിയുടെ കാര്യക്ഷമത

ജർമനി – പശ്ചിമ ജർമനിയാണ് ഏറ്റവും കൂടുതൽ പെനാലിറ്റി ഷൂട്ടൗട്ടുകൾ വിജയിച്ച ടീം. "4" എണ്ണം. 1982 ൽ ഫ്രാൻസിന് എതിരായ വിജയത്തിന് കാരണമായത് ജർമൻ ഗോൾ കീപ്പറായിരുന്ന ഹരോൾഡ് ഷൂമാക്കറായിരുന്നു. 1990 ൽ സെമി ഫൈനലിൽ ഇംഗ്ലണ്ടിനെ പശ്ചിമ ജർമനി തോല്പിച്ചതും പെനാലിറ്റിയിലാണ്. 1996 ലെ യൂറോപ്യൻ ചാമ്പ്യൻഷിപ്പിലും അവർ ഇത് ആവർത്തിച്ചു.

പെനാലിറ്റി നഷ്ടപ്പെടുത്തിയ കളിക്കാർ

അർജന്റീന	:	ഡീഗോ മറഡോണ (1990), പെഡറോ ട്രെഗിലോ (1990), ഐർമൻ ക്രസ്പോ (1998), റോബർട്ടോ അയാള (2006), എസ്റ്റോസാൻ കാബിയാസോ (2006)
ബ്രസീൽ	:	സോക്രേറ്റ്സ് (1986), ജുലിയോ സിസാർ (1986), മാറസിയോ സാൻഡോസ് (1994)
ബൾഗേറിയ	:	കാസിമിർ ബാലകോപ്പ് (1994)
ഇംഗ്ലണ്ട്	:	സ്റ്റുവേർട്ട് പിയേർസ് (1990), ക്രിസ് വാഡിൽ (1990) പോൾ ഇൻസ് (1998), ഡെവിഡ് ബാറ്റി (1998) ഫ്രാൻക് ലാംപാർഡ് (2006), സറ്റിവൻ ജെറാഡ് (2006), ജെമി കാറിഗർ (2006)
ഫ്രാൻസ്	:	ഡിസിയർ സിക്സ് (1982), മാക്സിമെ ബോവിസ് (1982), മിഷേൽ പ്ലാറ്റിനി (1986), ബിസെന്തെ ലിസറാസു (1998), ഡെവിഡ് ട്രെസ് ഗ്യാവറ്റ് (2006)
ജർമനി/ പശ്ചിമജർമനി	:	യുലി സ്റ്റിലിക് (1982)
ഘാന	:	ജോൺ മെൻസാ (2010), ഡൊമനിക് ആഡിയാക് (2010)
ഇറ്റലി	:	റോബർട്ടോ ഡോണാഡോണി (1990), ആൽഡോ ഡെറേനാ (1990), ഫ്രാങ്കോ വെറാഡി (1994), ഡാനിയേലാ മഡാറോ (1994), റോബർട്ടോ ബാജിയോ (1999), ഡിമിറ്ററി ആൽബർട്ടിനി (1998), ലൂജി ഡി ബാഗിയോ (1998)
ജപ്പാൻ	:	യൂചി കൊമാനോ (2010)
മെക്സിക്കോ	:	ഫെർണാഡോ കോസറ്റേറ്റേ (1986), റവുൾ ഡർബിൻ (1986)ആൽബർട്ടോ ഗ്രാസിയ ആപ്പെ (1994), മാർസലീനോ ബെർനാൽ (1994) ജോർജേ റോസ്റി ഗോഡ് (1994)
ഹോളണ്ട്	:	ഫിലിപ്പ് കോകൂ (1998), റൊണാൾഡ് ഡീബോർ (1998)

പോർച്ചുഗൽ റിപ്പബ്ലിക് ഓഫ്	:	ഹ്യൂഗോ വിയേന (2006), പെറ്റിറ്റ് (2006)
അയർലൻഡ്	:	മാറ്റ് ഹോളണ്ട് (2002), ഡെവിഡ് കനോളി (2002), കെവിൻ കില്ലബാനേ (2002)
റൊമേനീയ	:	ഡാനിയേൽ റ്റിമോഫ്റ്റേ (1990), ഡാൻ പെറ്ററുസ്ക് (1994), മയോഡ്രോഗ് ബെല്ലോഡേ സി സി (1994)
സ്പെയിൻ	:	എല്ലോയി (1986), ജുവാൻ ഫ്രാൻ (2002) ജുവാൻ കാർലോസ് വലേറോൺ (2002), ജുവാകിൻ (2002)
സ്വീഡൻ	:	ഹക്കൻ മിൽസ് (1994)
സ്വിറ്റ്സർലാൻഡ്	:	മാർക്കോ സ്ട്രെല്ലർ (2006), ട്രാൻകിലോ സാർണേറ്റാ (2006), റിക്കാർഡോ കബാനസ് (2006)
യുക്രെയിൻ	:	ആൻന്ദ്രസ് റഷവ് ചാൻക്കോ (2006)
ഉറുഗ്വേ	:	മാക്സമിലാനോ പെരേരാ (2010)
യുഗേസ്ലാവിയ	:	ഡ്രാഗൺ സ്റ്റോജ് കോവിക് (1990), ഡ്രാഗോ ലിജിസ് ബ്രബണോവിക് (1990), ഫറുക്ക് ഹഡ്ഡീബേജിക് (1990)

ഒരു ഫിഫ വേൾഡ് കപ്പിൽ രണ്ട് പെനാലിറ്റികൾ അനുവദിക്കുന്നതിന്റെ ഏറ്റവും കുറഞ്ഞ സമയം 2010 ലെ കപ്പിൽ റഫറി ആയിരുന്ന കാർലോസ് സാട്രസ്സ് അനുവദിച്ച രണ്ട് പെനാലിറ്റികൾ ആണ്. സ്പെയിനും പരാഗ്വയും തമ്മിലുള്ള മത്സരത്തിൽ 2 മിനിറ്റും 3 സെക്കന്റിന്റെയും വ്യത്യാസത്തിലാണ് പെനാലിറ്റി കിക്കുകൾ അനുവദിച്ചത്. ജോഹനസ്സ് ബർഗിൽ നടന്ന ഈ മത്സരത്തിൽ രണ്ട് പെനാലിറ്റികളും സേവ് ചെയ്യപ്പെട്ടു. ആദ്യത്തേത് സ്പാനിഷ് ഗോൾ കീപ്പറായിരുന്ന ഇക്കർ കാഡിയസ്സ് തടഞ്ഞു. രണ്ടാമത്തേത് സ്പെയിനിന്റെ സാമ്പി അലോൺഡോ എടുത്ത പെനാലിറ്റി ജസ്റ്റോ വില്ലാൻ കൈപ്പിടിയിൽ ഒതുക്കി. എന്നാൽ അലോൺഡോ ആദ്യ പെനാലിറ്റിയിൽ ലക്ഷ്യം നേടി എങ്കിലും സ്പാനിഷ് കളിക്കാർ കോർട്ടിലേക്ക് കേറിയതിനാൽ അനുവദിക്കാതിരിക്കുകയായിരുന്നു.

20

2010 ഫിഫകപ്പ് സുപ്രധാന വിവരങ്ങൾ

2010 ലെ സൗത്ത് ആഫ്രിക്കൻ വേൾഡ് കപ്പ്

രണ്ടായിരത്തി പത്ത് ഫിഫാ വേൾഡ് കപ്പ് 11 ജൂണിനും 11 ജൂലൈയ്ക്കും ഇടയിൽ സൗത്ത് ആഫ്രിക്കയിൽ വച്ച് നടന്നു. 64 മത്സരങ്ങളിൽ ഏകദേശം 3 മില്യൺ ജനങ്ങൾ നേരിട്ട് കളികാണുകയും 700 മില്യൺ ജനങ്ങൾ ആഗോള ടെലിവിഷനിൽ കളി കാണുകയും ചെയ്തു എന്നതാണ് ഔദ്യോഗിക കണക്കുകൾ. സൗത്ത് ആഫ്രിക്കയിലെ ഒൻപത് നഗരങ്ങളിലായി പത്ത് വേദികളിൽ ആണ് കളികൾ നടന്നത്. ആദ്യത്തെ ലോകകപ്പ് വേദിയായി 2010 ൽ സൗത്ത് ആഫ്രിക്ക ചരിത്രത്തിൽ ഇടം നേടി.

ഉറുഗ്വേയും സൗത്ത് ആഫ്രിക്കയും തമ്മിൽ നടന്ന മത്സരത്തിൽ ഉറുഗ്വേ 3–0 ത്തിന് ആതിഥേയരായ സൗത്ത് ആഫ്രിക്കയുടെ മേൽ നേടിയ വിജയം ആണ് ഏറ്റവും വലിയ മാർജിനിൽ ഒരു ടീം മറ്റൊരു ടീമിനെ തോല്പിക്കുന്നത്. ഇതിന് മുൻപ് സ്വീഡനുമേൽ ബ്രസീൽ നേടിയ 5–2 വിജയവും ഇറ്റലി ക്വാർട്ടർ ഫൈനലിൽ മെക്സിക്കോയ്ക്കുമേൽ നേടിയ (1970 ൽ) 4–1 ന്റെ വിജയവുമാണ് സമാനതയുള്ളത്.

കിവികളുടെ ഭാഗ്യമൂന്ന്

2010 ഫിഫാ വേൾഡ് കപ്പിൽ അപരാജിതരായിരുന്നത് ഒരേയൊരു ടീം മാത്രമാണ്. അത് പക്ഷേ, വിജയികളായ സ്പെയിൻ അല്ലായിരുന്നു. ഈ റെക്കോഡിന്റെ ഉടമകൾ കിവികൾ (ന്യൂസിലാൻഡ്) ആയിരുന്നു. ഗ്രൂപ്പ് എഫിലെ മൂന്ന് കളികളും സമനിലയിൽ ആയിരുന്നു. അതിനാൽ ഗോൾ വ്യത്യാസത്തിൽ പക്ഷേ, അവർക്ക് രണ്ടാം പാദത്തിൽ കടക്കാൻ കഴിഞ്ഞില്ല.

ഹോളണ്ടിന്റെ മൂന്നാം തോല്‌വി

മൂന്ന് തവണ ഫൈനലിൽ പ്രവേശിച്ചെങ്കിലും മൂന്ന് തവണയും പരാജിതരായ ഒരേയൊരു ടീമാണ് ഹോളണ്ട്. 2010 ലെ ലോകകപ്പിലെ തുടരെ 6 കളികൾ ജയിക്കുകയും ഫൈനലിൽ മാത്രം തോല്ക്കുകയും ചെയ്ത ഒരേയൊരു ടീം ഹോളണ്ട് മാത്രമാണ്.

2010 ഫിഫാ വേൾഡ് കപ്പ് നമ്പറുകൾ (നമ്പറുകളുടെ കളി)

2010 രണ്ടാം പാദ മത്സരങ്ങളിൽ പരാഗ്വേയും ജപ്പാനും തമ്മിൽ ഉള്ള മത്സരം ഷൂട്ടൗട്ടിൽ കലാശിച്ചപ്പോൾ ആദ്യമായി ഒരു യൂറോപ്യൻ ടീമില്ലാത്ത ഷൂട്ടൗട്ട് നടക്കുകയായിരുന്നു. ഇതിനു മുൻപ് ലോകകപ്പിൽ നടന്ന 20 ഷൂട്ടൗട്ടുകളിലും ഒരുവശത്തെങ്കിലും യൂറോപ്യൻ രാജ്യം ഉണ്ടായിരുന്നു.

ഇതേ കളിയിൽ ജപ്പാൻ കളിക്കാരൻ കൊമാനോ എടുത്ത ഷൂട്ടൗട്ടിൽ പന്ത് ബാറിൽ തട്ടി. അങ്ങനെ ജപ്പാൻ കളിയിൽനിന്ന് പുറത്താവുകയും ചെയ്തു. നഷ്ടപ്പെട്ടുപോയ കപ്പിന്റെ സ്മരണാർത്ഥം ജപ്പാനിൽ വച്ച് കൊമാനോയ്ക്ക് ഒരു മെഡൽ സമ്മാനിക്കുകയും ചെയ്തു.

ഉറുഗ്വേയുടെ സുവർണ്ണകാലം

2010 വേൾഡ് കപ്പിൽ ഉറുഗ്വേ നാലാം സ്ഥാനംകൊണ്ട് തൃപ്തിപ്പെടേണ്ടി വന്നു. എങ്കിലും ആ വർഷം മികച്ച കളിക്കാരനുള്ള ഗോൾഡൻ ബോൾ കിട്ടുന്നത് ഉറുഗ്വേയുടെ ഡീഗോ ഫോർലാനാണ്.

1930 മുതൽ 2010 വരെയുള്ള വേൾഡ് കപ്പ് മത്സരങ്ങളിൽ യൂറോപ്പും ലാറ്റിൻ അമേരിക്കൻ രാജ്യങ്ങളും കിരീടം പങ്കുവെക്കുകയായിരുന്നു. 9 കിരീടങ്ങൾ യൂറോപ്പും 9 എണ്ണം ലാറ്റിൻ അമേരിക്കയും നേടി. എന്നാൽ 2010 ലെ അത്യുജ്ജ്വലമായ സ്പെയിനിന്റെ വിജയത്തോടുകൂടി യൂറോപ്പിന് 10 തവണ കിരീടം ലഭിച്ചു.

ഒരു യൂറോപ്യൻ രാജ്യം യൂറോപ്പിന് പുറത്ത് കിരീടം ഉയർത്തുന്നത് 2010 ആണ്. രണ്ട് യൂറോപ്യൻ രാജ്യങ്ങൾ തുടർച്ചയായി കപ്പ് ഉയർത്തുന്നു എന്ന പ്രത്യേകതയും 2010 വേൾഡ് കപ്പിൽ ഉണ്ടായി. (2006–ഇറ്റലിയും 2010 സ്പെയിനും).

ട്രെബിൾ 20

ഉറുഗ്വേയുടെ ഡീഗോ പെരസ്സ് ആണ് 2010 ഫിഫാ വേൾഡ് കപ്പിൽ ഏറ്റവും കൂടുതൽ തവണ ഫൗൾ ചെയ്തത് (20). ഹോളണ്ടിന്റെ മാർക്ക് വാൻ ബൊമലും ജപ്പാന്റെ പ്ലേ മേറ്റായ കെടുക്കി ഹോണ്ടയും തൊട്ട് പുറകെയുണ്ട്.

21

ബ്രസീലിൽ ജെഴ്സി അണിയുന്ന നവപ്രതിഭകൾ

ബ്രസീലിന്റെ ഫുട്ബോൾ ചരിത്രം കറുത്ത മനുഷ്യരുടെ ഉയിർത്തെഴുന്നേല്പിന്റെ വീരേതിഹാസം തന്നെയാണ്. ആധുനിക ഫുട്ബോളിന്റെ നേരവകാശികളായ വെള്ളക്കാർ തന്നെയാണ് കാറ്റുനിറച്ച പന്തുമായി ലാറ്റിനമേരിക്കയിലും ചെന്നത്. സാംബ നൃത്തത്തിന്റെയും ഫോക്‌ലോറിന്റെയും അവകാശികളായ കറുത്ത മക്കൾ കൊതിയോടെ കാൽപ്പന്തുകളി നോക്കി നില്ക്കുമായിരുന്നു.

പ്രൊഫഷണൽ ഫുട്ബോളിന്റെ വിശ്വമാമാങ്കമായ ലോകകപ്പ് തുടങ്ങിയതു മുതൽ 19 മത്സരങ്ങളിൽ 5 തവണ കപ്പ് കൈവശപ്പെടുത്തിയത് ബ്രസീൽ തന്നെ. മാത്രമല്ല എല്ലാ ഫൈനൽ റൗണ്ടിലും കളിച്ചവരും ബ്രസീലുകാർ തന്നെ. 2 തവണ രണ്ടാം സ്ഥാനവും, 4 തവണ ചാമ്പ്യന്മാരുമായ ഇറ്റലിയാണ് പിറകിലുള്ളത്. 2 തവണ ഫൈനലിൽ പുറത്തായി. 1970 ൽ ബ്രസീലിനോട് 4–1 നും, 1994 ൽ ബ്രസീലിനോട് തന്നെ 3–2 നു തോറ്റു. ജർമനി 3 ഉം അർജന്റീന 2 ഉം, ഉറുഗ്വേ 2 ഉം, ഇംഗ്ലണ്ടും ഫ്രാൻസും സ്പെയിനും ഓരോ തവണ ചാമ്പ്യന്മാരായി. 19 ചാമ്പ്യൻഷിപ്പിലും 8 രാജ്യങ്ങളുടെ അതിർത്തിയിൽ മാത്രം ഒതുങ്ങിനിന്നു. ലാറ്റിനമേരിക്കയും യൂറോപ്പും തന്നെ പ്രമാണിമാർ. ഏഷ്യക്ക് ചിത്രത്തിൽ കാര്യമായി ഒന്നും തന്നെയില്ല.

ഇത്തവണ പോരാട്ടഭൂമിയിൽ അണിനിരക്കുന്ന പ്രഗത്ഭ താരങ്ങളെക്കുറിച്ച് ഹ്രസ്വപരിശോധന നടത്തുന്നത് ഒരു മാസക്കാലത്തെ കളി കാണുന്നതിന് പ്രചോദനമായിരിക്കും.

2010 ലെ ചാമ്പ്യന്മാരായ സ്പെയിൻ ലോകറാങ്കിങ്ങിൽ ഒന്നാം സ്ഥാനക്കാരാണ്. യൂറോപ്പിന് പുറത്ത് ലോകകപ്പ് നേടിയ ഏക യൂറോപ്യൻ ടീം എന്ന ബഹുമതിയും സ്പെയിനിനുണ്ട്. 2010 ലെ ലോകകപ്പിന് പുറമെ 2008, 2012 ൽ യൂറോകപ്പ് ഹാട്രിക് തികച്ചു.

ഇകർ കസിയസ്, ഇനിയേസ്റ്റ ബുസ്കെറ്റ്സ്, സാവി എന്നിവർ പ്രമുഖ താരങ്ങൾ. യോഗ്യതാ റൗണ്ടിൽ തോൽവി അറിയാത്തവർ. 6 കളി 6 ജയം 2 സമനില.

1. സാവി ഫർണാണ്ടസ്ക്രൂസ് (സ്പെയിൻ)

ലോകത്തിലെ പ്രഗത്ഭനായ മിഡ് ഫീൽഡർ. 34 വയസ്സ്. 130 കളി. 13 ഗോൾ, 2002, 2006, 2010 ലോകകപ്പിൽ കളിച്ചു. കൃത്യതയാർന്ന പാസുകൾ, മികച്ച പന്തടക്കം. ബാഴ്സലോണയുടെ മികച്ച താരം. 2010 ൽ ആഫ്രിക്കൻ ലോകകപ്പിൽ 515 മിനിട്ടിൽ 543 പാസുകൾ സാവിയുടെ ബൂട്ടിൽ നിന്നാണ്. സാവിയും ഇനിയേസ്റ്റയും, ചേർന്ന മദ്ധ്യനിരയെ വെല്ലാൻ വലിയ പ്രയാസം. ആഫ്രിക്കയിൽ ഇനിയേസ്റ്റയുടെ ഗോളിലാണ് ചാമ്പ്യന്മാരായത്. റയൽ മാഡ്രിഡിന്റെ കാവൽക്കാരനാണ് ഗോൾകീപ്പർ ഇകർ കസിയസ്. വേൾഡ് കപ്പ് ഫൈനൽ റൗണ്ടിൽ ഒരു ഗോൾ മാത്രം വഴങ്ങിയ സ്പെയിൻ നായകനും രക്ഷകനും കസിയസ് തന്നെ. 2010 ലെ മികച്ച ഗോളിക്കുള്ള ലെവ്യാഷിൻ അവാർഡ്.

2. നെയ്മർ (ബ്രസീൽ)

സ്വന്തം മണ്ണിൽ ജനവികാരങ്ങളുടെ സമ്മർദ്ദവുമായി ജയം മാത്രം മുന്നിൽക്കണ്ട് പോരാട്ടത്തിനിറങ്ങുന്ന ബ്രസീലിന്റെ തുറുപ്പ് ചീട്ട് നെയ്മർ തന്നെയാണ്. സിയാഗോസിൽവയും ഡേവിഡ് ലൂയിസും ഉരുക്കുകോട്ട പോലെ പ്രതിരോധത്തിലുണ്ട്. മിഡ് ഫീൽഡിൽ ഒസ്കർ എണ്ണയിട്ട യന്ത്രം കണക്കെ കളിക്കും.

ബാഴ്സ്ലോണയുടെ സ്ട്രൈക്കറായ നെയ്മർ 47 കളികളിൽ 30 ഗോളുകൾ സ്വന്തമാക്കിയിട്ടുണ്ട്. ആറു കോടി യൂറോ വിപണി മൂല്യമുള്ള കളിക്കാരനാണ്. ഇടതു–വലതുകാൽ ഒരുപോലെ ഉപയോഗിക്കുന്ന അപൂർവ്വത. ഫോർവേഡായും വിങ്ങറായും മാറിമാറി കളിക്കും. കളിയിൽ പന്തടക്കവും ഡ്രിബ്ലിങ്ങ് മികവും പ്രത്യേകതയാണ്.

3. ലയണൽ മെസ്സി (അർജന്റീന)

പത്താം നമ്പർ ജേഴ്സിയിൽ ലോകം ശ്രദ്ധിക്കുന്ന തുടർച്ചക്കാരൻ. ഫുട്ബോൾ രാജാവായ പെലെ ആത്മവിശ്വാസത്തോടെ പ്രതീക്ഷയർപ്പിച്ച ഫോർവേഡ്. ബാഴ്സലോണയുടെ മുന്നേറ്റനായകൻ, 83 കളിയിൽ 37 ഗോൾ നേടിയ 27 വയസ്സുകാരൻ. 12 കോടി രൂപ വിപണിമൂല്യമുള്ള കരുത്തൻ. കൃത്യമായ ഷോട്ട്, ചലനാത്മക ഷാർപ്പ് ഷൂട്ടർ, 2006, 2010 ലോകകപ്പിലെ പ്രകടനത്തിൽ ലോകതാരമായി.

4. ക്രിസ്ത്യാനോ റൊണാൾഡോ (പോർച്ചുഗൽ)

പോർച്ചുഗലിന്റെ സ്റ്റാർ സ്ട്രൈക്കറാണ് 29 കാരനായ ക്രിസ്ത്യാനോ

റൊണാൾഡോ. റയൽ മാഡ്രിഡ് താരം. 110 കളികളിൽ 49 ഗോളുകൾ സ്വന്തം പേരിൽ കുറിച്ചിട്ടു. റയൽ മാഡ്രിഡിന് വേണ്ടി 240 കളിയിൽ 246 ഗോളുകൾ. ശരവേഗവും പൊടുന്നനെയുള്ള ഷൂട്ടും പ്രത്യേകത. പാസിങ്ങിലും ഡ്രിബ്ലിങ്ങിലും അസാധാരണമിടുക്ക്. ലോകത്തെ ഏറ്റവും മികച്ച അറ്റാക്കർ. 10 കോടി യൂറോയുമായി ലയണൽ മെസ്സിയുടെ തൊട്ടുതാഴെ വിപണി മൂല്യമുള്ള കളിക്കാരൻ.

5. വെയിൻ റൂണി (ഇംഗ്ലണ്ട്)

ഇംഗ്ലണ്ടിന്റെ മികച്ച താരമാണ് റൂണി. മാഞ്ചസ്റ്റർ യുണൈറ്റഡിന്റെ കളിക്കാരിൽ ഒന്നാമൻ. ഇംഗ്ലീഷ് പ്രീമിയർ ലീഗിൽ രക്ഷ നേടാൻ കഴിഞ്ഞ ടീമായെങ്കിലും റൂണി 10 ഗോളുകളുമായി മികച്ചുനിന്നു. ഇംഗ്ലണ്ട് വേൾഡ് കപ്പിന് നല്കിയ മികച്ച ഗോളടിയന്ത്രമെന്ന പ്രസിദ്ധിയുണ്ട്.

6. സ്റ്റീവൻ ജെറാൾഡ് (ഇംഗ്ലണ്ട്)

24 കാരനായ സ്റ്റീവൻ ജെറാൾഡും ഇംഗ്ലണ്ടിന്റെ പ്രതീക്ഷയാണ്. മിഡ് ഫീൽഡറാണ്. ലിവർ പൂൾ താരം. അന്താരാഷ്ട്ര മത്സരങ്ങളിൽ 29 ഗോൾ നേടിയത് 109 കളിയിൽനിന്നാണ്. ലോങ്റേഞ്ചർ സ്കോറർ. 2006, 2010 ലോകകപ്പിൽ മദ്ധ്യനിരയുടെ ശക്തനായ താരം പെനാൽട്ടി വിദഗ്ദ്ധൻ.

7. വാൻ പേഴ്സി (ഹോളണ്ട്)

ഫിഫ റാങ്കിങ്ങിൽ 15 ാം സ്ഥാനക്കാരായ ഹോളണ്ടിന്റെ സ്ട്രൈക്കറാണ് വാൻ പേഴ്സി. ലെഫ്റ്റ് വിങ്ങറായി തുടങ്ങി. ആഴ്സണിന്റെ മികച്ച ആക്രമണകാരികളിൽ മുന്നിലാണ് സ്ഥാനം. 31 വയസ്സ് പ്രായം. 2006, 2010 ലോകകപ്പിൽ മികവ് തെളിയിച്ചു. ഷൂട്ടിങ്ങിലും ഡ്രിബ്ലിങ്ങിലും വിദഗ്ദ്ധൻ.

8. ലൂക്ക മോഡ്രിച്ച് (ക്രൊയേഷ്യ)

ആരെയും ഭയപ്പെടാതെ സ്വന്തം കളിയിൽ ശ്രദ്ധിച്ച് വിജയപ്പോരാട്ടം നടത്തുന്നവരാണ് ക്രൊയേഷ്യ. ഉൾക്കാഴ്ചയോടെ കളിക്കുന്ന ഭാവനാസമ്പന്നനായ ലൂക്ക മോഡ്രിച്ച് ക്രൊയേഷ്യയുടെ മദ്ധ്യനിരക്കാരനാണ്. 2006 ൽ ഇറ്റലിക്കെതിരെ തൊടുത്തു വിട്ട തകർപ്പൻ ഷോട്ട് ഗോളിയെ കണ്ണഞ്ചിപ്പിച്ച് വലവിറപ്പിച്ചു. കളിയുടെ ഗതിമാറ്റുന്ന ചടുലമായ പാസുകളും ഷോട്ടുകളും.

9. സാമുവൽ ഇറ്റോ (കാമറൂൺ)

ഫിഫാ റാങ്കിങ്ങിൽ 59 ാം സ്ഥാനക്കാരായ കാമറൂണിന്റെ തുറുപ്പുചീട്ടാണ് സാമുവൽ ഇറ്റോ. ചെൽസിയുടെ സ്ട്രൈക്കർ. 112 കളികളിൽ

55 ഗോളുകൾ. 1998, 2002, 2010 ലോകകപ്പിൽ കളിച്ചു. 2003, 2004, 2005, 2010 ൽ യുവേഫ ക്ലബ് ഫോർവേഡ് ഓഫ് ദി ഇയർ, 2006, ഫിഫ ലോക കപ്പ് ഗോൾഡൻ ഗോൾ (2010).

10. ഹാവിയർ ഫർണാണ്ടസ് (മെക്സിക്കോ)

മെക്സിക്കോയുടെ സ്റ്റാർ സ്ട്രൈക്കറാണ് ഹാവിയർ ഫെർണാണ്ടസ്. 26 വയസ്സ് പ്രായമുള്ള ഫെർണാണ്ടസിനെ "ചിച്ചരിറ്റോ" എന്നാണ് വിളിക്കുന്നത്. 57 കളിയിൽ 35 ഗോൾ നേടിയിട്ടുണ്ട്. 2010 ൽ ലോകകപ്പിൽ ബൊളീവിയക്കെതിരെ ആദ്യ ഗോൾ. 2011 ലെ കോൺ കോൾ ഗോൾഡ് കപ്പിൽ ടോപ്പ് സ്കോറർ.

11. ലൂയിഡ് സുവാരസ് (ഉറുഗ്വേ)

ഉറുഗ്വേക്കാർ കരുത്തരാണ്. ലോകകപ്പിൽ 2010 ൽ സെമി വരെയെത്തി. ഇത്തവണത്തെ ഉറുഗ്വേടീമിന്റെ വിജയ പ്രതീക്ഷയ്ക്ക് നിറം പകരുന്ന അക്രമണക്കാരിയാണ് സുവാരസ്. 27 വയസ്സിനിടയിൽ കോപ്പ അമേരിക്ക പ്ലെയർ ഓഫ് ദി ടൂർണ്ണമെന്റ് എന്ന ബഹുമതിയും, പ്രീമിയർ ലീഗ് ഗോൾഡൻ ബൂട്ട് ലാന്റ്മാൻ അവാർഡ് 2012 – 13 ഉം സുവാരസിനാണ്. ഉയർന്നുവരുന്ന പന്തു വരുതിയിലാക്കി വെടിയുണ്ട പോലെ കൃത്യതയാർന്ന ഷോട്ടുകൾ പായിക്കുന്ന സുവാരസ് വേറിട്ട ശൈലിയുള്ള കളിക്കാരനാണ്.

12. ബഫൺ (ഇറ്റലി)

ഇറ്റലിയുടെ വിശ്വസ്തനായ കാവൽക്കാരനാണ് ബഫൺ. ലോക റാങ്കിൽ 16 ാം സ്ഥാനക്കാരായ ഇറ്റലിക്ക് ബഫണിന്റെ പിൻബലം അഭിമാനം തന്നെയാണ്. ക്ലബ്ബുകൾക്കു വേണ്ടി കളിച്ച കളികളിൽ 139 എണ്ണത്തിൽ ഒരു ഗോളും വഴങ്ങിയില്ല. 2006 ലെ ലോകകപ്പിൽ മികച്ച ഗോൾ കീപ്പർക്കുള്ള യാഷിൻ അവാർഡ് നേടി. മികച്ച യൂറോപ്യൻ ഗോൾകീപ്പർ 2007, യുവേഫ ക്ലബ്ബ് ഫുട്ബോളർ 2003, സിമി എ ഗോൾകീപ്പർ, 1999, 2001, 2002, 2003, 2005, 2006, 2008, 2012. പെനാൽറ്റികൾ നിഷ്പ്രയാസം രക്ഷപ്പെടുത്തുവാനുള്ള അസാമാന്യമിടുക്ക്.

13. ഫ്രാങ്ക് റിബറി (ഫ്രാൻസ്)

ഫ്രാൻസിന്റെ വിദഗ്ദ്ധനായ വിങ്ങറാണ് ഫ്രാങ്ക് റിബറി. ബയേൺ മ്യൂണിക്കിന് വേണ്ടി 8 കളികളിൽ 16 ഗോളുകളും സ്വന്തം പേരിൽ കുറിച്ചു. ആക്രമണനിരയ്ക്ക് ആയുധമെത്തിക്കുന്ന യന്ത്രസമാനമായ മദ്ധ്യനിരക്കാരൻ. 2006 ൽ മെക്സിക്കോയെ വിരട്ടിയ ആദ്യഗോൾ ലോകകപ്പിലെ സാന്നിദ്ധ്യം അറിയിക്കുന്നതായിരുന്നു. 2013 ലെ ഫിഫ ലോകകപ്പ് ഗോൾഡൻ ബോൾ റിബറിക്കായിരുന്നു. വിങ്ങിലൂടെ ആക്രമണങ്ങൾ

തൊടുത്തു വിടുന്ന മിടുക്ക് എതിരാളികളെ വിഷമവൃത്തത്തിലാക്കുന്ന താണ്.

14. ജാവ്ദ് നെകുതം (ഇറാൻ)

ഫിഫ റാങ്കിൽ 37 ാം സ്ഥാനത്തുള്ള ഏഷ്യൻ ശക്തിയാണ് ഇറാൻ. കൃത്യതയാർന്ന പാസുകളുമായി കളിയിലെ കേമനാകാൻ കഴിവുള്ള മിഡ് ഫീൽഡറാണ് ജാവേദ്. അൽക്കുവൈത്ത് ക്ലബ് താരമാണ്. 136 കളികളിൽ 37 ഗോളുകൾ നേടിയിട്ടുണ്ട്. മുഴുവൻ സമയവും കയറിയും ഇറങ്ങിയും കളിയെ നിയന്ത്രിക്കുന്ന ജാവേദ് 2013 ലെ ഏഷ്യൻ ഫുട്ബോൾ ഓഫ് ദി ഇയർ റണ്ണർ അപ്പാണ്.

15. മെസ്യൂട്ട് ഒസിൽ (ജർമനി)

ജർമനി ലോക ഫുട്ബോളിൽ വമ്പന്മാരാണ്. ഫിഫ റാങ്കിൽ 2 ാം സ്ഥാനക്കാർ. ജർമനിയുടെ കരുത്ത് മദ്ധ്യനിരയിലാണ്. മൂന്ന് തവണ ലോകകപ്പ് ജേതാക്കളായ അവർക്ക് 20 ാം ലോകകപ്പിൽ മദ്ധ്യനിരക്കാര നായ മെസ്യൂട്ട് ഒസിൽ ആത്മവിശ്വാസം നല്കുന്നു. കളിക്കളത്തിലെ മാന്ത്രികനെന്ന വിശേഷണത്തിന് അർഹനാണ്.

16. എസ്സിയൻ (ഘാന)

ഘാനക്കാർക്ക് അമിത പ്രതീക്ഷയില്ല. ആരെയും ഭയമില്ല. കളിക്ക ളത്തിൽ ഏത് കരുത്തരെയും വിറപ്പിക്കാനുള്ള കഴിവ്. 2006 ലെ ആഫ്രി ക്കൻ ലോകകപ്പിൽ ക്വാർട്ടറിലെത്തി. മികച്ച കളിക്കാരിൽ മുന്നിൽ എസ്സി യനാണ്. മദ്ധ്യനിരയിലെ പരിചയ സമ്പന്നൻ. കളിയിൽ എല്ലാ വിങ്ങിലും ഒരുപോലെ എത്തിച്ചേരുന്ന പ്രതിഭാധനൻ. ആക്രമണ നിരയ്ക്ക് അനാ യാസം പന്ത് സപ്ലൈ ചെയ്യുവാനും ഗോൾ വല കുലുക്കാനും കഴിയുന്ന കരുത്തൻ.

17. കെർഷക്കോവ് (റഷ്യ)

ലോകപ്രസിദ്ധനായ ഗോൾകീപ്പർ ലെവ്യാഷിന്റെ രാജ്യമാണ് റഷ്യ. ചിലന്തിയെപ്പോലെ ഗോൾവല കാത്തിട്ടും ലോകകപ്പിൽ നിർണ്ണായക മായ ശക്തിയാവാൻ പറ്റാത്തതിന്റെ ദുഃഖമാണ് ലെവ്യാഷിനെ അലട്ടി യത്.

കെർഷക്കോവ് ആക്രമണകാരിയായ മുൻ നിരക്കാരനാണ്. ഒരു പന്ത് വരുതിയിലായാൽ ലക്ഷ്യത്തിലേക്കുള്ള വഴി കാണാനും അപകടകര മായി ഷൂട്ട് ചെയ്യാനും പ്രത്യേക മിടുക്കുള്ള സ്ട്രൈക്കർ. 2002 ലെ ലോക കപ്പിൽ കളിച്ചു. 2004 ലെ റഷ്യൻ പ്രീമിയർ ലീഗിലെ ടോപ്പ് സ്കോറർ പുരസ്കാരജേതാവ്.

18. പാർക്ക് ചുയോങ് (ദ. കൊറിയ)

ദക്ഷിണ കൊറിയയുടെ മികച്ച ഫോർവേഡാണ് പാർക്ക് ചുയോങ്. സ്കോറിങ്ങിൽ മിടുക്കനായ ചുയോങ് 2010 ലെ ലോകകപ്പിൽ ആദ്യമായി കളിക്കളത്തിലെത്തി. കൊറിയയുടെ ദുർബ്ബലതയിൽ കാര്യമായൊന്നും ചെയ്യാനൊത്തില്ല. 2014 ൽ പ്രതീക്ഷയർപ്പിച്ച താരമാണ്.

19. എഡിൻ ഹസാർഡ് (ബെൽജിയം)

23 കാരനായ ഹസാർഡ് അക്രമകാരിയായ മദ്ധ്യനിരക്കാരനാണ്. ആദ്യമായാണ് ലോകകപ്പിനെത്തുന്നത്. ലോക റാങ്കിങ്ങിൽ 12 ാം സ്ഥാനക്കാരായ ബെൽജിയത്തിന് ഈ നവാഗതൻ പ്രതീക്ഷ നല്കുന്നു. വേഗതയും കൃത്യതയാർന്ന പാസുകളും തകർപ്പൻ കിക്കുകളും 10 ാം നമ്പരുകാരനായ ഹസാർഡിന്റെ പ്രത്യേകതകളാണ്. 2011 ലെ മികച്ച കളിക്കാരനുള്ള ബ്രാവോ അവാർഡ് ഹസാർഡിനാണ്.

20. ഇസ്ലാം സിൽമനി (അൾജീരിയ)

ഏതു പഴുതും ഗോളാക്കി മാറ്റാനുള്ള അപൂർവ്വ സിദ്ധിയുള്ള സ്ട്രൈക്കറാണ് ഇസ്ലാം സിൽമനി. ആദ്യമായാണ് ലോകകപ്പ് ഫൈനൽ റൗണ്ടിൽ കളിക്കുന്നത്. സ്പോർട്ടിങ് ലിബ്സൺ ക്ലബ്ബിനു വേണ്ടി 17 കളിയിൽ 9 ഗോൾ നേടി. ഗ്രൂപ്പ് മത്സരങ്ങളിൽ മികവാർന്ന പ്രകടനം. തളർച്ച അറിയാത്ത ഒമ്പതാം നമ്പർ താരം. യോഗ്യതാ ഗ്രൗണ്ടിൽ ചാമ്പ്യന്മാരായ അൾജീരിയയ്ക്ക് വേണ്ടി 5 ഗോൾ സ്കോർ ചെയ്തു.

21. ക്ലിന്റ ഡെംനി (അമേരിക്ക)

ലോക ഫുട്ബോളിൽ അമേരിക്കയുടെ സാന്നിദ്ധ്യം അധികമാരും കാര്യമായെടുക്കാറില്ല. പെലെയുടെ സാമീപ്യത്തോടെയാണ് അമേരിക്കയ്ക്ക് ബലം കൂടിയത്. യോഗ്യതാ മത്സരങ്ങളിൽ കരുത്തുകാട്ടിയ അമേരിക്കയുടെ ടോപ്പ് സ്കോററാണ് ക്ലീൻ ഡെംനി. അറ്റാക്കിങ് മിഡ്ഫീൽഡറാണെങ്കിലും ലക്ഷ്യം ഗോൾ വലയം തന്നെ. ഹെഡ്ഡറുകളുടെ വൈദഗ്ദ്ധ്യം പ്രത്യേകതയാണ്. ഫിഫ കോൺഫെഡറേഷൻ കപ്പിൽ ബ്രോൺസ് മെഡലിസ്റ്റാണ്. 2007, 2011, 2012 വർഷങ്ങളിലെ എസ് സോക്കർ അത്ലറ്റിക്ക് അവാർഡും നേടിയിട്ടുണ്ട്.

22. ഷെർദാൻ ഷാക്കിരി (സ്വിറ്റ്സർലൻഡ്)

സ്വിറ്റ്സർലൻഡിന്റെ മികച്ച വിങ്ങറാണ് ഷെർദാൻ. തോൽവി അറിയാതെ യോഗ്യതാ മത്സരം പോക്കറ്റിലാക്കിയ സ്വിറ്റ്സർലൻഡിന്റെ 23 കാരനായ യുവാവാണ് തുറുപ്പ് ചീട്ട്. ഫിഫാ റാങ്കിങ്ങിൽ 8 ാം നമ്പരുകാരനാണെങ്കിലും കളിക്കരുത്തിൽ മുന്നിലെത്താൻ പലപ്പോഴും കഴിഞ്ഞിട്ടില്ല. ഇത്തവണ പ്രതീക്ഷയുമായി വരുന്നവരുടെ പ്രതീക്ഷ ഷെർദാൻ

ഷാക്കിരിയിലാണ്. യോഗ്യതാ മത്സരത്തിൽ ഹാബിയൻ ഷോർ നേടിയ ഗോളുകൾക്ക് വഴിയൊരുക്കിയത് ഷാക്കിരിയാണ്. 2010 ൽ ആഫ്രിക്കൻ ലോകകപ്പിൽ അരങ്ങേറ്റം. ഇംഗ്ലണ്ടിനെതിരെ മികച്ച പ്രകടനം കാഴ്ച വെച്ചു.

23. കഗാവ (ജപ്പാൻ)

ഏഷ്യാവൻകരയുടെ പ്രതിനിധികളായി ലോകകപ്പിനെത്തുന്ന ജപ്പാൻ കളിയിൽ സ്വതഃസിദ്ധമായ ശൈലി പുലർത്തുന്നവരാണ്. യോഗ്യതാ റൗണ്ടിലെ ചാമ്പ്യൻഷിപ്പ് നേടിക്കൊടുത്ത ടീമിലെ പ്രഗത്ഭ നായ മിഡ് ഫീൽഡറാണ് കഗാവ. മത്സരത്തിൽ ടോപ്പ് സ്കോററായ ഷിൻജി ഒക്കാസാക്കിയുടെ 8 ഗോളുകളിൽ 5 എണ്ണത്തിനും വഴിയൊരു ക്കിയത് കഗാവയായിരുന്നു. സാങ്കേതിക മികവും പ്രായോഗിക ബുദ്ധി യും ഒത്തുചേർന്നതാണ് കഗാവയുടെ കളിമിടുക്ക്.

24. യായടുറെ (ഐവറികോസ്റ്റ്)

ആരെയും അട്ടിമറിക്കുവാൻ കെല്പുള്ളവരാണ് ഐവറി കോസ്റ്റ്. മദ്ധ്യനിരയിൽ കളിച്ചുകൊണ്ട് സ്വന്തം ടീമിനെ സംയോജിപ്പിക്കുന്ന അദ്ധ്വാനശീലനായ കളിക്കാരനാണ് യായടുറെ. അക്രമണത്തിലും പ്രതി രോധത്തിലും ശോഭിക്കുന്നതാരം. 2011 ൽ ആഫ്രിക്കയിലെ മികച്ച കളി ക്കാരനുള്ള അവാർഡ് യായടുറെക്കായിരുന്നു.

25. സാഞ്ചസ് (ചിലി)

ലോകഫുട്ബോളിൽ 14 ാം റാങ്കുകാരാണ് ചിലി. മുന്നേറ്റ നിരയിലെ സാഞ്ചസാണ് വിജയശില്പി. ഫോർവേഡായും വിങ്ങറായും കളിക്കു ന്നു. 2006 ൽ ലോകകപ്പിൽ സ്വിറ്റ്സർലൻഡിനെതിരെ ആദ്യ ഗോൾ. ബാഴ്സലോണതാരം. ക്ലബ്ബിന് വേണ്ടി 133 കളിയിൽ 45 ഗോൾ. 2010 ൽ ലോകകപ്പ് ഫൈനൽ റൗണ്ടിൽ കളിച്ചു. ഫ്രീകിക്ക് മാസ്റ്റർ. പാസിങ്ങിലും ലോങ് ഷോട്ടുകളലും കരുത്ത്. നിരവധി ബഹുമതികൾ നേടിയ കളി ക്കാരൻ.

26. ടീം കാഹിൽ (ഓസ്ട്രേലിയ)

35 വയസ്സുകാരനായ ടീം കാഹിൽ ഓസ്ട്രേലിയയുടെ പ്രതീക്ഷ യാണ്. മുന്നേറ്റനിരയിൽ സ്കോറിങ് ബൂട്ടാണ്. ഉയർന്നുവരുന്ന പന്തിൽ കളിക്കുന്ന അസാധാരണ മിടുക്ക് പ്രത്യേകതയാണ്. 2006, 2010 ലോക കപ്പിൽ കളിച്ചു. പരിചയസമ്പന്നതകൊണ്ട് പിഴവില്ലാതെ ഷൂട്ട് ചെയ്യുന്ന ടീം കാഹിൽ ഓസ്ട്രേലിയയുടെ പ്രധാനതാരമാണ്.

27. ഗിക്കാസ് (ഗ്രീസ്)

ഗ്രീസിന്റെ കളി പ്രവചനങ്ങൾക്ക് അപ്പുറമാണ്. ഫിഫ റാങ്കിങ്ങിൽ

10 ാം സ്ഥാനക്കാരാണ്. സ്ട്രൈക്കർ ഗിക്കാസാണ് വിജയനായകൻ. ഏത് വലിയ പ്രതിരോധത്തെയും കീറിമുറിക്കാനും ഗോൾ നേടുവാനുമുള്ള കഴിവാണ് ഗിക്കാസിന്റെ ശക്തി. 2010 ലെ ലോകകപ്പിലും കളിച്ചിരുന്നു. പ്രഗത്ഭരായ ഹംഗറിയെ 2007 ൽ അട്ടിമറിച്ച ഗോൾ ഗിക്കാസിന്റെ ബൂട്ടിൽ നിന്നാണ് പിറന്നത്.

28. ഫാൽക്കവോ (കൊളംബിയ)

കൊളംബിയക്കാരെ കുറിച്ചു ഫുട്ബോൾ ലോകം ഓർക്കുന്നത് കറുത്ത പാടുകളുമായാണ്. പ്രശസ്തനായ ഡിഫൻന്റ എസ്കോബാറിന്റെ രക്തസാക്ഷിത്വം. സി ഗ്രൂപ്പിൽ ജപ്പാനും ഐവറി കോസ്റ്റും ഗ്രീസും മത്സരിക്കുന്ന ഗ്രൂപ്പിൽ കൊളംബിയക്കാരുടെ പടക്കുതിരയാണ് ഫാൽക്കാവോ.

സാധ്യതാ മത്സരത്തിൽ രണ്ടാം സ്ഥാനക്കാരാണെങ്കിലും 9 ഗോളടിച്ച ടോപ്പ് സ്കോററാണ് ഇരുപത്തൊമ്പതുകാരനായ ഫാൽക്കാവോ. മിന്നൽപ്പിണർ പോലെ പ്രതിരോധത്തെ പിളർക്കാനും പഴുതുണ്ടാക്കി ഗോളടിക്കാനും വിദഗ്ദ്ധൻ. 2010, 11 ൽ പോർച്ചുഗീസ് ഗോൾഡൻ ഗോൾ നേടിയ മികച്ച കളിക്കാരൻ.

29. സബോറിയോ (കോസ്റ്ററിക്ക)

ഗോൾവലയത്തെ ലക്ഷ്യം വെച്ച് ഹോട്ട് ഷോട്ടുകൾ പൊടുന്നനെ തൊടുത്തുവിടുന്ന മിടുക്കനായ ഫോർവേഡാണ് സബോറിയോ. യോഗ്യതാ മത്സരത്തിൽ 8 ഗോളുകളുമായി ടോപ്പ് സ്കോറർ. 2006 ൽ ലോക കപ്പിൽ പ്രഥമ പോരാട്ടം. ശ്രദ്ധേയനായ മുന്നേറ്റക്കാരൻ എന്ന ബഹുമതി നേടിയത് ചൈനയുമായുള്ള പോരാട്ടത്തിലാണ്. 2003 ൽ. കളിക്കളത്തിൽ മാന്യൻ.

30. വലൻസിയ (ഇക്വഡോർ)

ലോക ഫുട്ബോളിൽ 32 ടീമുകളും തുല്യരാണെന്ന ധാരണയിൽ കളത്തിലിറങ്ങുന്നവരാണ് ഇക്വഡോറിന്റെ പൊരുതിക്കളിക്കുന്ന കൂട്ടാളികൾ. 2006 ലെ വേൾഡ് കപ്പിൽ പ്രീക്വാർട്ടറിലെത്തി. കളിയിൽ ഇക്വഡോറിന്റെ കേമനായ താരമാണ് മദ്ധ്യനിരക്കാരൻ വലൻസിയ. മദ്ധ്യനിരയിൽനിന്ന് പന്തുമായി ഗോൾവലയം ഉന്നംവെക്കുന്ന തന്ത്രശാലി.

31. പലാഷ്യാസ് (ഹോണ്ടുറാസ്)

ഹോണ്ടുറാസിന്റെ മദ്ധ്യനിരയുടെ നെടുംതൂണാണ് പലാഷ്യസ്. കയറിയും ഇറങ്ങിയും കളിച്ച് സഹകളിക്കാരെ ഉത്തേജിപ്പിക്കുന്ന ശക്തനായ താരമാണ് പലാഷ്യസ്. 2010 ൽ ആഫ്രിക്കയിലാണ് ആദ്യത്തെ അരങ്ങേറ്റം. യോഗ്യതാ മത്സരത്തിൽ തിളക്കമാർന്ന പ്രകടനം.

32. ഒബിമൈക്കൽ (നൈജീരിയ)

1994 ലും 98 ലും പ്രീക്വാർട്ടറിൽ കളിച്ച നൈജീരിയക്ക് ഏറെ അവകാശവാദങ്ങളില്ല. എഫ് ഗ്രൂപ്പിൽ അർജന്റീനയോട് പൊരുതിക്കളിക്കണം. അത്യദ്ധ്വാനികളായ കളിക്കാർക്ക് ഒത്തിണക്കമാണ് കൈമുതൽ. ഒബിമൈക്കൽ പ്രതീക്ഷയുള്ള മിഡ്ഫീൽഡറാണ്. ആക്രമണത്തിലും പ്രതിരോധത്തിലും ഒരുപോലെ സഹായി. 2005 ൽ അണ്ടർ 20 ലോകകപ്പിൽ സിൽവർ ഫുട്ബോളർ ആയിരുന്നു.

33. എഡിൻ സൈക്കോ (ബോസ്നിയ)

യോഗ്യതാ മത്സരത്തിൽ 10 ഗോളിന്റെ ഉടമയായ സ്ട്രൈക്കർ എന്ന പദവിയുമായാണ് എഡിൻ സൈക്കോ ബ്രസീലിലെത്തുന്നത്. ഒരു സ്വതന്ത്ര രാജ്യമായ ബോസ്നിയ ഹെർസിഗോവിന ലോകകപ്പിൽ കന്നി മത്സരത്തിനിറങ്ങുകയാണ്. മുൻപ് യുഗോസ്ലോവിയയുടെ ഭാഗമായിരുന്നു. 146 കളികളിൽ 61 ഗോളുകൾ സ്വന്തം പേരിലുണ്ട്.

34. ഇകർ കസിനാസ് (സ്പെയിൻ)

2010 ൽ ദക്ഷിണ ആഫ്രിക്കയിൽ നടന്ന ലോകകപ്പിൽ മികച്ച ഗോളിക്കുള്ള ലെവ്യാഷിൻ അവാർഡ് ഇകർ കസിനാസിനായിരുന്നു. റയൽ മാഡ്രിഡിന്റെ കാവൽക്കാരനാണ്. 152 കളി ദേശീയ ടീമിനു കളിച്ച ഗോൾ കീപ്പർ. 13 ലോകകപ്പിൽ 12 ലും വിജയം മാറിനിന്ന സ്പെയിനിനെ വിജയത്തിലേക്ക് നയിച്ച ഭാഗ്യവാനായ നായകൻ. 2010 ൽ ഫൈനൽ റൗണ്ടിൽ ഒരു ഗോൾ മാത്രം വഴങ്ങിയ കരുത്തനായ കാവൽഭടനാണ്. സ്പെയിൻ ലോകറാങ്കിൽ ഒന്നാം സ്ഥാനത്താണ്.

ലോകഫുട്ബോളിലെ മഹാപ്രതിഭകൾ ബ്രസീലിൽ മാറ്റുരയ്ക്കുമ്പോൾ കളിയുടെ രസതന്ത്രവും നവസാദ്ധ്യതകളും ഫുട്ബോൾ പ്രേമികൾക്ക് നേരിൽ കാണാവുന്നതാണ്. കാറ്റു നിറച്ച പന്തിന്റെ നിയന്ത്രണ വൈദഗ്ദ്ധ്യവും ലക്ഷ്യനീക്കവും കളിക്കാരുടെ പ്രതിഭാവിലാസത്തെയാണ് കാണിക്കുന്നത്. ഫുട്ബോളിൽ അത്ഭുതങ്ങൾ കാണിച്ച മഹാരഥന്മാരും നവാഗതന്മാരും നമുക്ക് ആവേശം നല്കുന്നവരാണ്. 2014 ൽ ആരായിരിക്കും ജേതാവ് എന്ന ചോദ്യം നൂറുകോടിയോളം പ്രേക്ഷകർ പരസ്പരം ചോദിക്കുമ്പോൾ ഉത്തരം ലഭിക്കുക ജൂലൈ 14 നാണ്.

അനുബന്ധം എ

ഫിഫയുടെ പ്രസിഡന്റുമാർ

	വർഷം	പേര്	രാജ്യം
1.	1904–1906	റോബർട്ട് ഗ്യൂറിൻ	ഫ്രാൻസ്
2.	1906–1918	ഡാനിയൽ ബെർലി ഉൾഫോൾ	ഇംഗ്ലണ്ട്
3.	1921–1954	യൂൾറിമെ	ഫ്രാൻസ്
4.	1954–1955	റോഡോൾഫി വില്യം സിൽഡ്രയേർസ്	ബെൽജിയം
5.	1955–1961	ആർതർ ഡൂരി	ഇംഗ്ലണ്ട്
6.	1961–1974	സർ. സ്റ്റാൻലി റോസ്	ഇംഗ്ലണ്ട്
7.	1974–1998	ജാവോഹാവലങ്കി	ബ്രസീൽ
8.	1999	ജോസഫ് എഫ് ബ്ലാട്ടർ	സ്വിറ്റ്സർലൻഡ്

ജോസഫ് എഫ് ബ്ലാട്ടർ 1981 മുതൽ 1998 വരെ ജനറൽ സെക്രട്ടറിയായിരുന്നു.

അനുബന്ധം ബി

ഫൈനൽ, രണ്ടും മൂന്നും നാലും സ്ഥാനങ്ങൾ 1930 മുതൽ 2006 വരെ

വർഷം	കളി നടന്ന രാജ്യം	വിജയികൾ	പരാജിതർ	ഗോൾ	മൂന്നാം സ്ഥാനം	നാലാം സ്ഥാനം	ഗോൾ
1930	ഉറുഗ്വേ	ഉറുഗ്വേ	അർജന്റീന	4–2	യു എസ് എ	യൂഗോസ്ലാവ്യ	1–0
1934	ഫ്രാൻസ്	ഇറ്റലി	ചെക്കോസ്ലോവാക്യ	2–1	ജർമനി	ആസ്ട്രിയ	3–2
1938	ഫ്രാൻസ്	ഇറ്റലി	ഹംഗറി	4–2	ബ്രസീൽ	സ്വീഡൻ	4–2
1950	ബ്രസീൽ	ഉറുഗ്വേ	ബ്രസീൽ	2–0	സ്വീഡൻ	സ്പെയിൻ	2–0
1954	സ്വിറ്റ്സർലൻഡ്	പ. ജർമനി	ഹംഗറി	3–2	ആസ്ട്രേലിയ	ഉറുഗ്വേ	3–1
1958	സ്വീഡൻ	ബ്രസീൽ	സ്വീഡൻ	5–2	ഫ്രാൻസ്	പ. ജർമനി	6–3
1962	ചിലി	ബ്രസീൽ	ചെക്കോസ്ലോവാക്യ	3–1	ചിലി	യൂഗോസ്ലോവ്യ	1–0
1966	ഇംഗ്ലണ്ട്	ഇംഗ്ലണ്ട്	പ. ജർമനി	4–2	പോർച്ചുഗൽ	സോവിയറ്റ് യൂണിയൻ	2–1
1970	മെക്സിക്കോ	ബ്രസീൽ	ഇറ്റലി	4–1	പ. ജർമനി	ഉറുഗ്വേ	1–0
1974	പ. ജർമനി	പ. ജർമനി	ഹോളണ്ട്	2–1	പോളണ്ട്	ബ്രസീൽ	1–0
1978	അർജന്റീന	അർജന്റീന	ഹോളണ്ട്	3–1	ബ്രസീൽ	ഇറ്റലി	2–1
1982	സ്പെയിൻ	ഇറ്റലി	ജർമനി	3–1	ഹോളണ്ട്	ഫ്രാൻസ്	3–2
1986	മെക്സിക്കോ	അർജന്റീന	ജർമനി	3–2	ഫ്രാൻസ്	ബെൽജിയം	4–2
1990	ഇറ്റലി	ജർമനി	അർജന്റീന	1–0	ഇറ്റലി	ഇംഗ്ലണ്ട്	2–1
1994	യു എസ് എ	ബ്രസീൽ	ഇറ്റലി	3–2	സ്വീഡൻ	ബെൽജിയം	4–0
1998	ഫ്രാൻസ്	ഫ്രാൻസ്	ബ്രസീൽ	3–0	ക്രൊയേഷ്യ	നെതർലൻഡ്	4–0
2002	കൊറിയ – ജപ്പാൻ	ബ്രസീൽ	ജർമനി	2–0	തുർക്കി	കൊറിയ	3–2
2006	ജർമനി	ഇറ്റലി	ഫ്രാൻസ്	5–3	ജർമനി	പോർച്ചുഗൽ	3–1
2010	സൗത്ത് ആഫ്രിക്ക	സ്പെയിൻ	ഹോളണ്ട്	1–0	ജർമനി	ഉറുഗ്വേ	3–1

www.ingramcontent.com/pod-product-compliance
Lightning Source LLC
LaVergne TN
LVHW040751051026
849519LV00007BA/2516
* 9 7 8 9 3 8 3 9 0 3 1 8 4 *